മറുത

Marutha
Stories

Soorya Gopi

CHINTHA PUBLISHERS
Thiruvananthapuram

First Edition
May 2025

Published & Typesetting
Chintha Publishers, Thiruvananthapuram

Cover Design
Vinod Mangoes

ISBN : 978-93-48573-00-1

CO - 3644 / 7500

₹ 250

Email: chinthapublishers@gmail. com
Website: www. chinthapublishers. com

A version is available at National Libraries
Kolkata, Mumbai, Chennai and Delhi

Distribution
DESHABHIMANI BOOKHOUSE
H O Thiruvananthapuram 695035

Branches & Agencies
Head Office Kunnukuzhi • Statue Thiruvananthapuram
Saphalyam Complex Thiruvananthapuram
Machingal Lane Thrissur • IG Road Kozhikode
Mavoor Road Kozhikode • NGO Union Building Kannur
Central Bus Terminal Complex Thavakkara Kannur
Revenue Tower Ernakulam • Sulthanpetta Palakkad
Postoffice Road Kottaym • Hospital Road Nilamboor
Old Municipal Bus Stand Kalpatta

മറുത

സൂര്യാഗോപി

ചിന്ത പബ്ലിഷേഴ്സ്
തിരുവനന്തപുരം 695 035
വില: ₹ **250**

സൂര്യാഗോപി

1987 ആഗസ്റ്റ് 26 ന് ജനിച്ചു. *ഉപ്പുമഴയിലെ പച്ചിലകൾ* എന്ന പുസ്തകത്തിന് 2016 ലെ കേന്ദ്രസാഹിത്യ അക്കാദമിയുടെ യുവ പുരസ്കാരം ലഭിച്ചു. എസ് ബി ടി അവാർഡ്, *മാധ്യമം* 'വെളിച്ചം' കഥാഅവാർഡ്, *മനോരമ* ശ്രീ. കഥാഅവാർഡ്, മുട്ടത്തുവർക്കി കലാലയ കഥാഅവാർഡ്, അങ്കണം-ഗീതാ ഹിരണ്യൻ അവാർഡ്, *പൂർണ*-ഉറൂബ് പുരസ്കാരം, *കലാ കൗമുദി* കഥാഅവാർഡ്, അങ്കണം-ഇ പി സുഷമ എൻ ഡോവ്മെന്റ്, അങ്കണം-ഷംസുദ്ദീൻ സ്മൃതി പുരസ്കാരം, പ്രൊഫ. കോഴിശ്ശേരി ബാലരാമൻ യുവപ്രതിഭ പുരസ്കാരം എന്നിവ ലഭിച്ചിട്ടുണ്ട്. സോഷ്യോളജിയിൽ ഒന്നാം റാങ്കോടെ ബിരുദവും ബിരുദാനന്തര ബിരുദവും. മഹാത്മാഗാന്ധി സർവകലാശാലയിൽനിന്ന് ഡോക്ടറേറ്റ്.

കവിയും ഗാനരചയിതാവുമായ പി കെ ഗോപിയാണ് അച്ഛൻ, അമ്മ കോമളം. ജീവിതപങ്കാളി: പി കെ സുജിത്, മകൾ: ചിലങ്ക.

വിലാസം : കോമൾ വിഹാർ
നേർവ നമ്പർ -98
നേതാജി റോഡ്, പാടിവട്ടം
ഇടപ്പള്ളി പി ഒ, കൊച്ചി
ഫോൺ : 9447754898

ഉള്ളടക്കം

പ്രസാധകക്കുറിപ്പ്

പ്രാദേശികമായ കഥാസന്ദർഭങ്ങളിലേക്ക് ഇറങ്ങിവരുന്ന ചരിത്രകഥാപാത്രങ്ങളാണ് സൂര്യാഗോപിയുടെ കഥകളിൽ ഏറെയും. കഥാരചന ബോധപൂർവം നടത്തുന്ന കലാപ്രക്രിയ ആയിരിക്കുമ്പോൾത്തന്നെ അബോധത്തിന്റെ സാമൂഹ്യവും രാഷ്ട്രീയവുമായ ഇടപെടലുകൾ കഥയുടെ അകക്കാമ്പിനെത്തന്നെ മാറ്റിക്കളയുന്നതിന്റെ അടയാളങ്ങൾ ഈ സമാഹാരത്തിലെ കഥകളിലെമ്പാടും കാണാനാവും. കരുത്തുറ്റ മലയാളമാണ് സൂര്യയുടേത്. ചവിട്ടിക്കുഴച്ച് പതം വരുത്തിയ വാക്കുകളും വാക്കുകൾക്കിടയിൽ നിരന്തരം പ്രവർത്തിച്ചുകൊണ്ടിരിക്കുന്ന രാഷ്ട്രീയവും ഈ കഥകളെ വേറിട്ടതാക്കുന്നു. പ്രത്യാശയുടെ സൂര്യകിരണങ്ങൾ കാണാനാവുന്നില്ലെങ്കിൽ ഈ കഥകൾ പുലർവെട്ടത്തിലേക്കുണരാൻ വെമ്പുന്ന കറുത്ത കഥകളാണ് എന്ന് നമുക്ക് പറയാം. വരുംകാല കഥകളുടെ ആമുഖ കവാടമാണ് സൂര്യാഗോപിയുടെ കഥകൾ.

ചിന്ത പബ്ലിഷേഴ്സ്

ചെങ്കുത്തായ കോട്ടകളും കൊത്തളങ്ങളും

രേഖ കെ

സൂര്യാഗോപിയുടെ കഥാസമാഹാരത്തിലൂടെ കടന്നുപോയപ്പോൾ ഒന്നുറപ്പായി, ഈ കഥകൾ വെറുതെ വായിച്ചുരസിച്ചുപോകാവുന്നവയല്ല. കൊടുംവർഷകാലത്തെ ഉൾക്കടൽസഞ്ചാരം പോലെ അങ്ങേയറ്റം സംഘർഷഭരിതമാണ്, ആ കഥകളുടെ പായ്ക്കപ്പലിൽ ഏറിയുള്ള സഞ്ചാരം. ഏതൊക്കെയോ തീരങ്ങളിലേക്ക് അവ നമ്മെ കൊണ്ടുപോകുന്നു. തീവ്രാനുഭവങ്ങളുടെ കൊടുങ്കാറ്റിൽ ഉലച്ച്, ചില നിമിഷങ്ങളിൽ മരണത്തെപ്പോലും മുഖാമുഖം കാണുംവിധം, വായനക്കാരുടെ ഹൃദയത്തെ നിശ്ചലമാക്കുംവിധം, കഥയങ്ങനെ പറഞ്ഞുപോകുകയാണ്, സൂര്യാഗോപി.

കവിതയുടെയും കഥയുടെയും കൂടുകൾ മാറിമാറി ഉയർത്തുന്ന ഒരാളായതുകൊണ്ടാകാം, കഥയും ചിലപ്പോൾ കവിതയായി മാറുന്നു. കവിതയുടെ വംശത്തിനു മാത്രം അവകാശപ്പെട്ട പദാവലികൾ തീവ്രാനുഭവങ്ങളെ ബലപ്പെടുത്താൻ സൂര്യ ഉരുക്കിയൊഴിക്കുന്നു. കവിതയുടെ തൊങ്ങലുകൾകൊണ്ട് കഥകൾക്കു മേൽക്കൂര തീർക്കുന്നു. കവിതയിലൂടെ സഞ്ചരിച്ച് തീവ്രാനുഭവസാക്ഷാൽക്കാരത്തിന്റെ ചെങ്കുത്തായ കോട്ടകളിലേക്കും മലയടിവാരങ്ങളിലേക്കും അവ നമ്മെ കൊണ്ടെത്തിക്കുന്നു. അവിടെ വായനക്കാർ ശ്വസനവായുവിനായി പിടഞ്ഞുപോകുന്നു.

ഈ കഥകളൊന്നും ഒരു പ്രത്യേക ഭൂമികയിലല്ല നടക്കുന്നത്. ലോകത്തെവിടെയും ഈ കഥകൾക്കു ജീവശ്വാസമെടുക്കാം. കാതൽവച്ച് കനംവച്ച ഈ കഥാവൃക്ഷങ്ങളെ ഏതു മണ്ണിലേക്കും പറിച്ചുനടാം. അവിടെയത് കരിഞ്ഞുപോകില്ലെന്നു മാത്രമല്ല, വേരുപടർത്തുകയും പുതിയ പച്ചിലനാമ്പുകൾ വിടർത്തുകയും ചെയ്യും. ആദ്യകഥയായ 'ജെന്നി മാർക്സിന്റെ മരണം' മുതൽ അവസാനകഥയായ 'അടുക്കളത്തടവ്' വരെയുള്ള കഥകൾക്ക് 'സാർവലൗകിക' സ്വഭാവമാണുള്ളത്.

പെണ്മയുടെമേൽ വലയംചെയ്യപ്പെടുന്ന രക്തപങ്കിലമായ കരങ്ങൾക്കും നിഗൂഢതയുടെ ഭയാനകതയുണ്ട് എന്നു പറയുകയാണ്, 'ജെന്നി മാർക്സിന്റെ മരണം' എന്ന കഥ. ഒരു ഫ്ലാറ്റിലെ കൊച്ചുപെൺകുഞ്ഞുങ്ങളെയെല്ലാം ഒന്നിനു പിറകെ ഒന്നായി കാണാതാകുകയാണ്. അവർ വീടിന്റെയും നാടിന്റെയും അരുമകളാണ്. അവരുടെ പേരുകൾ ജെന്നി മാർക്സ്, സിൽവിയ പ്ളാത്ത്, മേരി കോം, ശബാനാ ആസ്മി, മേരി വൂൾസ്റ്റോൺക്രാഫ്റ്റ്, സാനിയ മിർസ, എമിലി ബ്രോണ്ടി എന്നിങ്ങനെയായി മാറുന്നത് കേവലം യാദൃച്ഛികമായിരിക്കില്ല. അവരുടെ ശരീരാവശിഷ്ടങ്ങൾ, കുടിവെള്ളത്തിലും പൂന്തോട്ടത്തിലും ഓടയിലുമൊക്കെ തെളിഞ്ഞുവരുമ്പോൾ ഉത്തരമില്ലാതാകുന്ന അനേകം ചോദ്യങ്ങളുണ്ട്. ഈ അരുമക്കിടാങ്ങൾ ലോകത്തോട് എന്തു തെറ്റുചെയ്തു? പെൺവംശത്തിന്റെ ചോരയൊഴുക്ക് ഇവിടെ തുടരുമ്പോൾ ചോദ്യം മാനവരാശിയോടാണ്.

'കടലിന്റെ അസ്ഥികൂടം' എന്ന കഥ ലക്സംബർഗിലെ മഞ്ഞുപോലെ പരന്നൊഴുകുന്ന, ആൾഡർമരങ്ങളുടെ ശീതളിമയുള്ള പ്രണയകഥയെന്നു വായിച്ചുതുടങ്ങുമ്പോഴാണ്, കേരളത്തിലെ കടലിടുക്കിൽ ചോരകൊണ്ട് ബലിയർപ്പിച്ചുതീരുന്ന രക്തപങ്കിലമായ അന്ത്യത്തിലേക്ക് ശ്വാസംമുട്ടി ഒടുങ്ങുന്നത്.

സൂര്യയുടെ കഥകളുടെ മറ്റൊരു സവിശേഷത, അത് സ്ത്രീപക്ഷ സമീപനമല്ല പുലർത്തുന്നത്. മനുഷ്യപക്ഷത്തോടു ചേർന്നുനിന്ന് കഥ പറയുക എന്നതാണ് സൂര്യയുടെ രീതി. സത്യവും നീതിയും എവിടെയോ, അവിടെ ഒരു കോണിലേക്ക് മാറിനിന്ന് ഏറ്റവും ഭീകരമായ സത്യങ്ങൾ പോലും കരളുറപ്പോടെ പറഞ്ഞുവയ്ക്കുക എന്നതാണ് ഇവിടെ അനാവൃതമാകുന്ന കഥനരീതി.

കൃത്യമായ ചരിത്രബോധം, രാഷ്ട്രീയം എന്നിവ സൂര്യയുടെ കഥകളെ കാമ്പുള്ളതാക്കുന്നു. ചരിത്രം, രാഷ്ട്രതന്ത്രം എന്നിവയിലുള്ള ജ്ഞാനം, ലോകപരിചയം, അവലോകനസാമർഥ്യം, വായന, ഭാഷാസ്വാധീനം, പൗരബോധം, സാമൂഹ്യബോധം എന്നിങ്ങനെ ഒരു കഥാകൃത്തിനുവേണ്ടുന്ന സാമാന്യഗുണങ്ങളെ ഉൾക്കാഴ്ചയുടെ അച്ചിൽ ഉരുക്കിയൊഴിച്ചെടുക്കുന്നതാണ് സൂര്യാഗോപിയുടെ കഥകൾ എന്നതിനു തെളിവാണ്; 'കാമുകിക്കടുവ', 'ഒരേ ജന്മപരിണാമസിദ്ധാന്തം', 'ഉപ്പുസത്യഗ്രഹം' എന്നീ കഥകൾ. ഇവയിലെല്ലാം അന്തർജ്ഞാനത്തെ രാഷ്ട്രീയശരികളുടെ മനസ്സാക്ഷിയോടെ വിചാരണ ചെയ്യുകയാണ്.

മയൂർഭഞ്ജിലെ ആദിമനിവാസികളുടെ ജീവിതം പൊളിച്ചെഴുതാനെത്തുന്ന തീവ്രവിപ്ലവകാരി മധുവബസന്തും (കാമുകിക്കടുവ) അയാളുടെ ഉറുമാമ്പഴമധുരമുള്ള പ്രേമവും! രക്തച്ചൊരിച്ചിലിലാണ് ആ കഥയും അവസാനിക്കുന്നത്.

ഒരേ ഭരണകൂടവ്യവസ്ഥിതിയുടെ ചട്ടുകങ്ങളായി മാറുന്ന പൊലീസുകാരനും, സമരത്തിനിടെ അയാളുടെ കണ്ണുകൾ തകർത്ത പ്രക്ഷോഭകാരിയായ പെൺകുട്ടിയും ആശുപത്രിവരാന്തയിൽ യാദൃച്ഛികമായി കണ്ടുമുട്ടുമ്പോൾ ഒരേപോലെ നിസ്സഹായരാണ്.

'മറുത' എന്ന കഥയിൽ ആത്മഹത്യയ്ക്കു മുന്നോടിയായി, ഒരുക്കങ്ങൾ നടത്തുന്ന ഉദീപ് എത്തിച്ചേരുന്നത് പരേതരുടെ വാസസ്ഥലത്തേക്കാണ്. ദുർമ്മരണപ്പെട്ടവരുടെ ആത്മഗതങ്ങളിൽ അയാളൊരു മെഴുകുകണക്കെ ഉരുകിവീഴുന്നു. ഇവിടെ പുരുഷവ്യവസ്ഥിതിയുടെ അന്യായങ്ങളെ, അക്രമങ്ങളെ, ചോരക്കണക്കിനാൽ വിചാരണചെയ്യുന്ന സ്ത്രീസമൂഹത്തെ കാണാം.

'മൃദുദേഹങ്ങൾ', 'പനോപ്റ്റസ്' എന്നീ കഥകളുടെ ആഖ്യാനത്തിൽ ചിരിയുടെ മേമ്പൊടിയോടെയാണ് സൂര്യാഗോപി പറഞ്ഞുതുടങ്ങുന്നത് എന്ന തോന്നലിൽ ആ കഥകൾ ലാഘവത്തോടെ വായിക്കാനായുന്നവരെ തകർത്തെറിയുംവിധം ഭയാനകമായ മങ്ങൂഴത്തിലേക്ക് ചെന്നുപതിക്കുക എന്ന വിധിതന്നെയാണ്, കഥകളുടെ അന്ത്യത്തിൽ വായനക്കാരെ കാത്തിരിക്കുന്നത്. ഇരുണ്ട ഫലിതത്തിൽ പറഞ്ഞുതുടങ്ങുന്നു എന്നേയുള്ളൂ. ബസ്ഡ്രൈവർ നീലോല്പനും സുഗുണയും പ്രണയവിവാഹിതർ. ദുരിതംനിറഞ്ഞ ജീവിതത്തിലേക്ക് കൊണ്ടെത്തിച്ചിട്ടും അവൾ കാത്തുസൂക്ഷിക്കുന്ന ചിരി അയാളെ ഭയപ്പെടുത്തുന്നു. അവളുടെ ദുരന്തത്തിനായി കാത്തിരിക്കുന്ന അയാളുടെ പ്രാർഥന ദൈവം കേട്ടു, എന്നു സൂര്യ അടയാളപ്പെടുത്തുമ്പോൾ ചിരി മായുന്നത് വായനക്കാരുടെ മുഖത്താണ്. നൂറുകണ്ണുകളോടെ പെൺജീവിതം നിരീക്ഷിക്കുന്നവരെ കാത്തിരിക്കുന്ന അന്തിമവിധിതീർപ്പുമാണത്.

ശുഭദമ്മ ടീച്ചറുടെ മരണാനന്തരം പലർ ചേർന്ന് പറഞ്ഞുതീർക്കുന്നതാണ്, അവരുടെ ജീവിതം. അവർ പലർക്കും പലതായിരുന്നു. മക്കളാൽ ഉപേക്ഷിക്കപ്പെട്ട ടീച്ചറുടെ ജീവിതം ചരമശുശ്രൂഷ കണക്കെ ആഖ്യാനം ചെയ്യപ്പെടുന്നു. നന്മതിന്മകളുടെ വിചാരണക്കോടതിയിൽ പല മനുഷ്യരുടെ ഓർമകളിൽ പലമട്ടായി വിരിയുകയാണ് ശുഭദമ്മ ടീച്ചർ, 'പരേതയുടെ ചരമശുശ്രൂഷ'യിൽ. കഥാഖ്യാനത്തിന്റെ വൈവിധ്യം ഇവിടെ ദർശിക്കാവുന്നതാണ്. കഥ എന്നാൽ ഏകപക്ഷീയമായ പറച്ചിലല്ലെന്നും കറുപ്പിലും വെളുപ്പിലും അനായാസം പറഞ്ഞുതീർക്കാവുന്ന ചതുരതയല്ലെന്നും ഈ കഥയിലൂടെ സൂര്യ അനുവാചകരെ ഓർമപ്പെടുത്തുന്നു.

'മൃദുദേഹങ്ങളി'ലെ പോൾ, ബഹുനിലമന്ദിരങ്ങളുടെ അകങ്ങളിലെ ജീവിതങ്ങൾ ആർത്തിയോടെയും ആസക്തിയോടെയും നോക്കിക്കാണുന്ന ആളാണ്. ആർത്തിപുരണ്ട കണ്ണുകളിൽ ഒരിക്കൽ ഒരമ്മയുടെ ആത്മഹത്യയും കുഞ്ഞിന്റെ മരണവും നേർക്കാഴ്ചയാകുമ്പോൾ പോലും അതി

നൊപ്പം ഏഴാംനിലയിൽ നിന്ന ഭൂമിയിലേക്ക് ഞെട്ടറ്റുവീഴുകയാണ്. മരണത്തിന്റെ അകങ്ങളിൽനിന്ന് അവരുടെ ശരീരങ്ങൾ എല്ലാം ഒന്നിച്ച് പുറപ്പെടുന്നു. മരണം എന്നത് ജീവിതത്തേക്കാൾ വലിയ സത്യമാണെന്നും അവിടെ തെരുവുകളിലലയുന്ന അപഥസഞ്ചാരിക്കും ഫ്ളാറ്റുകളുടെ സുഖശീതളിമയിൽ ശാന്തസുന്ദരജീവിതം നയിക്കുന്നവർക്കും ഒരേ വിധിപ്പകർപ്പ് ലഭിക്കുന്ന നീതിയുണ്ടെന്നും പറയാതെ പറയുന്നു.

സ്വപ്നത്തിൽ ഇളയമകളെ ദൈവദാസിയാക്കാൻ അൽഫോൺസാമ്മയുടെ വിളിയുണ്ടെന്നു വിശ്വസിക്കുന്ന ഈനാശു; മകളെ, മഠത്തിലാക്കാൻ ആഗ്രഹിക്കുമ്പോൾ സിൽവിക്കുട്ടിക്കു ജീവിതകാമനകളിലാണു കമ്പം. അപ്പൻ ഇല്ലാതാകുന്ന ദിവസം അവളുടെ മനസ്സ് അതിന്റെ കെട്ടുപൊട്ടിച്ച് സഞ്ചരിക്കാൻ തുടങ്ങുന്നു. തിരിച്ചുപിടിച്ചെന്നു കരുതുമ്പോഴും അതുപലപ്പോഴും കൈവിട്ടുസഞ്ചരിക്കുന്നു. മഠത്തിലെ കുശിനിയിൽ തേച്ചുവെളുപ്പിക്കുന്ന പാത്രങ്ങളിൽ അവളുടെ ജീവിതോല്ലാസം തീരുന്നു. പച്ചപരിഷ്കാരികൾക്കൊപ്പം സഞ്ചരിക്കാൻ അവൾക്കാവുന്നില്ല. കാരുണ്യം എന്നത് തികച്ചും സാന്ദർഭികവും ഏതുനിമിഷവും പൊട്ടിത്തകരാവുന്നത്ര പൊള്ളയുമാണെന്ന് സിൽവിക്കുട്ടിയുടെ തളർന്ന മനസ്സ് തിരിച്ചറിഞ്ഞുവോ എന്നറിഞ്ഞുകൂടാ. കെട്ടുവീണ പട്ടംപോലെ നിയന്ത്രണം വിട്ട് എവിടെയോ പറന്നുകളിക്കുന്ന ആ മനസ്സിനെ വാക്കുകൊണ്ട് ആവാഹിക്കുകയാണ്, 'സിൽവിക്കുട്ടിയുടെ സുവിശേഷം' എന്ന കഥയിലൂടെ സൂര്യാഗോപി നിർവഹിക്കുന്നത്.

ഓർമ ഒരേ 'സ്മരണാനന്തരം'. പ്രിയങ്കയും ഭർത്താവ് ശ്രീഹരിയും ജീവിക്കുന്ന വീട്ടിൽ പൊടുന്നനെ ഉയരുന്ന ഒരു വിഷമപ്രശ്നമാണ് അമ്മയുടെ ഓർമക്കുറവ്. ഓർമകളുടെ തൊങ്ങൽ ഒന്നൊന്നായി നഷ്ടപ്പെട്ട് അതതു നിമിഷത്തിന്റെ കനത്തിൽ അമ്മ ജീവിക്കാൻ തുടങ്ങുന്നത് അവരെ വേദനിപ്പിക്കുന്നു. അതിനുള്ള പരിഹാരം തേടുന്നതിനിടെയാണ് പ്രിയങ്കയുടെ ഓർമകളിൽ ആദ്യപ്രണയം കനംവയ്ക്കുന്നത്. ആ ഓർമകൾ അനുദിനം തലച്ചോറിന്റെ ഉദരത്തിൽ പെരുകിപ്പെരുകി വരുമ്പോൾ ഓർമ എന്നത് എത്ര ഭാരിച്ച സംഗതിയാണെന്ന് പ്രിയങ്ക തിരിച്ചറിയുന്നു.

ഉപ്പ്, പോർഷ്യയ്ക്ക് അവളേക്കാൾ വലിയ ജീവിതസത്യമാണ്. അവളുടെ അച്ഛന്റെ രാഷ്ട്രീയവും അമ്മയുടെ നോവുമെല്ലാം ഉപ്പാണ്. അവളുമായുള്ള പൊക്കിൾക്കൊടി ബന്ധം മുറിച്ചയുടൻ രക്തം നിറഞ്ഞ വസ്ത്രങ്ങളോടെ അമ്മ പായസമുണ്ടാക്കുന്നത് ഉപ്പിട്ടാണ്. അച്ഛൻ മുലപ്പാലിനുപകരം അവൾക്കു നൽകിയത് ഉപ്പുകഞ്ഞിയാണ്. രാഷ്ട്രീയത്തിന്റെ ഉപ്പാണ് ഈ കഥയുടെ ആത്മബലം. പോർഷ്യയുടെ ജീവിതത്തിന്റെ ഉപ്പ് കേവലം വൈകാരികം മാത്രമല്ല, ചരിത്രത്തോടും രാഷ്ട്രീയത്തോടും

അതിനു കൂറുണ്ട്. അവളുടെ രണ്ട് വിവാഹബന്ധങ്ങളും തകരുന്നത് ഉപ്പുനിറഞ്ഞുപരക്കുന്ന ജീവിതാഭിരുചി കൊണ്ടാണ്. അവളെ ചെറുപ്പക്കാരുടെ കൂട്ടം അപഹാസ്യയാക്കുന്നതും വിചാരണ ചെയ്യുന്നതും ഇല്ലാതാക്കുന്നതും അതേ ഉപ്പുകാരണമാണ്. 'ഉപ്പുസത്യഗ്രഹം' എന്ന കഥ വായനക്കാരനിൽ കണ്ണീരിന്റെ ഉപ്പുനിറച്ചാണ് അവസാനിക്കുക എന്നത് മറ്റൊരു സത്യം.

മകൾ വയസ്സറിയിക്കുന്നത് കാത്തിരിക്കുന്ന അമ്മ, അവളെ ജീവിതത്തിന്റെ ഇരുണ്ട ഇടങ്ങളിലേക്ക് തള്ളിവിടാൻ തയ്യാറെടുക്കുമ്പോൾ, ആ മകളും ദൈവവും തമ്മിലുള്ള സംവാദമാണ് 'അമ്മദൈവം' എന്ന ചെറിയ കഥ പങ്കുവയ്ക്കുന്നത്.

കള്ളൻ കഥാകൃത്തുക്കളുടെയെല്ലാം ഇഷ്ടവിഷയമാണ്. മലയാളത്തിലെ ആദ്യ ചെറുകഥമുതലിങ്ങോട്ട് പല ജനുസ്സിലുള്ള കള്ളന്മാർ കഥയിലൂടെ മറനീക്കി പുറത്തുവന്നു. പലരും പറഞ്ഞു തച്ചുതീർത്ത കള്ളൻകഥയെ പുതുമയോടെ പറയുക എന്നത് വലിയൊരു വെല്ലുവിളിയാണ്. ആ വെല്ലുവിളി സൂര്യാഗോപി ഏറ്റെടുത്തിരിക്കുന്നു, 'പറക്കുന്ന പക്ഷികളിൽ ഗരുഡൻ നല്ല' എന്ന കഥയിൽ.

ഒരിക്കൽ ഒരു ബംഗ്ലാവിൽനിന്ന് അയാൾ മോഷ്ടിച്ചെടുത്തതാണ് അയാളുടെ പ്രണയം. തൊണ്ടിമുതലുമായി പാതിവഴിയിലെത്തുമ്പോഴാണ് അവൾ പറയുന്നത്, ഉദരത്തിൽ മറ്റൊരാളുടെ കുഞ്ഞുണ്ടെന്ന്. പൂ എന്ന് പേരിട്ട് ആ കള്ളൻ അവളുടെ ഉദരത്തിലെ കുഞ്ഞിനെ സ്നേഹിക്കാൻ തുടങ്ങുന്നു. പൂവിനും അമ്മയ്ക്കും സുരക്ഷിതജീവിതം നൽകാൻ നഗരത്തിലേക്ക് തൊഴിലിടം മാറ്റുന്നു. അല്പകാലത്തിനുശേഷം അയാൾ മടങ്ങിവരുമ്പോൾ അയാളുടെ വീട് പല പുരുഷൻമാരുടെയും വീടായി മാറിയിരിക്കുന്നു. പൂവും അമ്മയും അയാൾക്കു തിരിച്ചറിയാനാകാത്തവിധം നിലവിട്ട ആത്മാക്കളായെന്ന് അയാൾക്കു തോന്നുന്നു.

'പട്ടുനൂലൂഞ്ഞാല കെട്ടി ഞാൻ' എന്ന കഥയ്ക്കു താളം പകരുന്നത്, ശാരീരത്തേക്കാൾ ശരീരത്തിന്റെ വിനിമയത്തിൽ വിഹരിക്കുന്ന ഒരുവളും അവളുടെ പ്രേമം പങ്കിടാൻ വരുന്ന സംഗീതജ്ഞനും ചേർന്നാണ്. പുരുഷൻമാർ അവളെ തേടിവരുമ്പോൾ, സുന്ദർ അമലിന്റെ സംഗീതം അവൾ തേടിച്ചെല്ലുകയാണ്. നിരന്തരം മുറിവേൽക്കപ്പെടുന്ന അവളുടെ ശരീരത്തിൽ സുന്ദർ അമലും അയാളുടേതായ പങ്കു മുറിവു പടർത്തുന്നുണ്ട്. അതിനിടെ ശരീരം പങ്കിടാൻ വരുന്ന വൃദ്ധൻ ജീവിതത്തെ പൊളിച്ചെഴുതുന്നുണ്ടെങ്കിലും അവളുടെ പ്രേമനദി സുന്ദർ അമലിൽത്തന്നെ എത്തിച്ചേരുന്നു, ഒടുവിൽ പ്രണയത്തിന്റെ മൂർച്ചയിൽ തട്ടിത്തീരുന്ന മൂന്നുജീവിതങ്ങളുടെ താളക്കേടായി കഥ ഒടുങ്ങിത്തീരുന്നു.

ഈ കഥകളിലെ ഓരോ കഥാപാത്രങ്ങളും വ്യത്യസ്തമായ നിറക്കൂ

ട്ടുകളാൽ വരയ്ക്കപ്പെട്ടവരാണ്. അവരുടെ പേരുകളേക്കാൾ അനുഭവങ്ങൾക്കാണ് കരുത്ത്. അവരുടെ ദേശങ്ങളേക്കാൾ അവരുടെ രാഷ്ട്രീയത്തിനാണ് വീര്യം കൂടുതൽ.

സൂര്യാഗോപിയുടെ കഥകളിൽ സാധാരണ സ്ത്രീകഥകളിൽ കാണുന്നതുപോലെ ലോലമായ അനുഭവതലമോ, സൗമ്യതയുടെ ഇളംകാറ്റോ, സ്നേഹത്തിനു വേണ്ടിയുള്ള അടക്കിയ കരച്ചിലുകളോ പരിഭവങ്ങളോ പ്രതീക്ഷിക്കരുത്. മനുഷ്യരെ നേർക്കുനേർ നിന്നു നിരീക്ഷിച്ച് ഉയിരിന്റെ ഉയിരുതേടി സഞ്ചരിക്കുന്ന കഥാകാരി കാണുന്നതിലേറെയും ഇരുണ്ടലോകങ്ങളാണ്. അതിനെ സത്യസന്ധമായി പറയുകയാണ് തന്റെ ദൗത്യം എന്നവർ കരുതുന്നു. ആ ദർശനം മികച്ച കലയായി മാറുകയാണ്, ഈ കഥകളിലും.

ജെന്നി മാർക്സിന്റെ മരണം

പത്താംനിലയിലെ ജെന്നി മാർക്സിനെ കാണാതായി. അവളെ രാത്രിയിലാരോ കടന്നുപിടിച്ചു. വായ പൊത്തി കോറിഡോറിലൂടെ വലിച്ചു. കോണിപ്പടികളിലൂടെ ഉരച്ചിഴച്ചു. ടെറസ്സിന്റെ പരുപരുപ്പിൽ ചതച്ചു. കറുത്തവാവിന്റെ ആകാശച്ചില്ലൊടിച്ച് കഴുത്തറുത്തു. വെളുത്ത ടാങ്കിന്റെ നിശ്ചലമായ കലക്കുവെള്ളത്തിലുപേക്ഷിച്ചു.

'എന്റെ കുഞ്ഞ് ...' അനാമിക ബോധശൂന്യയായി. അമ്മ വളർത്തിയ കുട്ടിയായിരുന്നു ജെന്നി മാർക്സ്. പൂച്ചക്കുറിഞ്ഞിയായി കാലുകളിൽ ഉരുമ്മിയും സാരിത്തുമ്പിൽ തൂങ്ങിയും ഒരു പത്തുവർഷം. തീർന്നു! തുലാമിന്നൽപോലെ ഒരു തിളക്കം.

ആയുസ്സത്രയേയുള്ളൂവെന്ന് അയൽക്കാർ സമാധാനിപ്പിക്കുന്തോറും അനാമിക അപസ്മാരപ്പെട്ടു. വായിലൂടെ നുരയും പതയും. കണ്ണുകളിലൂടെ പുഴ. മൂക്കിലൂടെ കട്ടപിടിച്ച രക്തം. അനാമിക മരണമുഖം കണ്ട് മോഹാലസ്യപ്പെട്ടു.

പിറ്റേന്ന് ഫ്ലാറ്റിൽ കുടിവെള്ളം മുട്ടി. പൈപ്പിലൂടെ മെഴുകുവെള്ളമൊഴുകി. ദുർഗന്ധം..... മുടിനാരുകൾ.... പായൽപ്പോളകൾ....ഫ്ലാറ്റ്വാസികൾ നടുങ്ങി. ജെന്നി മാർക്സ് വിളർത്തുചീർത്തൊരു മത്സ്യക്കുഞ്ഞിനെപ്പോലെ ടെറസ്സിന്റെ ചൂടിലേക്ക് കിടത്തപ്പെട്ടു. അഴുകിത്തുടങ്ങിയ കുഞ്ഞുകൈകൾ. പഴുത്തുപൊട്ടിയ മുഖം. ഉച്ചസൂര്യൻ അവളെയുണക്കി.

ടാങ്കർലോറികൾ പുതുവെള്ളമടിച്ചു. സ്ത്രീകൾ ഭയപ്പാടോടെ കണ്ണീരിനെ കഴുകി. ജെന്നി മാർക്സ് കൊല്ലപ്പെട്ട ദിവസം, അച്ഛനായ വിക്രം

ദേവിന്റെ തോരായാത്രകളും തീരാഫോൺകോളുകളും നിലച്ചു. ഷ്രുണ്ടി യൊഴിഞ്ഞ് അയാളുടെ മൂക്ക് ചുരുങ്ങി. താടി നരച്ചു. കൺതടം കറുത്തു. ഞരമ്പുകൾ കൈകളിലെഴുന്നു നിന്നു. ഈർഷ്യയോടെ രക്തം പ്രവഹിച്ച് ശരീരം വിറകൊണ്ടു.

ചക്രമൂരിത്തെറിച്ച ബസുകൾ, കമിഴ്ന്നുവീണ കോപ്പകൾ, കൊക്ക് മുറിഞ്ഞ പ്രാവ്, തുറക്കാതെ വെച്ച ചായപ്പെട്ടികൾ, തേഞ്ഞുതീർന്ന ക്രയോണുകൾ, വാരിവലിച്ചിട്ട കുഞ്ഞുടുപ്പുകൾ, ഇനിയൊരിക്കലും ഉണരാത്ത ചിലങ്കകൾ... അനാമികയുടെ മുലചുരന്നു.

മരണങ്ങൾ എല്ലാ ചോദ്യങ്ങളുമവസാനിപ്പിക്കും എന്നത് ഒരു മിഥ്യയാണ്. ഉത്തരമില്ലാജഡങ്ങളായി ഭൂമിയിലേക്ക് ഉഴുതിറങ്ങിയാലും അവ ചോദ്യങ്ങളുടെ തുടർചലനങ്ങളായി പുനർജ്ജനിക്കും. മിറാൻഡ സിസ്റ്റർ കോൺവെന്റിൽ പ്രത്യേക പ്രാർഥന നടത്തി. ചാപ്പൽ ശോകമൂകമായി. മെഴുകുതിരികൾ ഉഷ്ണക്കാറ്റിൽ കെട്ടു. എഫ് ഐ ആർ ഉടനടി ഫയലിലായി. പോസ്റ്റുമോർട്ടം റിപ്പോർട്ട് തീവ്രവേദനയുടെ രക്തഭൂപടം വരച്ചുകാട്ടി.

ഒമ്പതാംനിലയിലെ ഫ്ലോറൻസ് നൈറ്റിംഗേൽ സ്കൂൾവിട്ട് വന്നില്ല. ഹോർലിക്സ് ചൂടാറി പാടകെട്ടി. നെയ്ബണ്ണുകൾ ആവി കെട്ടു. ട്യൂഷൻ ടീച്ചർ കാത്തിരുന്നു വശംകെട്ടു. സുജാത ഫോൺതൊട്ടു. 'വില്യംസ്.... പ്ലീസ് ഹറി അപ്പ്. ഫ്ലോറൻസ് ഈസ് മിസിങ്!' സ്കൂളിലേക്ക് വില്യംസ് തിടുക്കപ്പെട്ടു, അനഘ സിയുടെ വീട്ടിലേക്ക് സുജാത പോയി. അനിരുദ്ധനും സുനിയും ചന്ദ്രനും ടോർച്ച് തെളിച്ചുപാഞ്ഞു.

ഫ്ലോറൻസ് നൈറ്റിംഗേൽ ഫിഗ് മരത്തിലൂഞ്ഞാലാടി. പൗർണമിക്കീറിൽ തൂങ്ങിയ ആ കിളുന്നുശരീരം, തുറിച്ച കണ്ണുകളാൽ രാപ്പക്ഷികളെ ആട്ടിപ്പായിച്ചു.

എട്ടാം നിലയിലെ സിൽവിയാപ്ലാത്ത് പിറന്നാളാഘോഷിക്കാൻ സ്റ്റീഫനങ്കിളിന്റെ വീട്ടിലെത്തി. കാരറ്റ് കേക്ക്, ലമണൈഡ്, എക്ളേഴ്സ്, മാംഗോ സൂഫ്ളേ......! ബലൂണുകൾ പൊട്ടി. തോരണങ്ങളിളകി. മെഴുകുതിരികൾ ചിരിച്ചു. കേക്ക് ചതുരങ്ങളായി മുറിഞ്ഞു. സോഫിയാമ്മ വീട്ടിലൊരുക്കിയ നക്ഷത്രവിളക്കുകൾ നിരാശയോടെ കെട്ടു. സന്ധ്യയിരുട്ടുംമുമ്പെ സിൽവിയാപ്ലാത്തിനെ മടക്കിയയച്ചുവല്ലോ എന്ന് സ്റ്റീഫനങ്കിൾ സോഫിയയോട് കൈമലർത്തി.

അവൾ മുട്ടുകുത്തി കൊന്തയുരുട്ടി. തിരുരൂപം കണ്ണിലൂടെ രക്തമൊഴുക്കി നിസ്സഹായനായി. ക്രിസ്റ്റഫറിന് ബിസിനസ് ടൂറിനിടയിൽ സമയം തരപ്പെട്ടു. അയാൾ ഓടിക്കിതച്ച് വീട്ടിലെത്തി. ശബ്ദമടഞ്ഞ വലിയ

വീടിന്റെ ഈർപ്പത്തിൽ അയാൾ മകളുടെ മണം തിരഞ്ഞു. വിഷാദ ത്തോടെ ഉറക്കെ കിതച്ചു.

സിൽവിയാപ്ലാത്തിന് തെരുവ് ഓടയിലെ നാറുന്ന ജലക്കുമിളകളിൽ ആഴ്ന്നുപോകുന്ന നേരം വല്ലാതെ ദാഹിച്ചു. ദുർഗന്ധം അസഹ്യമായി. സി മന്റ്സ്ലാബ് വെട്ടിപ്പൊളിക്കപ്പെട്ടു. കരിജലം കുടിച്ച ഒരു നേർത്ത കാശി ത്തുമ്പക്കുഞ്ഞ്! സോഫിയ മകളെ തിരിച്ചറിഞ്ഞില്ല. അന്ത്യകൂദാശയിൽ ജപിച്ചില്ല. അവൾ പിന്നെ ആരെയും കണ്ടില്ല.

ചില മരണങ്ങളുടെ ശേഷിപ്പ്, തെളിവുകളല്ല. മറിച്ച് രക്തത്തിന്റെ കടലിടുക്കുകളും വേദനയിലേക്കുള്ള ദിശാസൂചികളുമാണ്.

ജെന്നി മാർക്സിന്റെ അടർന്നുവലിഞ്ഞ തള്ളവിരൽനഖവും, ഊരിവീണ കാതിൽപ്പൂവുകളും, ചർമമടർന്നുപിഞ്ഞിയ കണങ്കാലും, മുറിഞ്ഞ കീഴ്ച്ചുണ്ടും ഫ്ലാറ്റിൻജനാലകളിൽ വന്നുതട്ടി. ഫ്ലോറൻസ് നൈ റ്റിംഗേലിന്റെ മുറിഞ്ഞുപഴുത്ത കഴുത്തും, തേറ്റയാഴ്ന്ന ചീർത്ത അടിവയ റും, കയർ വലിഞ്ഞു ചീന്തിയ വിളർത്ത കൈകളും എല്ലാ രാത്രിയിലും അച്ഛൻമാരുടെ നെഞ്ചിൻചൂടിലേക്ക് ചരൽക്കല്ലുകളെറിഞ്ഞു. സിൽവി യാപ്ലാത്തിന്റെ ചതഞ്ഞറ്റുപോയ വാരിയെല്ലുകളും, കീറിപ്പോയ ചുടകളും ചീഞ്ഞ് സുതാര്യമായ കൺപോളകളും ശവഗന്ധവുമായി പത്താംനില വഴി താഴേക്ക് പിച്ചവെച്ചു.

പിന്നെപ്പിന്നെ, മേരികോമും ശബാനാ ആസ്മിയും മേരി വൂൾസ്റ്റോ ൺക്രാഫ്റ്റും സാനിയ മിർസയും എമിലി ബ്രോണ്ടിയും മരണത്തെ തൊട്ട് പാതിരാ കടന്നു. ഫെയ്സ്ബുക്ക് തൊഴിലാളികൾ ശീതയുറക്കത്തിൽ നി ന്നുണർന്ന് അന്വേഷണസംഘത്തെ ട്രോളി സ്നാനപ്പെടുകയും, സർവ കലാശാലകൾ സ്ത്രീപീഡനപ്രതിരോധ സിമ്പോസിയങ്ങൾ വാർഷികറി പ്പോർട്ടിലെഴുതി ഉത്തരവാദിത്വം തെളിയിക്കുകയും ചെയ്തു.

സമയവും മൊഴികളും അടയാളങ്ങളും വഴിപിരിഞ്ഞു. തെളിവുകൾ അപൂർണതയിലേക്ക് കാലുനീട്ടി. ആറാം തവണയും രാസപരിശോധന കൾക്കായി ലാബുകൾ സജ്ജമാക്കപ്പെട്ടു. മണ്ണിനടിയിൽനിന്ന് കുഞ്ഞു ങ്ങൾ ചുടലത്തീപോലെ കരഞ്ഞുതുടങ്ങി. ഭൂമിക്കുമുകളിൽ മുഖം നീട്ടാൻ ശ്രമിച്ച തളിരുകൾ വായടച്ചു. പൂവുകൾ തലതാഴ്ത്തി. കുഞ്ഞുകോശങ്ങൾ ഉറ ക്കപ്പിച്ചിൽ ഭ്രാന്തമായിളകി. ആന്തരാവയവങ്ങൾ പുഴു നരപ്പിച്ചു. കറുത്തു കരിവാളിച്ച കൈകാലുകൾ ശവപ്പെട്ടികളിൽ പ്രഹരിച്ച് എല്ല് ഞെരിച്ചു. ഒടുങ്ങാത്ത ദാഹമൊളിപ്പിച്ച ഉമിനീർത്തിര കുഞ്ഞുങ്ങളുടെ തൊണ്ടക്കുഴി യിൽ നിന്നുപടർന്ന് ചുണ്ടു നനച്ചു.

ശവക്കല്ലറകൾക്ക് മീതെ വീണ്ടും മൺവെട്ടി വീണുതുടങ്ങുംമുമ്പേ അമ്മമാർ കോടതിയിൽ മുട്ടുകുത്തി. ചുരന്നുകനത്ത പാൽഗ്രന്ഥികളിലൂടെ ഇടിവാളുകൾ തുളഞ്ഞു.

'ഞങ്ങളുടെ കുഞ്ഞുങ്ങളെ ദഹിപ്പിച്ചേക്കുക.....

ഇനി അവരെ ഉണർത്തിയേക്കരുത്......'

കടലിന്റെ അസ്ഥികൂടം

കടിഞ്ഞൂൽപ്രണയം ശ്വാസംമുട്ടിമരിക്കുമ്പോൾ റൂബൻ ലക്സംബർഗിലെ വേനലറുതിയിലായിരുന്നു. പകലുകൾ ചുട്ടുനീറി തൊലിയുരുക്കി. രാത്രികൾ ഉറഞ്ഞുമരവിച്ച് അസ്ഥികൾ കിടുക്കി. റൂബനോ? ആഴ്ചകളായി വിയർപ്പടിഞ്ഞ മുഷുക്കുതുണികളിലേക്ക് മുഖംപൂഴ്ത്തി നിർലജ്ജം പന്നിയെപ്പോലെ മുക്രയിട്ടു നിലവിളിച്ചു.

അയാളുടെ രാജ്യം നാലുവശവും അപരിചിതമായ കരകളാൽ ബന്ധിതമായിരുന്നു. അയാൾ കടുംവിഷാദത്തിന്റെ വൻകരയിൽ ഒറ്റപ്പെട്ട കൊടിമരംപോലെ നെടുങ്ങനെ നിന്നു. മരണത്തിന്റെ കടൽ, കരയെ വിഴുങ്ങി അയാളിലേക്ക് ആർത്തലച്ചെത്തി.

റൂബന്റെ പ്രണയിനി അവിടത്തുകാരിയായിരുന്നില്ല. യൂഗോസ്ലോവ് യുദ്ധത്തിനൊടുവിൽ ലക്സംബർഗിലേക്ക് കുടിയേറി വന്ന എൺപത്തിയെട്ടായിരം പേരിൽ ഒരാളായിരുന്നു അഗത.

ആൾഡർമരങ്ങളാൽ ചുറ്റപ്പെട്ട ഏകാന്തത്തുരുത്തിലെ അയാളുടെ ഓഫീസിന്റെ പതിവുതിരക്കുകളിലേക്ക് പുലർവെയിലിനോളം തിളക്കമുള്ള അഗത നടന്നുവന്നു. പിന്നെയവൾ റൂബന്റെ ഉച്ചിയിൽ ഉച്ചസൂര്യനായി ഉരുകിവീണു. സന്ധ്യച്ചുവപ്പായി റൂബന്റെ ചുണ്ടിലേക്കലിഞ്ഞു. പതിയെപ്പതിയെ വസന്തരാവുകളിലെ കടൽത്തിരകളിൽ മുങ്ങി അവർ പരസ്പരം നിലാവ് കോരിനിറച്ചു.

വെള്ളിയാഴ്ചകളുടെ വൈകുന്നേരങ്ങളിൽ റൂബൻ അമ്മയെ വല്ലാതെ ഓർത്തു. റബ്ബർത്തോപ്പിന്റെ ഒത്ത നടുവിലെ ഒറ്റവീട്ടിലേക്ക് റൂബന്റെ ഫോൺവിളി മുഴങ്ങിപ്പരന്നു. അയാളുടെ കണ്ണിലും കാതിലും അമ്മ

നിറഞ്ഞു. തന്റെ സെർബിയൻകാമുകി അഗതയ്ക്ക് അമ്മയുടെ കുർമ്പൻതാടിയെല്ലാണെന്ന് റൂബർ ആണയിട്ടു. വാതവും പ്രമേഹവും കഴിനഖവും മാറാനുള്ള ഇംഗ്ലീഷ് മരുന്നുകൾ അമ്മയെ ഓർമ്മിപ്പിച്ചു. എല്ലാത്തവണത്തേയും പോലെ അമ്മയും മകനും കരഞ്ഞു, അടുത്തതവണ അമ്മയും പോരണമെന്ന് മകൻ വാശിപിടിച്ചു. വീടിന്റെ ലോണും വണ്ടിയുടെ അടവും തീർന്നിട്ടാവട്ടെ എന്ന് അമ്മയും വാക്കുപറഞ്ഞു. മൗനത്തിലേക്കും ഏകാന്തതയിലേക്കും സംഭാഷണങ്ങൾ ഇടറിവീണു.

വസന്തവും മഴയും വേനലും ഒരു വൃത്തം പൂർത്തിയാക്കി കടന്നുപോയി. പച്ചപ്പയറിന്റെ ചൂടൻസൂപ്പ് തിരക്കിട്ട് കഴിക്കുന്നതിനിടെ അഗത അയാളോട് പൊടുന്നനെ യാത്രപറഞ്ഞു. യൂഗോസ്ലോവിയയിൽ ആഭ്യന്തരയുദ്ധങ്ങളടങ്ങിയിരുന്നു. മടക്കയാത്രയിൽ കുടിയേറ്റത്തിന്റെ ഒരോർമ്മയും ചുമക്കാനാകില്ലെന്ന് അവൾ തീർത്തുപറഞ്ഞു. നിരായുധനായ പോരാളിയെപ്പോലെ റൂബൻ നിസ്സംഗനായി. കൈവിട്ട പ്രണയങ്ങൾ ജീവിതത്തെ വിഴുപ്പുഭാണ്ഡമാക്കുമെന്ന് അയാളറിയാൻ പോകുന്നേയുണ്ടായിരുന്നുള്ളൂ. കണ്ണുകൾ പെയ്യിച്ച മഴയെ മറയ്ക്കാനായി റൂബൻ സൂപ്പിലെ ഉരുളക്കിഴങ്ങും ബേക്കണും ഉള്ളിയും ധൃതിയിൽ ചവച്ചു. അവസാനത്തെ ചുംബനത്തിലേക്ക് വഴുതുമ്പോൾ അയാളുടെ കഴുത്തിലൊരു കയർ മുറുകി. യുദ്ധാനന്തരദേശം പോലെ റൂബൻ മുറിവേറ്റുകിടന്നു.

ദിനചര്യകൾ പാളം തെറ്റി. അന്നനാളം വരണ്ടുണങ്ങി. കുടലിൽ കാറ്റുനിറഞ്ഞു. ചുണ്ടുകൾ വിണ്ടുപൊട്ടി. തലയിൽ പൊറ്റ കെട്ടി. നഖങ്ങളുഴുക്കടിഞ്ഞു നീണ്ടു.

പ്രണയചക്രങ്ങൾ തീപ്പൊരി മിന്നിച്ചോടി.

വൻകരകൾക്കും മഹാസമുദ്രങ്ങൾക്കുമിടയിലൂടെ ഒരമ്മത്തോണി തുഴയില്ലാതെ ഉലഞ്ഞു. അത് ഇടയ്ക്കിടെ നിലവിളികളുടെ കാറ്റുപിടിച്ച് ദിശ തെറ്റി. കര തൊട്ടില്ലെങ്കിലും അതൊരിക്കലും നിശ്ചലപ്പെട്ടില്ല. മുങ്ങിയതുമില്ല.

രണ്ടായിരത്തിയെട്ടിലെ ആഗോള സാമ്പത്തികമാന്ദ്യത്തിന്റെ വിന ലക്സംബർഗിനെ തൊഴിൽരാഹിത്യത്തിലേക്ക് തള്ളിയിട്ടു. ജോലി നഷ്ടപ്പെട്ട ആറുശതമാനത്തിലൊരംശം റൂബനായിരുന്നു. താഴെ അലറുന്ന തിരകൾ. മുന്നിലെ തൂക്കുപാലം തിന്നുതീർക്കുന്ന തീ. പാലത്തിന്റെ മറുവശത്ത് കൈനീട്ടി വിളിക്കുന്ന അമ്മ. പരിഭ്രാന്തനായ ഒരു ദുഃസ്വപ്നാടകനായി റൂബൻ കുപ്പുകുത്തി.

അയാളുടെ ഫോണിലൂടെയുള്ള പിടച്ചിൽ കാതിലലച്ച് അമ്മയുടെ ചെവിക്കല്ലുകൾ നൊന്തു. വാതം പിരിച്ചുതുടങ്ങിയ കാൽഞരമ്പിലെ വേദന അമ്മ ശാസിച്ചൊതുക്കി. രക്തസമ്മർദമിടിഞ്ഞ് വേച്ചുവീഴുന്ന രാത്രികളെ നിസ്സാരമായി നേരിട്ടു. ഇടതുകൈകളിലേക്ക് നെഞ്ചിൽനിന്ന്

മിന്നിവീഴുന്ന നോവിന്റെ ചാട്ടയടിയെ അമ്മ അവഗണിച്ചകറ്റി. അസ്വസ്ഥതകളുടെ നീക്കിയിരുപ്പിൽനിന്ന് കാത്തിരിപ്പിന്റെ തിരിയിലേക്ക് അമ്മ എണ്ണ പകർന്നുകൊണ്ടിരുന്നു.

വേനൽ കത്തുന്ന ഒരു സെപ്റ്റംബർ മാസത്തിൽ മോസെല്ലിവാലിയിലെ വെള്ളക്കെട്ടിലേക്ക് അർധനഗ്നയായി മുങ്ങാംകുഴിയിടുമ്പോഴാണ് അനാബലിനെ റൂബൻ ആദ്യമായി കണ്ടത്. മാസങ്ങൾക്കിപ്പുറം അറപ്പോടെയല്ലാതെ അയാൾ ഒരു സ്ത്രീയെ നോക്കി. പ്രണയം ഒരുതരം യുദ്ധമാണല്ലോ, എല്ലാകാലത്തും! ആദ്യ പ്രണയമുറിവുകളിൽനിന്ന് ചലം വമിക്കുമ്പോഴും അയാൾ പരിചയെടുക്കാതെ അവളിലേക്ക് വാൾ വീശി. അവളാകട്ടെ തടുക്കാൻ മെനക്കെട്ടില്ല എന്നുമാത്രമല്ല, കടയറ്റ് റൂബനിലേക്ക് പതിക്കുകയും ചെയ്തു.

എല്ലാ പ്രണയപരാജയങ്ങളിലും മൂന്നാംനാളിലെ ഉയിർപ്പിനുള്ള കനലുണ്ടെന്ന് പറയുന്നത് വെറുതെയല്ല. റൂബൻ വിശ്വാസക്കുറവിന്റെ വിള്ളലുകളിലേക്ക് മറവിയുടെ ചാരമൂതിനിറച്ചു. നാളുകൾക്കുശേഷം അയാൾ തന്റെ മുഖാതിർത്തിയിലുള്ള രോമക്കാടുകൾ വെട്ടിത്തെളിച്ചു. വൃത്തിയായി കുളിച്ചു. സ്വസ്ഥനായി കഴിച്ചു. കുഞ്ഞിനെപ്പോലെ അനാബലിന്റെ കൈകളിലുറങ്ങി.

പതിനേഴ് ഡിഗ്രി സെൽഷ്യസിലേക്ക് നഗരം പുതപ്പിട്ടു ചുരുണ്ടു. ചേരാനെല്ലൂരിലെ ഒറ്റവീടിന്റെ ഊണുമുറി റൂബന്റെ ഫോൺ ശബ്ദത്താൽ മുഖരിതമായി. അമ്മ വേച്ചുവേച്ച് ഫോണെടുത്തു. കിതപ്പ് മറച്ച് ദീർഘമായി സംസാരിച്ചു. കഫനൂലുകൾ ശബ്ദത്തിൽ വലകെട്ടിയപ്പോൾ അമ്മ ഫോൺ പൊത്തിപ്പിടിച്ചു മുരണ്ടു. റൂബൻ കുട്ടിത്തരങ്ങളോടെ അനാബലിനെപ്പറ്റി അമ്മയോട് കുറുകി.

റൂബന്റെ മദിച്ചുയർന്ന തലയിലേക്ക് അനാബൽ പരുവപ്പെടുത്തിയ കമ്പനിത്തലവന്റെ കനവും വന്നുവീണിരുന്നു. ലെക്സംബർഗ് സമ്പന്ന രാജ്യങ്ങളിൽ രണ്ടാമതാണെങ്കിൽ അനാബലിന്റെ ചരക്കുകമ്പനി ലെക്സംബർഗിൽത്തന്നെ ഒന്നാമതാണ്.

'ലാഭവിഹിതത്തിന്റെ കളങ്ങളിൽ പ്രണയം ഒരുതരം മോഹക്കച്ചവടമാണ്' അനാബൽ തറപ്പിച്ചുപറഞ്ഞു. ഫോൺ തിരികെവെച്ച് തന്നെ പുണരാനൊരുങ്ങുന്ന റൂബനെ അവൾ തടുത്തു. ഒരു കൂച്ചുവിലങ്ങിന്റെ ആദ്യതരി അതായിരുന്നു.

ചേരാനെല്ലൂരിലേക്കുള്ള ഓരോ അറുപത് സെക്കന്റിലും റൂബൻ പുകച്ചുതള്ളുന്ന യൂറോകളുടെ വിസ്താരമാണ് രണ്ടാം രാത്രിയിൽ അനാബൽ നടത്തിയത്. റൂബൻ കുലുങ്ങിയില്ല. ഒരു യൂറോയ്ക്ക് എഴുപത്തിയഞ്ച് ഇന്ത്യൻ രൂപ എന്ന നീക്കിയിരുപ്പിൽ ലഭ്യമാവുന്ന ലാഭത്തെപ്പറ്റി മൂന്നാം രാത്രിയിൽ അനാബൽ കടുപ്പിച്ച് പറഞ്ഞു. റൂബൻ തെല്ലുമിളകിയില്ല. നാലും

അഞ്ചും ആറും രാത്രികൾ പുകഞ്ഞുവിങ്ങി. ഉറക്കം, റൂബന്റെയും അനാബ ലിന്റെയും തർക്കത്തിലേക്ക് കണ്ണുനട്ടിരിപ്പായി. ഏഴാമത്തെ രാത്രിയിൽ അനാബൽ പറഞ്ഞു. 'സംസാരിച്ചുകളയുന്ന യൂറോ അമ്മയുടെതന്നെ ആവശ്യത്തിന് നീക്കിയിരുപ്പാക്കാം.' അതായിരുന്നു സന്ധിവാക്യങ്ങളുടെ തുടക്കം. റൂബൻ വെണ്ണപോലുരുകി. അനാബലിന്റെ കണ്ണുനീർവചനം അയാളെയുലച്ചുകളഞ്ഞു.

പ്രണയത്തിന് മെരുക്കാനാവാത്ത ഒരു കുതിരക്കുതിപ്പും ഇന്നോളം ഭൂമിയിലുണ്ടായിട്ടില്ലല്ലോ! റൂബൻ രണ്ടാം പ്രണയിനിയുടെ കരുതലിന്റെ മായക്കുറ്റിയിൽ വാലുവിറപ്പിച്ച് ചുറ്റിക്കറങ്ങി.

അതോടെ അമ്മയിലേക്കുള്ള വിളികൾ നിലച്ചു. തിരിച്ചുവിളിച്ചിട്ട് അമ്മയ്ക്കൊരു വഴിയും തെളിഞ്ഞില്ല. അമ്മ പതിവുള്ള പാച്ചിലുകൾ തുടർന്നു. വെയിലുകൊണ്ട് ട്രഷറിയിൽ പോയി. നീരുവന്ന വീർത്ത കണങ്കാലോടെ വരിനിന്നു പണംവാങ്ങി, പച്ചക്കറിയും അരിയും ഏറ്റി വീടുപറ്റി. നേരത്തിനും കാലത്തിനുമെത്താത്ത പാചകവാതക സിലിണ്ടറുവണ്ടിയുടെ പിറകെ ഞൊണ്ടി. റബ്ബർഷീറ്റടിക്കാൻ വരുന്ന പണിക്കാരുടെമേൽ കൃത്യമായി കണ്ണുവെച്ച് കണക്കുകൾ കുറിച്ചുവെച്ചു. ശ്വാസം മുട്ടുമ്പോൾ ടൈഗർ ബാമിട്ട് ആവിപിടിച്ചു. കുഴിനഖം കുത്തുമ്പോൾ മഞ്ഞളരച്ചു പുരട്ടി. ഗ്യാസിളകുമ്പോൾ ഇഞ്ചിവെള്ളം കുടിച്ചു. പരാതികളെ മുറുക്കിക്കെട്ടി മച്ചിലിട്ടു. വേദനകളെ ചിരിച്ചമർത്തി.

മൂന്നുമാസങ്ങൾ! തൊണ്ണൂറ് ഏകാന്തദിവസങ്ങൾ. കേരളത്തിൽ വിമാനമിറങ്ങുംവരെ അമ്മയില്ലായ്മയുടെ കഴിഞ്ഞ നാളുകൾ അയാളെ അസ്വസ്ഥനാക്കിയിരുന്നില്ല. അമ്മയോടടുക്കുന്തോറും റൂബൻ ചകിതനായി. ഉത്സാഹംകെട്ട് അയാൾ കാറിന്റെ പിൻസീറ്റിൽ തല മലർത്തിയിരുന്നു. അനാബലിന്റെ ചൂടൻ വിരലുകളിലേക്ക് റൂബൻ കൈചേർത്തു. 'ചിയർ അപ്പ്' എന്ന് അവൾ അയാളുടെ ചുമലിലേക്കൊട്ടി.

കാർ റബ്ബർ തോട്ടത്തിന്റെ മധ്യരേഖയിലൂടെ ഇഴഞ്ഞു. ആകാശം സന്ധ്യയിലേക്ക് ചുവന്നുവന്നു. അറ്റമില്ലാത്ത ഏകാന്തതടവിന്റെ മരവിപ്പിലെന്നപോലെ വീട് നിന്നു.

കരിയിലകൾ കാടാക്കിയ വലിയ മുറ്റം. ചാവാലിപ്പട്ടികളുടെയും പൂച്ചകളുടെയും വിസർജ്ജ്യങ്ങൾ പടർന്നുണങ്ങിയ നാറുന്ന കോലായ. പോരുകാളയെപ്പോലെ അനാബൽ മൂക്കുചീറ്റി. പടികളുടെ ഒരരികിലേക്ക് കാറുകാരൻ ഡിക്കിയിലുള്ളതു ചുമന്നു നിരത്തി.

റൂബൻ ഇടറിത്തുറന്ന വാതിലിനപ്പുറം പൊടിപടർന്ന് അനക്കമറ്റ അചേതനവസ്തുക്കൾ കണ്ടു. ഊണുമുറിയിൽ ചായ വറ്റിയ ഒരു കപ്പ്. കസേരയിൽ മടക്കാനായി കൂട്ടിയിട്ട അമ്മത്തുണികൾ. ചാവാറായ ട്യൂബ്ലൈറ്റുകൾ. ഗ്യാസ് സ്റ്റൗവിൽ ഉരുകിപ്പറ്റിയ ഏതോ പാത്രം. സൈ

രംകെട്ട് പായുന്ന ക്ഷുറയും കുഞ്ഞുങ്ങളും. ചിലന്തിവലയും അഴുക്കും പുറ്റാക്കിയ മങ്ങിയ ചുവരുകൾ.

അപായമണിപോലെ റൂബന്റെ ചങ്കിടിച്ചു. മുകൾനിലയിലെ അമ്മ മുറിയിൽ മേശവിളക്ക് ഊർധശ്വാസം വലിച്ചുതുടങ്ങിയിരുന്നു. റൂബൻ വലിവോടെ പടികൾ കയറി. ചാരിയിട്ട വാതിലിലൂടെ അയാൾ മുറിയിലേക്ക് നോക്കി. ഒറ്റനോട്ടം! അമ്മ റൂബനെ വിളിച്ചു. 'വാടാ...മക്കളെ...'

റൂബൻ വാതിൽ മലർക്കെ തുറന്നു. തുരപ്പനെലികളും പാറ്റകളും ഇരുൾതേടിപ്പാഞ്ഞു. വാതിലിനു മുകളിൽ നിന്ന് മണ്ണാച്ചൻവലകൾ പറന്നുവീണു. അമ്മയുടെ കണ്ണുകളിൽ മഴയൂറി. നീലക്കൽ മൂക്കുത്തി ജ്വലിച്ചു. ഒറ്റക്കൽ മോതിരം മിന്നി.

'ഞാനാകെ പേടിച്ചുപോയി അമ്മേ....' റൂബൻ ആശ്വാസത്തോടെ അമ്മമടിയിലേക്ക് മുഖംപൂഴ്ത്തി.

'ഞാനിപ്പോ താഴേക്കൊന്നും ഇറങ്ങാറേയില്ല. എഴുത്തുംകുത്തുമായി ഇവിടങ്ങ് കൂടും...' അമ്മ മകന്റെ ചുരുൾമുടിയിഴകളിലൂടെ വിരലോടിച്ചു.

റൂബന്റെ നെഞ്ച് ഉലപോലെ കത്തി. കിടന്ന കിടപ്പിൽ റൂബൻ അമ്മയോട് അനാബലിനെപ്പറ്റി പറഞ്ഞു. മോസെല്ലിവാലിയിലെ പാൽപ്പത തോൽക്കും മട്ടിലുള്ള വെള്ളച്ചാട്ടത്തെപ്പറ്റിയും അനാബലുണ്ടാക്കുന്ന ട്രൈപ്പൻ പുഡിംഗിനെപ്പറ്റിയും നിർത്താതെ വിവരിച്ചു. ഒരു കുറ്റവാളിയുടെ സ്വസ്ഥമല്ലാത്ത മയക്കത്തിലേക്ക് അയാൾ ആണ്ടുപോയി.

അനാബലിന്റെ വിങ്ങിക്കരച്ചിൽ കിണറിൽ നിന്നെന്നപോലെ കേട്ടപ്പോഴാണ് റൂബൻ മയക്കംവിട്ടത്.

'അന്നാ ...ഇങ്ങു കയറിവാ...' റൂബൻ മന്ദഹസിച്ചു. പേ പിടിച്ചതുപോലെ അനാബൽ മുഖംവെട്ടിച്ചു. വായ പൊത്തി ആർത്തു. എന്തുപറ്റിയെന്നു തിരക്കാനായി റൂബൻ മുറി വിട്ടിറങ്ങി.

അനാബൽ റൂബനെ തിരിച്ചു നിറുത്തി. മുഖത്തുകൊട്ടി. 'നോക്ക്........!'

കണ്ണുകൾ ഇരുൾക്കിണറുകൾ! ദ്രവിച്ച് എഴുന്നുനിൽക്കുന്ന തോളെല്ലുകൾ. മോണ പൊട്ടി അടർന്നുവീഴുന്ന പല്ലുകൾ. മൂക്കിൻദ്വാരങ്ങളിൽ നിന്ന് വാരിയെല്ലിലേക്കു പെയ്തുവീഴുന്ന ചാവുപുഴുക്കളുടെ മഴ. എലി തിന്നുതീർത്ത കാൽനഖങ്ങൾ. പാറ്റകൾ വീടൊരുക്കിയ തുടയെല്ലിന്റെ പോടുകൾ. കസേരയിലേക്കൊട്ടി അഴുകിനാറുന്ന പുറന്തോല്. അടരാറായ തലയോട്ടിയിൽനിന്ന് തവിട്ടുപ്രാണികൾ ഇരച്ചുപറന്നു.

റൂബന്റെ മൂക്കിലേക്ക് ദ്രവിച്ച മനുഷ്യമാംസത്തിന്റെ ഗന്ധം തുളഞ്ഞു. അമ്മ തലോടിയ മുടിയിഴകളിലൂടെ വെളുത്ത പേനുകൾ അയാളുടെ ശരീരത്തിലേക്ക് തെന്നിയിറങ്ങി.

'നീ വരാതെ അമ്മയെവിടെ പോവാനാണ്?'

സംസാരിക്കാൻ ശ്രമിക്കുമ്പോൾ അമ്മയുടെ താടിയെല്ല് ഇളകിവീഴുമെന്ന് റൂബൻ പേടിച്ചു.

ഭയമോ വ്യഥയോ എന്നു വേർതിരിക്കാനാവാത്ത ഒരു കരച്ചിൽ അയാളിൽ ചുറ്റി. അർധബോധത്തോടെ റൂബനും അനാബലും പടികൾ പറന്നിറങ്ങി. വണ്ടിയിൽ കയറി.

കടലിനടുത്തെത്തിയപ്പോൾ റൂബൻ ഡ്രൈവറോട് വണ്ടിനിർത്താൻ ആവശ്യപ്പെട്ടു. 'ഇറങ്ങ്.' അയാൾ അനാബലിനോട് പറഞ്ഞു. വെളുത്ത പേനുകൾ അയാളുടെ ചെവിയിലേക്ക് നുണ്ടുപുളഞ്ഞു.

കടലിടുക്കിന്റെ എതിർവശത്തുള്ള വലിയ പാറയിൽ അവർ നിന്നു. അനാബലിന്റെ വഴുവഴുത്ത നാവ് പുലമ്പൽ നിർത്തിയില്ല.

'അല്ലെങ്കിലും മരണത്തെച്ചൊല്ലിയുള്ള കണ്ണീരൊഴുക്കൽ, ഒരുതരം നഷ്ടക്കച്ചവടമാണ്...' അനാബൽ കോലൻമുടി ചീകി. റൂബന്റെ ഞരമ്പുകളിൽ രക്തമിരച്ചു. ഭ്രാന്തിന്റെ വേലിയേറ്റം തലയിലുലഞ്ഞു. അയാളുടെ കൺപോളകളിലേക്ക് വെളുത്ത കീടങ്ങൾ ഇഴഞ്ഞുവീണു. അനാബൽ കടലിലേക്കു തുടിച്ച് ഒന്നു നനഞ്ഞുകയറി. കടലിറ്റുന്ന നാവോടെ അവൾ റൂബന്റെ ചുണ്ടിനോടടുത്തു.

'അസ്ഥികൂടങ്ങൾക്ക് ഇപ്പോൾ നല്ല റേറ്റാണ്. അത് വിൽക്കാനുള്ള പ്ലാൻ നോക്ക്..' പറഞ്ഞുതീരും മുൻപ് റൂബൻ അവളെ ചവിട്ടിവീഴ്ത്തി. രക്തമിറ്റുന്ന തലയുലച്ച് കടൽപ്പിശാചിനെപ്പോലെ അനാബൽ പാറയിടുക്കിൽ പറ്റിക്കയറി. ശവം മണത്തുവിഴുങ്ങുന്ന സ്രാവിനെപ്പോലെ അനാബൽ റൂബനെ വലിച്ചുതാഴെയിട്ടു. അവൾ രക്തം ലഹരിയോടെ മണത്തു.

കടലിടുക്കിന്റെ വഴുക്കുന്ന കറുത്ത പാറയിലൂടെ രക്തമൊലിപ്പിച്ച് ഇരുവരുമുരുണ്ടു. സൂര്യൻ കടലിലേക്ക് ചോരവീഴ്ത്തി താണുപോവുന്നുണ്ടായിരുന്നു.

കടൽ കരയെ വിഴുങ്ങാനായി അലറിയടുത്തു. തോലടർന്നു ചതഞ്ഞ ശരീരങ്ങളായി റൂബനും അനാബലും കടലിടുക്കിലേക്ക് പതിച്ചു. കടൽക്കാക്കകൾ വട്ടമിട്ടുപറന്നു. അടിയൊഴുക്കിലേക്ക് ചുഴറ്റപ്പെടുന്ന നേരം റൂബന്റെ ശ്വാസകോശത്തിലേക്ക് ഉപ്പുനിറഞ്ഞു. ചെവിയടഞ്ഞു. എന്നാൽ കാഴ്ച ഒട്ടും അവ്യക്തമായില്ല.

അമ്മയുടെ നീലക്കൽ മൂക്കുത്തിപോലെ പവിഴപ്പുറ്റുകൾ. ഒറ്റക്കൽ മോതിരംപോലെ പൊടിമീൻകണ്ണുകൾ. അഴിച്ചുലച്ചിട്ട വെൺമുടിയായി മണൽവഴികൾ. പാൽച്ചിരിപോലെ കടൽപ്പത!

കടലിന്റെ അസ്ഥികൂടത്തിലേക്ക് അയാൾ മുഖംചേർത്തു.

കാമുകിക്കടുവ

നക്സലുകളുടെ വാരിയെല്ലൂരിയെടുത്ത് കഴുക്കോലാക്കുമെന്ന് മുഖ്യമന്ത്രി പത്രക്കുറിപ്പെഴുതിയത് വിവാദമായ സാഹചര്യത്തിൽ, മധു ബസന്തിന്റെ അതീവ ആസൂത്രിതമായ ഒളിയാക്രമണം പാർവട്ടിക്കാർ ഓരോ തവണയും പ്രതീക്ഷിച്ചു.

ഇത് എൺപതുകളിലെ പാർവട്ടിയുടെ കഥയാണ്. കുടിയേറിവന്ന ജാമ്പുകൾ പാർവട്ടിയിലെ കുടുമയില്ലാത്ത ജന്മിമാരായി വിലസിയ കാലം. ഗാർമരും സീതർമാരും പൂണൂൽഭക്തികൊണ്ട് സീതാപഥും തുംഗ്സിർണിയും വിലയ്ക്കുവാങ്ങിയ കരിങ്കാലം. തടിയുരുണ്ട റെഡ്ഡിമാരുടെയും തൊലിയിരുണ്ട കുടിയാന്മാരുടെയും ഭൂരിപക്ഷം, അജ്ഞതയുടെ കൊടി പറത്തിയ കാലം!

കലപ്പയും വിപ്ലവവും തമ്മിലുള്ള പൂലബന്ധമറിയാത്ത നാട്ടുകാർക്കിടയിലേക്കാണ് മധുബസന്ത് കാലുകുത്തിയത്. അയാളുടെ തലയ്ക്ക് ഒരു ലക്ഷം എന്ന കണക്കിൽ ലുക്കൗട്ട് നോട്ടീസ്, പത്രങ്ങളിൽ പടംവെച്ചുവന്ന സമയമായിരുന്നു.

മൈസൂരിലെ മൊക്കലിംഗക്കാർക്കിടയിൽ ധൂമയുദ്ധത്തിന്റെ പ്രാഥമിക പരിശീലനകാലത്താണ് മധുബസന്തിന് ഒളിവിൽ പോവേണ്ടിവന്നത്. ഇച്ഛാഭംഗത്തോടെ അയാൾ മാന്ധ്യവനം വിട്ടു. ചിക്കമംഗൽ വഴി കാർവാറിലെത്തി. പാർവട്ടി അയാളുടെ ലക്ഷ്യസ്ഥാനത്തിന്റെ പ്രാന്തപ്രദേശംപോലുമായിരുന്നില്ല. നല്ലാമലയുടെ അടിവാരം വഴി വാർധയിലെ സേവാഗ്രാമത്തിലേക്ക് കടക്കാനായിരുന്നു ഉദ്ദേശ്യം. എന്നാൽ

നാൽഗൊണ്ടയിലെ കൊടുംവനത്തിൽ മധുബസന്ത് കുടുങ്ങിപ്പോയി. ദിക്കുകളറിയാതെ അയാൾ വിഭ്രാന്തിപ്പെട്ടു. സൂര്യന്റെ ദിശ തെറ്റിയെന്ന് പഴിച്ച് തെക്കോട്ടുവെച്ചുപിടിച്ചു. ഏലൂരും നെല്ലൂരും ഹല്ലൂരും കടന്നത് അയാളറിഞ്ഞില്ല. ഒറീസയിലേക്കുള്ള അതിർത്തിക്കട്ടുത്തുവെച്ച് അയാളുടെ ബോധമുടഞ്ഞു.

കണ്ണുതുറന്നപ്പോൾ, ഭൂമിയിൽ വീണുകിടന്ന നിലാവിന്റെ തുണ്ടുകളിൽ പിടിച്ച് വലിഞ്ഞിഴഞ്ഞ് അയാൾ മയൂർഭഞ്ജിലെത്തി. അത് ഉറുമാമ്പഴങ്ങളുടെ വനമായിരുന്നു. പാർവട്ടിയെ തൊട്ടുകിടക്കുന്ന കറുത്ത കാട്. മാതളപ്പഴങ്ങൾ ശേഖരിക്കാൻ വന്ന മങ്കിടിഗോത്രക്കാരോടൊപ്പം പിറ്റേന്ന് പുലർച്ചെ മധുബസന്ത് പാർവട്ടിയിലേക്ക് പ്രവേശിച്ചു.

ഗർഭപാത്രത്തിന്റെ രൂപശിൽപ്പംപോലൊരു നാട്. അണ്ഡവാഹിനിക്കുഴലായി ഇരുവശത്തും പുഴകൾ വിന്യസിച്ചു. ഗർഭാശയമുഖമായി മയൂർഭഞ്ജ് എന്ന മാതളക്കാട്. പുഴകളുടെ വിരലുകളിൽനിന്നൂർന്ന് ഉറുമാമ്പഴങ്ങളുടെ ബീജകോശങ്ങൾ ചാക്രികയാത്ര നടത്തി. മധുബസന്തിന് പ്രകൃതിയുടെ ആ തർജ്ജമ നന്നേ ബോധിച്ചു. പാർവട്ടിയുടെ ഉടലളക്കാൻ ഇനിയെന്ത് ക്ലേശം?!

'ഒന്നാം പാഠം മണ്ണിൽ മുളച്ചേ....' കലപ്പയുടെ ഉഴുതൽത്താളത്തോടൊപ്പം കുഞ്ഞുങ്ങൾ മധുബസന്തിനെ വലംവെച്ചു.

'അഞ്ചാം പാഠം നെഞ്ചിൽ പടർന്നേ....' പാർവട്ടിയിലെ പഴയൊരു കെട്ടിടം അക്ഷരങ്ങൾകൊണ്ട് അയാൾ നിറച്ചു.

'ഏഴാം പാഠം ഉഴുതുമറിച്ചേ...' ഏഴാമത്തെ പകലിൽ പാർവട്ടിയിലെ ആദ്യത്തെ കുടിയാൻ സ്വന്തം പേര് കറുത്ത മണ്ണിലെഴുതി. മധുബസന്തിന്റെ കണ്ണുകളിൽ അരിവാൾസ്വപ്നം ചന്ദ്രനായുദിച്ചു.

'എട്ടാം പാഠം പൊട്ടിത്തെറിച്ചേ...' സാക്ഷരയായ ആദ്യത്തെ പെൺകുട്ടി ആലിഫ്, മധുബസന്തിന്റെ നെഞ്ചിലേക്ക് കൊള്ളിയാൻ വീശി. പ്രണയം ബുദ്ധികൊണ്ട് മാറ്റാവുന്ന രോഗമല്ലല്ലോ! മധുബസന്ത് രോഗാതുരനായി. അയാൾ മൊക്കലിംഗക്കാരെ മറന്നു. സേവാഗ്രാമത്തെ അയാൾ കൈവിട്ടു. പാർവട്ടിക്കു പുറത്തുള്ള വഴികളും മറവിയെടുത്തു.

'ഉറുമാമ്പഴത്തിന് കുരുവെത്ര?'

'കുരുവല്ല...കുഞ്ഞുങ്ങൾ..!' ആലിഫ് തിരുത്തി.

'അറുന്നൂറ്റിപ്പതിമൂന്ന്...'

'കിറുകൃത്യമാണോ...?'

സംശയനിവാരണത്തിനായി അവർ മാതളപ്പഴങ്ങൾ നെടുകെ പിളർന്നു. കടലിന്റെ വിയർപ്പുപ്പുമായി പുഴ നാണത്തോടെ കരയുടെ അരിക് പിടിച്ചുനിന്നു.

'ഈ പഴം ശരിക്കുമൊരു പെണ്ണാണ്...' മധു പറഞ്ഞു

'അതെന്തേ....?' ആലിഫ് ചുവന്നു.

'ഉള്ളിലെന്താണെന്നത് ആർക്കുമറിയില്ല...'

മാതളക്കുഞ്ഞുങ്ങൾ പുഴയിലൂടെ ഒഴുകിപ്പോയി. മധുവിന്റെ കവിളിൽ ചെറുതായി കടിച്ച് ആലിഫ് ഓടിമറഞ്ഞു. മാതളച്ചാറ് അയാളുടെ കവിളിലുറഞ്ഞു. മയൂർഭഞ്ജിലെ പുഴകളിൽ പരസ്പരം വെള്ളം തേവി അവർ പലപ്പോഴുമിരുന്നു. നനഞ്ഞൊട്ടിക്കിടക്കുമ്പോൾ ആലിഫ് കാട്ടിലെ വെള്ളാനകളെപ്പറ്റി അയാളോട് പറഞ്ഞു. മധു ചിൽക്കാനദിയിലെ ഊർക്കുരുവികളുടേത് പോൽ മരണഗീതികൾ മൂളുമ്പോൾ ആലിഫ് പിടഞ്ഞു.

കാടിന്റെ കടുംപച്ചപ്പിനിടയിലൂടെ വന്യമായൊരു മഞ്ഞവെളിച്ചം പാത്തുപതുങ്ങുന്നതായി ആലിഫിന്റെ കണ്ണിൽ മിന്നി. 1938 ൽ നാല് മനുഷ്യരെ കൊന്നുതിന്ന ഝക് കടുവയെപ്പറ്റി ആലിഫ് വിറയലോടെ പറഞ്ഞു. കോട്ട്സിന്ധ്രിയിലെ മലയടിവാരത്തിൽ വെച്ച് ജിംകോർബെറ്റ് അതിന്റെ കാര്യം പണ്ടേ തീർപ്പാക്കിയെന്ന് നിസ്സാരമായി പറഞ്ഞ് മധുബസന്ത് സർവവിജ്ഞാനം തെളിയിച്ചു.

പിന്നീടയാൾ, ഉറുമാമ്പഴങ്ങളിൽനിന്ന് പൊട്ടിയടർന്നുകുതിക്കുന്ന കടുവകളുടെ ദാലിച്ചിത്രത്തിലേക്ക് ഊളിയിട്ടിറങ്ങി. ആകാശനീലയുടെ ആഴമുള്ള ശൂന്യതയിലേക്ക് അയാൾ ആലിഫിന്റെ കൈ പിടിച്ചു. പുഴയ്ക്കു മുകളിലൊഴുകുന്ന തണുത്ത പാറയിൽ ദാലിയുടെ ഗാലയെന്നപോൽ നഗ്നയായി ആലിഫ് കിടന്നു. കറുത്ത കോറിവരകളാൽ ഉടൽ പൊതിഞ്ഞ ഒരു മഞ്ഞമൃഗം മയൂർഭഞ്ജിന്റെ ഒത്ത നടുവിലെ കണ്ണിമാരത്തേക്കിൽനിന്ന് കുതിക്കാനുള്ള ഉന്നം ഗണിച്ചുതുടങ്ങി.

പിന്നാലെ വന്ന മഴക്കാലത്തും അവരൊന്നിച്ച് പുഴയെ കടഞ്ഞു. യാത്രകൾ അവസാനിക്കുന്നില്ലെന്ന് മഴ പുഴയിലെഴുതി.

'എനിക്ക് പോകേണ്ടിവരും'..... മധുബസന്ത് പറഞ്ഞു.

'എന്നെ ഉപേക്ഷിക്കരുത്....' ആലിഫിന്റെ പ്രണയം ചുഴിയിലേക്ക് വഴുതി. കഷ്ടിച്ച് പന്ത്രണ്ടടിയുള്ള മാതളമരത്തിന്റെ ദുർബലമായ മേൽച്ചില്ലയിൽനിന്ന് നിലംതൊട്ടു തൂങ്ങിനിന്ന അച്ഛന്റെ തണുത്ത ദേഹത്തെപ്പറ്റി ആലിഫ് അയാളോട് പറഞ്ഞു. കണ്ണുനീർ ജലത്തെ ചൂടുപിടിപ്പിച്ചു. മാടമ്പികൾ തല്ലിക്കൊന്ന് കുഴിച്ചുമൂടിയ തന്റെ അച്ഛന്റെ ഓർമ്മകൾ വീണ്ടും അയാളിലേക്ക് പെയ്തുനിറഞ്ഞു. കണ്ണുനീരിനെ കുടഞ്ഞുകളഞ്ഞ് മധു ധൈര്യപ്പെട്ടു.

'അടുത്ത ഒളിപ്പോരിനുശേഷം ഞാനിവിടം വിടും...' ചകിതയുദ്ധങ്ങളുടെ പകിട മധുവിന്റെ തലച്ചോറിൽ വീണ്ടുമുരുണ്ടു.

മാതളയെണ്ണയുടെ മണമായിരുന്നു ആലിഫിന്. പിന്നീടുവന്ന വേ

നൽക്കാലത്ത്, പുഴ കരയിൽനിന്ന് അകന്നൊഴുകിയ പകലുകളിൽ; തടിയുള്ളത്ത ആ മുഷ്യക്കനാറ്റം ഒരിക്കൽ തനിക്കെങ്ങനെ സുഗന്ധമായി എന്നോർത്ത് മധുബസന്തിന് മനംപിരട്ടി. ഉണങ്ങിയടർന്ന രാത്രിമേഘ ങ്ങളുടെ നിഴൽവഴികളിലൂടെ കാടിറങ്ങിവരുന്ന കടുവയെപ്പറ്റി ആലിഫ് അയാളോട് ഇടയ്ക്കിടെ പറഞ്ഞു. ചതിക്കുള്ള മറുപടി മരണമാണെന്ന് ഏതു കാമുകിയാണ് താക്കീത് ചെയ്യാത്തത്?

ജാമ്പുകൾ കടിച്ചുകളഞ്ഞ പെണ്ണുങ്ങളെപ്പറ്റി പാർവട്ടിക്കാർ ഓർത്തു. കടവാവലുകൾ ചവച്ചുതീർത്ത കുഞ്ഞുങ്ങളുടെ പിടച്ചിലുകൾ അവർ ഞര മ്പിലറിഞ്ഞു. 'വിയറ്റ്നാമിലെ ഗറില്ലായുദ്ധംപോലെയോ? അതിനുശേഷം ഞങ്ങൾ സ്വതന്ത്രരാകുമോ...?'കറുപ്പുടലിന്റെ ഉപ്പിൽനിന്ന് മുളച്ചുയർന്ന ധാ ന്യനിലവറകൾ അവർ മധുബസന്തിന് കാണിച്ചുകൊടുത്തു.

രഹസ്യങ്ങളുടെ ധൂപക്കുട്ടിൽ നക്ഷത്രങ്ങൾ നിശ്ശബ്ദത പാലിക്കേണ്ട തുണ്ട്. പൂണൂലുകൾ പൊട്ടിക്കുംമുമ്പ് ഉന്നം ഉറപ്പിക്കുന്നത് അപ്പോഴാണ്. പത്തായങ്ങളിൽ പതിയിരുന്ന് കഴുത്തുകളറക്കണം. ജന്മിഗൃഹങ്ങളുടെ അതിരുകളിൽ കിടങ്ങുകൾ ചാലിട്ട് വെടിമരുന്നിന് തിരികൊളുത്തണം. അരമനകളിലെ മുറിവേറ്റ പെൺകുട്ടികളെ കരപറ്റിക്കണം. രൂപരേഖ പ്രകാരം മധുബസന്ത് ആയുധങ്ങളൊരുക്കി.

'ഇന്ന് അർസാഫിന്റേതുപോലുള്ള രാത്രിപ്പോരാട്ടമാണ്...!' ഉറുമാമ്പ ഴങ്ങളുടെ തോലുകളടർത്തി അയാൾ ചുറ്റും കൂടിയവർക്ക് കൊടുത്തു. ചന്ദ്ര നുദിക്കും മുമ്പ് ഒത്തുകൂടാനായി എല്ലാവരും പിരിഞ്ഞു.

രാത്രിയിലെപ്പോഴോ കവിളിൽ തുടിപ്പും ചുണ്ടിൽ വിളർച്ചയുമായി ആലിഫ് അയാളെ കാണാനെത്തി. നിലാവിന്റെ നേർത്ത വെള്ളിത്തരി കളിലൂടെ ആലിഫ് അയാളെ വാത്സല്യത്തോടെ കണ്ടു.

'ഇത് ചോരക്കുഞ്ഞുങ്ങളെ ഗർഭത്തിലുറക്കുന്ന ഉറുമാമ്പഴങ്ങൾ...!' ആലിഫ് അയാളുടെ കൈ തന്റെ വയറിലേക്കടുപ്പിച്ചു കുറുകി.

മധുബസന്ത് അത് വ്യക്തമായി കേട്ടു. വെകിളിപിടിച്ചവനെപ്പോ ലെ തല ചലിപ്പിച്ചു.

'അല്ല...അല്ല....അത് മരിച്ചവന്റെ രക്തമാണ്....'

പടയുടെ കോപ്പുകൾ അടിയന്തരമായി മാറ്റേണ്ടതുണ്ടെന്ന് അയാൾ വ്യഗ്രതപ്പെട്ടു. മധുബസന്ത് മാതളക്കാട്ടിൽ ഒറ്റയാനായി കയറി. പഴങ്ങളു ടെ കട്ടുംതോട് ചവിട്ടിയുടച്ചു. നട്ടു പിളർത്തിപ്പകുത്തു. ചുവപ്പുകോശങ്ങളെ അമർത്തിയരച്ചു. മുളങ്കുറ്റിയുറന്ന് വെടിമരുന്ന് കൂനയായി കുടഞ്ഞു. ഉറുമാ മ്പഴവിടവിലൂടെ പൊടി നുരഞ്ഞു. മധുബസന്തി ബസന്തിന്റെ വിരലുകളി ൽ മാതളക്കറ രക്തംപോലെ വലിഞ്ഞു.

ആലിഫിന്റെ നീളനടുപ്പിൽ ചോര പടർന്ന് ഭ്രൂപടമായി. കൊല്ലുന്ന വേദനയ്ക്കിടയിലും മാതളപ്പൂവുപോലെ അവർ ചിരിച്ചു. വലിയ കണ്ണുകളിൽ തിരപൊങ്ങി. മുറിവിന്റെ മിന്നലിടഞ്ഞ് അവൾ വളഞ്ഞുകോടി. പഴങ്ങളുടെ നിറവയറിൽ പുക നിറഞ്ഞു. പാർവട്ടിയുടെ ഗർഭപാത്രം അമിട്ടായി ഉള്ളുരുക്കി.

'കേട്ടിട്ടില്ലേ... ഇത് ദാർലിസിന്റെ ധൂപയുദ്ധം...!' യുദ്ധത്തിന്റെ പേ അയാളിൽ ഉരുകി.

'സത്യമായും നിങ്ങൾ ഞങ്ങളെ മോചിപ്പിക്കുമോ...?' പാർവട്ടിക്കാർ പുരികം വളച്ചു.

'സത്യമായും നിങ്ങളെന്നെ ഉപേക്ഷിക്കുമോ...? ആലിഫ് ചോദിച്ചു.

എരിഞ്ഞുതുടങ്ങിയ കന്യാവനം കനൽ വിഴുങ്ങിയ വാക്കുകളെറിഞ്ഞു. ഒരു സ്ഫോടനം! മലങ്കാക്കകൾ ഭയന്നു പറന്നു. പശുക്കൾ നരപ്പി. നായ്ക്കൾ നിർബാധം ഓരിയിട്ടു. ജന്മിമേടകൾ ഉടഞ്ഞു നിലംപൊത്തി.

മയൂർഭഞ്ജ് ശകലങ്ങളായി ചീന്തിയെറിയപ്പെട്ടു. മാതളപ്പഴങ്ങൾ അഗ്നിഗോളമായി തൂങ്ങിയാടി. ആകാശം പുകപടലത്തിൽ മങ്ങി.

'മംഗോളിലെ ചെങ്കിസ്ഖാന്റെ തന്ത്രമുറയാണിത്!' പാർവട്ടിയുടെ നിഷ്കളങ്കതയിലേക്ക് അയാൾ നുണയുടെ തീകോരി നിറച്ചു. അടുത്ത നിമിഷം അയാളുടെ ചവിട്ടടിയിൽനിന്ന് ഒരു മാതളപ്പഴം വെടിതുപ്പി. അരക്കെട്ട് നുറുങ്ങി അയാൾ മലർന്നു. നിലം പൊത്തി ബോധം മറഞ്ഞു.

'ഇത് കന്യകയുടെ ചാവേർപ്പോരാണ്...!' ആലിഫ് ഉന്മാദിയായി.

നിലാവിനെ തടുത്തുനിർത്തുന്ന ഒരു ഊക്കൻ മരുതിന്റെ ഒത്ത നടുവിലേക്കാണ് മധുബസന്ത് കണ്ണുതുറന്നത്. മരക്കൊമ്പത്തേക്ക് ഒരു കൊടുങ്കാറ്റിനുടൽ ചാടിവീഴുന്നതും തന്റെ നേരേ കണ്ണേറിടുന്നതും അയാളറിഞ്ഞു. ഭീതിയുടെ ഈയാംപാറ്റകൾ അടിവയറ്റിൽ പറന്നു.

ചെവിക്കുചുറ്റും കൊതുകിൻസിംഫണി. അരയ്ക്കുചുറ്റും കടിയനുറുമ്പിന്റെ പട്ടാളമാർച്ച്. നെഞ്ചിൻകൂട്ടിൽ കരിഞ്ഞ രോമക്കാടിന്റെ കിരുകിരുപ്പ്. മാംസം പഴകിയ ചൂര്, മാതളയെണ്ണയുടെ മുഷുക്കുമണമായി അയാളുടെ മൂക്കിൽ കയറിട്ടു.

മഞ്ഞയുടൽ! അതിലലിയുന്ന കറുപ്പിന്റെ പടർവള്ളി! കണ്ണിമാരത്തേക്കിന്റെ താഴ്ത്തടിയിലേക്ക് ആ മൃഗം കുതിച്ചുപൊങ്ങി. രാത്രിയുടെ ഇരുട്ടിൽനിന്ന് ഭയത്തിന്റെ നോട്ടങ്ങളെ ആ പെൺകടുവ തുറന്നുവിട്ടു. നിസ്സഹായതയുടെ ആൺമുഖത്തേക്ക് നോക്കി ചിലപ്പോഴൊക്കെ മാതളപ്പൂച്ചിരി തൊടുത്തു. സ്വാദുള്ള ഇറച്ചിത്തുണ്ടായി അയാളെ നോക്കി നുണച്ചു. മരണത്തിന്റെ തേറ്റ മിനുക്കി നിശ്ചലമായി കാത്തിരുന്നു.

അയാൾ ഇറുക്കിയടച്ച കണ്ണുകളോടെ മാതളക്കാടിന്റെ ചതുപ്പിലേക്ക് മുഖംപൂഴ്ത്തി. ഗർഭനീരിന്റെ ചുവപ്പിൽ അയാൾ ചാപിള്ളയെപ്പോലെ കിടന്നു. ആലിഫിന്റെ വിളർത്ത മുഖം അയാൾ ചന്ദ്രനിൽ കണ്ടു.

'കാമ്പെയ്നെസ് രണ്ടാമന്റെ പൂച്ചപ്പോരാട്ടമോ?

ടൈഗറിന്റെ ഒട്ടകയുദ്ധമോ?

ഇനിയേതാണ്....?'

പഠിച്ച യുദ്ധരഹസ്യങ്ങൾ അയാൾ ഓർത്തെടുക്കാൻ ശ്രമിച്ചു.

ചുറ്റും, മരിച്ചവളുടെ രക്തത്തിന്റെ ഗന്ധം!

മറുത

ആത്മഹത്യയ്ക്കുമുൻപ് ഉദീപിന് ഒന്നു കുളിക്കണമായിരുന്നു. ബല്ലാവ്പൂരിലെ ഭോംഗയിൽ നിവർത്തിക്കിടത്തേണ്ട അഞ്ചരയടി ശരീരമാണ്. യെമ ആർത്തലച്ചുചിതറേണ്ട നെഞ്ചാണ്. യെവി കൊഞ്ചിപ്പറന്നു വന്ന് ഉരുമ്മേണ്ട കവിളുകളാണ്. മരണവിവരം നേരത്തെ അറിഞ്ഞാൽ മുവാര ദേശത്തുനിന്നുവരാൻ ബന്ധുക്കളും മരുമക്കളുമുണ്ട്. അവരൊക്കെ ഉമ്മചേർത്തുവെക്കേണ്ട നെറ്റിത്തടമാണ്. ആരും അറയ്ക്കരുത്!

പൊടിയിലുഴഞ്ഞ് വക്കിൽ ജടകുത്തിയ ശരീരരോമങ്ങൾ അയാൾക്ക് വടിച്ചിറക്കണമായിരുന്നു. മരുഭൂമിയായ ആമാശയത്തിലേക്ക് അവസാനവറ്റുകൾ ചവച്ചിറക്കണമായിരുന്നു. ഉടലിൽ പുണർന്നുകിടന്ന അവ്യക്തഗന്ധങ്ങൾ, പച്ചിലപ്പാമ്പുകണക്കെ ഉദീപിന്റെ മുഖദ്വാരങ്ങളിലേക്ക് തുളഞ്ഞു കയറി.

നഗരം നിർദയം പൊടിക്കാറ്റൂതി. തെരുവുകളിൽ പൊറ്റപോലെ ചുഴലികൾ രൂപപ്പെട്ടു. മലയിറങ്ങിവരുന്ന ശീതമർദം അയാളുടെ ശരീരമുറിവുകളെ നീറ്റി. ഗതികെട്ടവന്റെ ഒടുക്കത്തെ നിലവിളിപോലെ, പൊന്തക്കാട്ടിൽ നിന്നൊരു കാട്ടുപട്ടി ഓളിയിട്ടു. മരണത്തിന്റെ തച്ചൻ ഉളിരാകിത്തുടങ്ങിയിരുന്നു. അവസാനത്തേതെന്ന് വെളിപ്പെടുത്തുംപോലെ കാലുകളിലെ ഞരമ്പുകൾ കോച്ചിവലിഞ്ഞു.

ഇളംനീലഛവി പടർന്ന തന്റെ കാലുകളിലെ തള്ളവിരലുകൾ ചേർത്തുകെട്ടുന്നത് ആരായിരിക്കും? എന്തായാലും ബല്ലാവ്പൂരിലെത്താൻ കുറഞ്ഞത് അഞ്ച് ദിവസം കഴിയും. അപ്പോഴേക്കും കുടൽസ്രവങ്ങൾ അയാളെ ഭക്ഷിച്ചുതുടങ്ങിയിട്ടുണ്ടാവും. ചിലപ്പോൾ ശരീരം രണ്ടിരട്ടിയാ

യി വീർത്തുകെട്ടിയിട്ടുണ്ടാകും. അല്ലെങ്കിൽ ത്വക്കിൽ പടർന്ന പൊക്കിളകൾ നാറുന്ന ചലമൊലിപ്പിച്ച് പൊട്ടാൻ തുടങ്ങിയിട്ടുണ്ടാകും. തുന്നിക്കെട്ടിയ ദേഹമുറിവുകളിൽനിന്ന് കറുത്തചോര പരുത്തിവിരിയിലേക്ക് പടർന്ന് സർപ്പമായി ഇഴയുന്നത് അയാളോർത്തു.

കണ്ണടയ്ക്കാൻ തുടങ്ങുന്ന രാത്രിക്കടകളിൽ അറിയാവുന്ന ഭാഷയിൽ ഉദീപ് ഭക്ഷണത്തിനായി എരന്നു. അയാളുടെ ഉടൽ പൊരിയുകയും കുതിരുകയും ചെയ്തു. ഇഴഞ്ഞിഴഞ്ഞ് ചെന്നുകയറിയ ഓടയിൽ ഹൈഡ്രജൻ സൾഫൈഡ്ഗന്ധവും മനുഷ്യവിസർജ്ജ്യങ്ങളും കുമിഞ്ഞുകിടന്നിരുന്നു. വഴിയുടെ ഓരം പറ്റിപ്പറ്റി അയാൾ നടന്നു. കൊള്ളിയാൻ മിന്നിയപ്പോൾ, പൊടിച്ചുവന്ന കറുത്ത കൂൺകണക്കെ ഒരു പുര കണ്ടു.

ഞരമ്പുകൾ പണിമുടക്കിയ കാലുകൾ വേച്ചുവെച്ച് ഉദീപ് വലിഞ്ഞു. അയാൾ വാതിലിൽ തള്ളി. ചെറിയ വെളിച്ചത്തിൽ ഭിത്തികളിലെ കറുത്ത ചെള്ളുകൾ നരഞ്ഞു. അയാൾ ചുറ്റുംനോക്കി. അടിവസ്ത്രങ്ങൾ വവ്വാലുകളെ പോലെ തൂങ്ങുന്ന ഗോവണി. ജിക്സോ പസിലുകൾ തകർന്നുചിതറിയ പടിക്കെട്ടുകൾ. കീടങ്ങൾ ചത്തുണങ്ങിത്തൂങ്ങിയ ചുക്കിലിപിടിച്ച മൂലകൾ. പഴകിയ മാംസഭാഗങ്ങളുടെ ഫോസിലുകൾ അവശേഷിക്കുന്ന പുരാതനമായ ഓവൻ. മാങ്ങാ അച്ചാറിന്റെയും തേങ്ങയരവിന്റെയും തക്കാളിക്കറയുടെയും ചായമടിച്ച മിക്സിയും ചുവർപ്രദേശങ്ങളും. അഴുക്ക് അടുക്കടുക്കായി പടർന്നുതൂങ്ങുന്ന വാട്ടർസിങ്ക്. കഫനീരിന്റെയും രക്തത്തിന്റെയും ടൂത്ത്പേസ്റ്റ് പതയുടെയും തിരവഴികൾ തെളിഞ്ഞുകാണുന്ന വാഷ്ബേസിൻ. കുറിയ ജാലകത്തിനപ്പുറമുള്ള കനാലിൽനിന്ന് ഗതികിട്ടാത്ത ഒരൊഴുക്കിന്റെ ദുഷിച്ച വാസന ഇടവേളകൾ തെറ്റാതെ കയറിവന്നു.

ഗോവണിക്ക് കീഴെ ഇരട്ട ബോൺസായ്വൃക്ഷങ്ങൾ നനവില്ലാതെ ഉണങ്ങിനിന്നു. ചങ്കിടർച്ചയോടെ അയാൾ പടികയറി. വലിയ ഒരു ഹാളിന്റെ മൂലയിൽ എന്നോ കൊണ്ടുവെച്ച ഇൻഡോർപൂവുകൾ തലയറ്റു വിളറിക്കിടന്നു. ആദ്യംകണ്ട മുറിയിലേക്ക് അയാൾ കയറി. കിടക്കയിലാകെ വാടിവീണുകരിഞ്ഞ മുല്ലപ്പൂവുകളും തുകൽബാഗുകളും. രാത്രിനേരത്തെ സവാരിക്കിറങ്ങിയ കൂറകൾ തുറന്നുവെച്ച ജലപാത്രങ്ങളിലേക്കും മടക്കിവെച്ച തുണിക്കെട്ടുകളിലേക്കും പാഞ്ഞു.

പഴകിയ ശരീരസ്രവങ്ങളുടെ നാശംപിടിച്ച ചൂര്. അയാൾ കുളിമുറി തെരഞ്ഞു. ബക്കറ്റിൽ ബാക്കിയുള്ള വാടിയ വെള്ളത്തിലേക്ക് കൈക്കുമ്പിൾ നീട്ടവെ ഏകാകിയായൊരു കാടൻ പെൺചിലന്തി വലവിരിച്ച് തടുത്തു. അതിനെ ഭയപ്പെടുത്തി ഒരു മൂലയ്ക്കിരുത്തിയിട്ട് ഉദീപ് ഒന്നു മുഖം കഴുകി. ജലം ചോരച്ചുവച്ചു. അയാൾ ഓക്കാനപ്പെട്ടു.

ഏതോ പെണ്ണിന്റെ വീടാണ് ഇതെന്ന ധാരണയിലേക്ക് പായ

വിരിച്ച് കിടക്കുമ്പോൾ ഉദീപ് ഉള്ളിൽ ഊറിച്ചിരിച്ചു. ഒരുദിവസത്തേക്ക് കൂടി അയാൾ ആത്മഹത്യ നീട്ടിവെച്ചു. പാതിവെന്ത ഒരുറക്കം കഴിഞ്ഞ് എതിർവശത്തെ മുറിയിലേക്ക് കടക്കുംവരെയേ അയാളുടെ ചിരിക്ക് ആയുസ്സുണ്ടായിരുന്നുള്ളൂ. ഏങ്കോണിച്ച ആ വികടച്ചിരി അയാളുടെ കറ പിടിച്ച ഒടിഞ്ഞ പല്ലുകൾക്കും കട്ടുംമണ്ണുനിറമുള്ള തടിച്ച ചുണ്ടുകൾക്കും ഇടയിലുള്ള നാറുന്ന വിടവിലേക്ക് നിലവിട്ടു വീണുചത്തു.

പൊടിപിടിച്ചുകിതയ്ക്കുന്ന ഫാനിന്റെ ശബ്ദം മാത്രമേ ആ രാത്രിയെ ശല്യപ്പെടുത്തിയിരുന്നുള്ളൂ. നിറഭേദങ്ങളുടെ വലിയ ചുവരുകൾ. അവ വഹിച്ചുനിൽക്കുന്ന അസംഖ്യം ചിത്രങ്ങൾ. മരിച്ച മനുഷ്യരുടെ വല്ലാത്തൊരു ഗന്ധം മുറിയിൽ പതുങ്ങി. തറയിലാകെ രക്തക്കറകൾ ദൃശ്യപ്പെട്ടു. വലിച്ചുകീറിയ പെണ്ണുടുപ്പുകൾ, കുഞ്ഞു ജട്ടികൾ, തൊപ്പികൾ, തടിയിൽ തീർത്ത പമ്പരങ്ങൾ......! തൊണ്ടയിലേക്ക് ഒരു കരിങ്കല്ല് കയറ്റു വന്നുവീണതുപോലെ അയാൾ കണ്ണുതള്ളി.

തടിയലമാരകൾ കടവാവലുകളെപ്പോലെ ഒച്ചവെച്ചു തുറന്നടഞ്ഞു. ഭിത്തിയിൽ പൂശിയിരിക്കുന്നത് ചുവന്ന ചായമല്ല, രക്തമാണെന്ന ബോധ്യത്തിലേക്ക് വിറയലോടെ കാലുകുത്തുമ്പോൾ അയാൾ താഴെ നിലയിലെ സംഭാഷണങ്ങൾ തുടങ്ങുന്നത് ചെകിടോർത്തു.

ഭക്ഷണമേശയ്ക്കരികിൽ ഒരു വൃദ്ധയിരിപ്പുണ്ടായിരുന്നു. ചിന്നിപ്പാറിയ വെളുത്തമുടി. ഞെട്ടിയും തുമ്പും ഇറുത്ത് അവർ വെറ്റിലയിൽ നൂറു തേച്ചു.

'നിങ്ങളാരാ....?' ഉദീപ് വിക്കി.

'മറുത*....!' തലചെരിച്ച് അവർ കണ്ണുകൾ പൂച്ചകളെപ്പോലെ നേർപ്പിച്ചു.

ഉദീപിന്റെ വായിൽ ഉമിനീർ തീർത്തും വറ്റി. ഭയം അയാളുടെ കാലിൽ ഏറുകുടുക്കിട്ട് ചുമരിലേക്ക് ചാരിയിരുത്തി. പുറത്ത് കാലൻകോഴികൾ പൂവ്വാ..പൂവ്വാ എന്ന് അയാളെ വിളിച്ചു.

'വരൂ ഉക്സാനാ......' മറുത പടിയിറങ്ങിവന്ന പെൺരൂപത്തെ വാത്സല്യത്തോടെ നോക്കി. പതിനേഴ് വയസ്സിന്റെ തളിർദേഹം നഗ്നമായിരുന്നു. കൊത്തിയിളക്കിയിട്ട ചെമ്മൺകട്ടകൾപോലെ അവളുടെ അവയവങ്ങൾ ചലിച്ചു. മണ്ണിടിച്ചുകളഞ്ഞ കുന്നുകളെന്നവണ്ണം ഉക്സാനയുടെ മാറിടങ്ങൾ പകുതിയറ്റുതൂങ്ങിക്കിടന്നു. സ്തനങ്ങൾക്കിടയിൽ ഒരുകുപ്പിച്ചീള് അവളുടെ മുഖം പ്രതിഫലിപ്പിച്ച് ചോരയിറ്റി. ജടകുത്തിയ കാടൻമുടിയിൽനിന്ന് തുരപ്പനെലികൾ വന്ന് അവളുടെ പുഴുത്ത താടിയെല്ലുകൾ കരണ്ടുതിന്നുകൊണ്ടിരുന്നു.

---

* മറുത - മരിച്ചവരുടെ അമ്മ

ഉദീപിന്റെ കണ്ണിൽ ഇരുട്ടുകെട്ടി. ബദ്ധപ്പാടോടെ അയാൾ പറഞ്ഞു. 'എനിക്ക് വീട് മാറി. ഞാൻ പോവട്ടെ...'

'ഒരുനാഴിക മുൻപുവരെ ഈ വാതിലിന് താഴിട്ടിരുന്നില്ല.' മറുത മുരണ്ടു. ഹാളിൽ ഗന്ധകപ്പുക ഉയർന്നു. ഉദീപിന്റെ കാഴ്ച മീനച്ചിലാറുപോലെ നേർത്തു.

രാത്രിയുടെ നെഞ്ചിലൂടെ വലിഞ്ഞിഴഞ്ഞുനീങ്ങിയ വന്യമായൊരു നിശ്ശബ്ദതയിൽ ഉക്സാന ലാഹോറിലുള്ള തന്റെ വീടിനെപ്പറ്റി പറഞ്ഞു. ഓർമകളും വേദനയും അവളിൽ ദീർഘമായ വാൾപ്പയറ്റ് നടത്തിത്തുടങ്ങി.

'കുഞ്ഞനിയത്തിയുടെ ഞൊണ്ടുകാലിൽ മരുന്നുപുരട്ടിയുറക്കിയപ്പോഴേക്കും സൂര്യൻ ത്രുക്കുവിളക്കിന്റെ തിരി താഴ്ത്തിത്തുടങ്ങിയിരുന്നു. പരുത്തിപ്പാടം കടന്ന് പാല് കൊടുക്കാൻവേണ്ടി ഓടുമ്പോൾ ആലയിൽനിന്ന് പശുക്കൾ മുക്രയിട്ടു വെകിളിപിടിച്ചു. നൂല് പൊന്തിയ പഴയ പൈജാമയിൽ പരുത്തിക്കായകൾ കോർത്തുവലിഞ്ഞു. വെള്ളിമണികൾ പകുതിയടർന്ന കറുത്ത പാദസരങ്ങളിൽ മുള്ളുകൾ കുരുങ്ങി. ചരൽപ്പാതയുടെ തിരിവിൽനിന്ന് ഒരു വണ്ടിതട്ടി എന്റെ പാൽക്കുടം വീണുടഞ്ഞു. ആകാശത്ത് ചന്ദ്രൻ ഭ്രമണം ആരംഭിച്ചിരുന്നു. ഇടത്തെ നെഞ്ചിലേക്ക് കൈയമർത്തി ആരോ എന്നെ തട്ടിയിടുമ്പോൾ മിയാ ബഹന്റെ കുഞ്ഞുകാലിൽ പുരട്ടിത്തടവേണ്ട അന്തിമരുന്നിന്റെ കാര്യം ഞാനോർത്തു. നിലവിളിക്കാൻ ശ്രമിക്കുമ്പോൾ എന്റെ ചുണ്ടുകൾ കടിച്ചുമുറിക്കപ്പെട്ടു. കമ്മീസ് താഴേക്കും ബോധം മുകളിലേക്കും ഊർന്നുപോയി. യുഫോർബിയച്ചെടികൾക്കിടയിലൂടെ ഞാൻ വലിച്ചിഴയ്ക്കപ്പെട്ടു. എന്റെ പുറംതോൽ അടർന്നുപൊഴിഞ്ഞു. കൈവിരലുകൾ ചവിട്ടിയൊടിക്കപ്പെട്ടു. രക്തത്തിന്റെ തിരശ്ശീലയിലൂടെ ഞാൻ ഒരുപാട് പുരുഷൻമാരെ കണ്ടു. എന്റെ കൺപോളകൾ കീറിപ്പോയിരുന്നു. ബോധം തിരികെയെത്തുമ്പോൾ ചന്ദ്രൻ കിഴക്കുറങ്ങാൻ പോയിത്തുടങ്ങിയിരുന്നു. പകുതിയിലേറെയും മുറിച്ചുമാറ്റപ്പെട്ട മുലകളിൽ പിന്നെയും പിന്നെയും കോറി വരഞ്ഞുകൊണ്ട് ഒരുവൻ എന്റെ അരികിൽ ഇരുന്നു. വിചിത്രമായ ഇളിയോടെ സ്ഫടികച്ചീളുകൊണ്ട് അയാൾ എന്റെ നെഞ്ചിന് തുളയിട്ടു. ഒരു ഊർധ്വശ്വാസത്തിൽ എന്റെ ശരീരം കോടി. മരണമുറപ്പിക്കാൻ, മിനുസമില്ലാത്ത മാർബിൾപ്പാളികൾകൊണ്ട് അയാൾ എന്റെ തലതകർത്തു. പിന്നെ കഴുകനെപ്പോലെ ശവം വലിച്ച് ടെന്റിനുള്ളിലേക്ക് ഇരച്ചുപറന്നു. ഉടൽമണത്ത് പുരുഷൻമാരും മൃഗങ്ങളും വന്നു. രണ്ടുദിവസംകൂടി ഭക്ഷിച്ചശേഷം അയാൾ എന്നെ കാട്ടുജന്തുക്കൾക്ക് എറിഞ്ഞുകൊടുത്തു.'

ഉക്സാനയുടെ മുഖത്തെ നിർമ്മമത ഉദീപിനെ പരിഭ്രാന്തനാക്കി. ഒരിക്കലും പിൻവാങ്ങാൻ ഒരുക്കമില്ലാത്ത ഒരു പടയാളി അവളിൽ കത്തി.

'അറുപത്തിയഞ്ചിഞ്ച് ശരീരം, കുടിച്ചും വലിച്ചും ജീർണിച്ചും അൻപ തായി ചുരുങ്ങിയിരുന്നു. എന്റെ ഗർഭപാത്രഭിത്തികളിലേക്ക് തള്ളിക്കയ റ്റപ്പെട്ട മരക്കുറ്റികളും ബ്ലേഡുകളും പരുക്കൻകല്ലുകളും പുറത്തെടുക്കുമ്പോ ൾ ഡോക്ടർ ത്രൂപ്‌വീരിന് ബോധക്ഷയമുണ്ടായി.'

വിചിത്രമായൊരു നിസ്സംഗത സ്ഫോടകവസ്തുപോലെ ഉക്സാന യിൽ പതുങ്ങി. അത് വീര്യമുള്ളൊരു തീനാമ്പിനായി ഊഴംകാത്തു.

കീഴ്സ്ഥായിയിൽ ഒരു വേദനാസ്വരം പുറപ്പെടുവിച്ചുകൊണ്ട് ഉദീപ് തന്റെ ഖേദം പ്രകടമാക്കി.

'അവൻമാർ കുടുങ്ങുകതന്നെ ചെയ്യും. ഈ നാട്ടിൽ നിയമവും കോട തിയുമൊക്കെയുണ്ടല്ലോ.' അയാൾ നിലത്തുനിന്നെഴുന്നേറ്റ് പോകാനൊ രുങ്ങി.

'കോടതി....!' പെണ്ണുങ്ങൾ കരിങ്കടലിന്റെ തിരകൾ പോലെ ചിരിച്ചു.

'മ്....' മറുത തലയുയർത്തി ഉദീപിനോട് ഗർജ്ജിച്ചു. 'മ'കാരത്തിന്റെ മുഴക്കത്തിൽ അയാൾ അരണ്ടുപോയി. കാലുകൾക്കിടയിൽ വാലുതിരു കി ചുരുളുന്ന നായയായി അയാൾ.

തണുപ്പിന്റെ ഗോവണിച്ചുവട്ടിൽനിന്നും ക്രിസ്റ്റീനും എറിഗയും കൈ കോർത്തുപിടിച്ച് പുറത്തിറങ്ങി. എറിഗ ഊണുമേശമേൽ സ്വയം മടങ്ങി ക്കൂടി ഉറങ്ങാൻ കിടന്നു. 'നാൽപ്പൊത്തിയൊന്ന് വർഷമായി അവൾ ഉറ ങ്ങിയിട്ട്.....' ക്രിസ്റ്റീൻ പറഞ്ഞു.

'പതിനയ്യായിരം ദിനരാത്രങ്ങൾ!' മറുത എറിഗയുടെ ചാരം മൂടിയ കൺതടങ്ങൾ തടവി. പർപ്പിൾ അരികുകളുള്ള മരുഭൂമിപ്പൂക്കളിളകും പോലെ എറിഗയുടെ ചുണ്ടുകൾ ഉറക്കപ്പിച്ചു പറഞ്ഞു.

സുലാവേഷി ദ്വീപിലെ പുരാതനമായ കോട്ടേജിന്റെ താഴെത്തട്ട്. നാറുന്ന ആ മുറിയിൽ ഹൃദ്രോഗം മൂർച്ഛിച്ച് എല്ലുരിച്ചുകിടന്നു ക്രിസ്റ്റീന്റെ യും എറിഗയുടെയും മമ്മ. കാളപ്പോരിൽ തോറ്റുവരുന്ന വൈകുന്നേരങ്ങ ളിൽ പപ്പ മമ്മയെ തല്ലിത്തല്ലി തലകീഴായ് കെട്ടിത്തൂക്കി. കാഞ്ഞവയ റിലെ പിത്തവെള്ളം മമ്മയുടെ വായിലൂടെ ഒഴുകി നിലത്തിറ്റി. രക്തവും കഫവും തടിത്തട്ടിൽ വീണുകെട്ടിനിന്നു. മരണത്തിന്റെ കുത്തൊഴുക്ക് നീന്തിക്കടക്കാൻ പപ്പയുടെ കാളക്കുറ്റൻമാരോളം കഴിവ് മമ്മയ്ക്കില്ലായി രുന്നു. ഉണരാത്ത ഒരുറക്കത്തിന്റെ ഊടുവഴികളിലൊന്നിൽ മുപ്പത്തിയ ഞ്ചാം വയസ്സിൽ കാലുകുത്തുമ്പോൾ മമ്മ പെൺമക്കളെ അടുത്തുവിളിച്ച് കിടത്തി.

'ക്രിസ്റ്റീ... ഇനി മമ്മയ്ക്ക് നിങ്ങളുടെ കൂടെ കിടക്കാൻ പറ്റില്ല. മമ്മയ്ക്ക് പോകാറായി.'

ചിറകുവെട്ടിയ ശലഭങ്ങളെപ്പോലെ ഇരുവരും കരഞ്ഞു.

'എങ്കിൽ പപ്പയെക്കൂടി കൊണ്ടുപോകരുതോ?' കണ്ണുനീർ തുട

ച്ചുകൊണ്ട് ക്രിസ്റ്റീൻ മുരണ്ടു. മമ്മ സ്തബ്ധയായി. തലേന്ന് രാത്രി പപ്പ എറിഗയുടെ മേൽക്കുപ്പായങ്ങൾ അഴിച്ചുതുടങ്ങിയപ്പോൾ അവളോടി കീഴ്ത്തട്ടിലേക്കിറങ്ങിയതും, അലക്കുകെട്ടുകളൊഴിഞ്ഞ ഉറകുത്തിയ മരയലമാരത്തട്ടിൽ ചുരുണ്ടുകിടന്നതും ക്രിസ്റ്റീൻ പറഞ്ഞു. സിമന്റും മണലും ഉരഞ്ഞ് പൊക്കിളിച്ച എറിഗയുടെ ചെറിയ മുതുകിൽ മമ്മ കൈവെച്ചു. ഉയിരുകത്തിക്കുന്ന ഒരപസ്മാരം അവരെ ബാധിച്ചു. പകുതി ബോധത്തിൽ മമ്മ കണ്ണുതുറക്കുമ്പോൾ എറിഗ ഉറങ്ങിക്കഴിഞ്ഞിരുന്നു.

'ക്രിസ്റ്റീൻ...കുഞ്ഞേ.... ഇക്കാര്യം നീ ആരോടും പറയരുത്.' അവൾ മമ്മയുടെ ചുട്ടുപൊള്ളുന്ന കൈകളിലേക്ക് മുഖംവെച്ചു. പിറ്റേന്ന് പുലരുമ്പോൾ അവ ബലത്തതും കൊടുംമഞ്ഞിനേക്കാൾ തണുത്തതുമായിരുന്നു.

പന്ത്രണ്ടുകാരിയായ എറിഗ, അൻപത്തിമൂന്നുകാരിയാകുംവരെ ഉറങ്ങിയത് മരയലമാരകളിലായിരുന്നു. രാത്രിയിൽ പപ്പയവളെ വലിച്ചുതാഴെയിട്ടു. കടുത്തവേദനയിലേക്ക് വെയിൽ വന്നുവീഴുമ്പോൾ എറിഗ ഓടി തടിയലമാരയിൽ ചുരുണ്ടു. ഉച്ചനേരത്തും വൈകുന്നേരത്തുമെല്ലാം പപ്പ അവളുടെ ഉറക്കത്തെ ഈർച്ചവാൾ പോലെ കഷണിച്ചു. ക്രിസ്റ്റീൻ പപ്പയെ പുലഭ്യം പറയുകയും മരക്കട്ടകൾകൊണ്ട് എറിയുകയും ചെയ്തു. പപ്പയാകട്ടെ, കാളയെ മെരുക്കുന്ന ചാട്ടകൊണ്ട് ക്രിസ്റ്റീനെ തല്ലുകയും മണൽക്കൂനയിലേക്ക് തള്ളിയിടുകയും ചെയ്തു. അവളുടെ മുറിവുകളിലേക്ക് അയാൾ മണൽ കുത്തിനിറച്ചു. മഴവായും മുള്ളുവടികളായും ഫോർക്കുകളായും വേദനകൾ ക്രിസ്റ്റീനിൽ കയറിയിറങ്ങി.

മമ്മയുടെ ഓർമദിവസംമാത്രം പെൺമക്കൾ പകൽ കണ്ടു. വെയിലിനെയും കേപ്പൾപുഷ്പങ്ങളെയും പൂച്ചക്കുഞ്ഞുങ്ങളെയും അവർ ഭയന്നും മറന്നും തുടങ്ങിയിരുന്നു. മമ്മയുടെ കല്ലറയ്ക്കരികിൽ മുട്ടുകുത്തി മടങ്ങുമ്പോൾ നാട്ടുകാരുടെ കുശലച്ചോദ്യങ്ങളെ വാക്കിങ്സ്റ്റിക്കമർത്തി പപ്പയൊതുക്കി. വില കുറഞ്ഞ പെർഫ്യൂമുകൾ കോരിയൊഴിച്ച അയാളുടെ സ്യൂട്ട് കാളമൂത്രം പോലെ നാറി.

'നാട്ടുകാരോട് പറയാമായിരുന്നല്ലോ...?

നിങ്ങളെന്താണ് ഓടി രക്ഷപ്പെടാഞ്ഞത്?' ഉദീപ് വ്യഥയുടെ തീരാക്കഥയ്ക്ക് തടകെട്ടി. വാലുതാഴ്ത്തിച്ചുരുണ്ട അയാളിലെ നായ ഓരിയിട്ടു നിവർന്നു.

പെണ്ണുങ്ങളുടെ നാവ് വെളിച്ചപ്പാടിന്റെ വാളുപോലെ പുളഞ്ഞു. അയാളുടെ ഉച്ചിയിലൂടെ പുകപാറി.

എറിഗയുടെ അൻപത്തിമൂന്നാം പിറന്നാൾ പകൽ ക്രിസ്റ്റീൻ ഓർത്തെടുത്തു. അവൾ അനുജത്തിയുടെ അശാന്തമായ മയക്കം നോക്കിയിരുന്നു. കറുത്ത് ജലം വറ്റിയ കൺതടങ്ങൾ. പേരിന് മാത്രം വസ്ത്രങ്ങളു

ള്ള അവളുടെ മെല്ലിച്ചയുടൽ. ഒരിക്കലും ഉണക്കുപിടിക്കാത്ത മുറിവുകൾ. അവയിൽനിന്നും കിനിയുന്ന ദുർഗന്ധമുള്ള പഴുപ്പ്.

ആ പിറന്നാൾരാത്രിയുടെ ഇരുട്ടിൽ ക്രിസ്റ്റീൻ തപ്പിയെടുത്തത് പാൽ തിളപ്പിക്കുന്ന വലിയ കെറ്റിലാണ്. പപ്പ എറിഗയെ കരയിച്ചുതുടങ്ങുന്നതേ ഉണ്ടായിരുന്നുള്ളൂ.

ക്രിസ്റ്റീൻ കെറ്റിൽ മാരകമായി വീശി. എൺപത് വയസ്സിന്റെ പാരവശ്യം പപ്പയുടെ അടിതെറ്റിച്ചുകളഞ്ഞു. എറിഗയുടെ നഗ്നശരീരത്തിലേക്ക് പപ്പ നെഞ്ചടച്ചുവീണു. അവൾ ചലനമറ്റുകിടന്നു.

വെളിച്ചമായപ്പോൾ, പപ്പയുടെ തലവേർപെട്ട ശരീരം കണ്ട്, എലികണക്കെ അവൾ അലമാരിയിലൊളിച്ചു. ആ ചതുരക്കള്ളികൾക്കപ്പുറം അവൾ ഒരിക്കലും വളർന്നിട്ടില്ലായിരുന്നല്ലോ?

ഉച്ചയ്ക്ക് സഹോദരിമാർ സെമിത്തേരിയിൽ പോയി മമ്മയ്ക്ക് പൂക്കൾ വെച്ചു. പിടിയൂരിമാറ്റിയ രക്തം നക്കിയ മഴു കല്ലറയിൽ വെക്കുമ്പോൾ ക്രിസ്റ്റീൻ കുരിശിലേക്ക് തലയടുപ്പിച്ചു. മഴുവിനെക്കാൾ മൂർച്ചയുള്ള ഒരുവാക്യം അവളുരുവിട്ടു. 'ആരോടും പറഞ്ഞിട്ടില്ല മമ്മാ'......! അവളുടെ നോട്ടം ഉറപ്പുള്ളതായിരുന്നു.

ഉദീപിന്റെ ഗർവ് ഒച്ചവെച്ചു. 'സ്വന്തം അച്ഛനെ കൊന്നവൾ!'

ക്രിസ്റ്റീൻ ഉദീപിന്റെ നാവ് പിഴുതെടുത്തേക്കുമെന്നുതോന്നി. 'അയാൾക്കുള്ള കഴുമരം നാട്ടാൻ എന്തിനൊരു മരം മുറിക്കണം.........?'

ആ നേരത്ത് ഹന നിരങ്ങിനിരങ്ങി ഹാളിലേക്കിറങ്ങി. അവളിരുന്ന ഗ്രാനൈറ്റുപടി കറുത്ത രക്തക്കട്ടകളാൽ വഴുക്കി. ഹനയ്ക്ക് മുഖമില്ലായിരുന്നു. വൃത്തത്തിലൊരു മാംസപിണ്ഡം! നാല്പത്തിനാലു ദിവസം ധാന്യമാവു കുഴച്ചുപ്രഹരിക്കുംപോലെ അവളുടെ മുഖം പരുവപ്പെടുത്തിയിരുന്നു. ഒരു സ്പർശംകൊണ്ട് ഹനയുടെ കവിളുകൾ പൊട്ടിയൊലിക്കുമെന്ന് ഉദീപ് ഭയന്നു. നേർരേഖകൾ പോലെ രണ്ടുവരകൾ, പിഴുതെടുക്കപ്പെട്ട പുരികത്തിന് കീഴെ അവ്യക്തമാർന്നു. അവ ഉപ്പുജലം പൊടിച്ചു. മൂക്കിന്റെ പാലം ചുണ്ടിന് മുകളിൽ നിന്ന് വേർപെട്ട് പരന്നുകിടന്നു.

'എന്റെ നഗരത്തിലെ എട്ടരയുടെ കർഫ്യൂവിന് മുൻപ് വീടെത്താൻ സൈക്കിളിൽ പറക്കുകയായിരുന്നു ഞാൻ.' ഹനയുടെ നഗ്നമായ ചുമലുകളിൽനിന്ന് പൊട്ടിയെഴുന്ന തോളെല്ലുകൾ സംസാരത്തിനൊപ്പമനങ്ങി. ഉദീപ് സ്വയമറിയാതെ കൈകൾകൊണ്ടു തന്റെ കണ്ണുകൾ മൂടി.

'കണ്ണുകൾ സ്വതന്ത്രമാക്ക്....' മുറുത ആജ്ഞാപിക്കുകയാണുണ്ടായത്.

ഉദീപ് കണ്ണുതുറന്നു. ആദ്യമായാണ് ഒരു സ്ത്രീയുടെ നഗ്നമായ മുലകൾ അയാളെ ഭയമൂട്ടുന്നത്. നീരാവിയിൽ പൊള്ളിപ്പൊളിഞ്ഞ ഹനയുടെ അടിവയർ അയാളെ വെല്ലുവിളിച്ചു. ഒരു കിളിത്തൂക്കം മാംസം മാത്രമവ

ശേഷിച്ച അവളുടെ തുടകൾ ഉദീപിലെ ആൺമൂച്ചിന്റെ ക്രമ്പൊടിച്ചു.

'വീട്ടിലേക്കുള്ള ജങ്ഷൻ വിട്ടപ്പോൾ, ഴാങ് എന്റെ സൈക്കിൾ ചക്രങ്ങളിൽ ചങ്ങലയെറിഞ്ഞുകുരുക്കി. സഹപാഠിയായിരുന്ന അവൻ എന്റെ ചിരിയാൽ മുമ്പേ ചുറ്റിപ്പോയിരുന്നു. ഴാങ് എന്നെ അനുഗമിക്കു കയും ചേർത്തുപിടിക്കാൻ ബദ്ധപ്പെടുകയും ചെയ്തു. ഭയത്തിന്റെ കരി ങ്കാലുകൾ വന്നെന്നെത്തൊട്ടു. വിജനമായ ഹബ്ബിലെ ഇരുട്ടിൽവെച്ച് ചുണ്ടോടുചുണ്ട് ചുംബിക്കാനനുവദിക്കാത്തതിന് എന്നെ മതിലിനോട് ചേർത്തുനിർത്തി ഴാങ് മുട്ടുകാൽ കഴുത്തിൽക്കുത്തി. ഒരുക്കിവെക്കപ്പെട്ട തീവ്രവേദനയുടെ കുറ്റൻകെട്ടിൽനിന്നും കിട്ടിയ ചെറിയൊരു പൊതി മാത്രമായിരുന്നു ആ മർദനം. ഴാങ് ഉടനെ പുകയില ചവച്ച് ഉന്മാദവാ നായി. ഒരു വിഴപ്പുകെട്ടായി എന്നെ തൂക്കി ചുമലിലിട്ടു. കണ്ണുതുറന്നപ്പോ ൾ ഒറ്റപ്പലകകൊണ്ടുണ്ടാക്കിയ ഉയർന്ന മച്ചിലെ നഗ്നചിത്രങ്ങളാണ് ഞാൻ കണ്ടത്. ഴാങ് ദിവസേന പത്തിലധികം പുരുഷൻമാർക്ക് എന്റെ മാംസം വിളമ്പി. അവരെന്റെ ഉടലിൽ മെഴുകുരുക്കിയൊഴിച്ചു. ഇടതുമുല പ്ലെയർകൊണ്ട് വലിച്ചുകീറി. കൺരോമങ്ങൾ കരിച്ചുകളഞ്ഞു. നഖങ്ങൾ പറിച്ചെടുക്കുകയും വിരലുകൾ ചതയ്ക്കുകയും ചെയ്തു.

എന്റെ ദിവസങ്ങളുടെ എണ്ണം തെറ്റി. കരയാൻ വേണ്ടത്ര ബോധം പോലും എനിക്കുണ്ടായിരുന്നില്ല. കൊന്നുകളഞ്ഞേക്കാൻ ഞാനവരോ ട് യാചിച്ചു. എന്റെ വേദനകളൊക്കെ നാട്യങ്ങളാണെന്ന് ഴാങ് അലറി. എന്നെ അയാൾ പടികളിലൂടെ അമർത്തിവലിച്ചു. എന്റെ കൈക്കുഴ സ്ഥാനം തെറ്റുകയും നട്ടെല്ലിൽ വിള്ളലുണ്ടാവുകയും ചെയ്തു. ഇലക്ട്രിക് വൈബ്രേറ്ററുകൾകൊണ്ട് ഴാങ് എന്റെ ശരീരമുഴുതു. ചലം പൊട്ടിയൊലിച്ചു. ഗർഭപാത്രത്തിലേക്ക് ചുറ്റിക്കുരുങ്ങിയ അതിന്റെ ആണികൾ ആർത്തവ രക്തത്തോടൊപ്പം കട്ട കൂടി.

ഴാങ്ങിന്റെ സുഹൃത്തുക്കൾ മധുരച്ചുരുട്ടും കിഴങ്ങുകളുമായി വന്നുകൊ ണ്ടിരുന്നു. മരവിച്ചയുറക്കങ്ങളുടെ അടരിലൂടെ അമ്മയുടെ കണ്ണുനീരൊലി ച്ചിറങ്ങുന്നത് ഞാൻ കണ്ടു.'

അകം ചുവന്ന, കറുത്ത കനൽക്കട്ടപോലെ ഹനയിരുന്നു. അവളുടെ ഇമകൾക്കിടയിലൂടെ രക്തമൊഴുകി.

ഉദീപിന് പൊറുതികേടായി. 'പിന്നീടെന്തുണ്ടായി.....?'

ഹനയുടെ സ്വരം തീ പൊഴിച്ചു. 'മണിക്കൂറുകളുടെ കണക്കുതെറ്റി. ദിനരാത്രങ്ങളുടെ എണ്ണം പിഴച്ചു. എന്നാൽ മജ്ജയിലും മാംസത്തിലും ഉയിരിലുമേറ്റ ഓരോ മുറിവിന്റെയും ആഴം കൃത്യമായി എനിക്ക് അളവു ണ്ട്...' നാല്പത് ദിവസത്തെ ഇരുന്നൂറ് ബലാത്സംഗങ്ങൾ ധൂമനൂലുകളായി ഹനയെ വരിഞ്ഞു.

മുപ്പത്തിയൊന്നാം ദിവസം അർധരാത്രിയിൽ ഹന മുറിയുടെ നാലു

കോണുകളിലേക്കും വലിച്ചുതള്ളപ്പെടുകയും കുടുസ്സായ പട്ടിക്കൂട്ടിൽ നാലു കാലിൽ നിർത്തപ്പെടുകയും ചെയ്തു. ഹനയുടെ മലദ്വാരത്തിൽ ഴാങ് വെടിമരുന്ന് ഇടിച്ചുനിറച്ചു. വെടി നുറുങ്ങുപൊട്ടിയപ്പോൾ മത്താപ്പ് കണ്ട കുട്ടികളെപ്പോലെ പുരുഷൻമാർ ആർത്തുചിരിച്ചു. ഹന മരവിപ്പിന്റെ ആ നാലുകാൽനിൽപ്പിൽനിന്ന് പട്ടിക്കാഷ്ഠമുണങ്ങിയ ഇരുമ്പുതട്ടിലേക്ക് മുഖം തല്ലിവീണു.

നാല്പത്തിനാലാം രാത്രി തുടങ്ങുമ്പോൾ ഹന വെള്ളത്തിനായി കേണു. ഴാങ്ങും സുഹൃത്തുക്കളും അവൾക്കുമേൽ മൂത്രമൊഴിച്ചു. പിന്നീടവളെ സ്വിമ്മിങ്പൂളിന്റെ വെറുങ്ങലിച്ച ജലത്തിലേക്കെറിഞ്ഞു. കുടലിലേക്ക് ഇരച്ചിറങ്ങിയ വെള്ളം ഹന ഛർദിച്ചു.

അവൾ മുകളിലേക്ക് നോക്കി. വീർത്തുപൊട്ടിയ കണ്ണുകൾ അരിവാൾച്ചന്ദ്രനെ കണ്ടു. ഴാങ് നനഞ്ഞ ഹനയെ തന്റെയടുത്തേക്ക് ചരിച്ചുകിടത്തി.

'ഓഹ്.... ഈ ഗന്ധം....! നാറുന്നു....!' ഴാങ്ങിന്റെ താല്പര്യമറ്റു.

ജീവിച്ചിരിക്കെത്തന്നെ ഹനയുടെ കുടലും കരളും അഴുകിത്തുടങ്ങിയിരുന്നു. ആണികൾ തറച്ചുകയറ്റപ്പെട്ട ഗർഭപാത്രം വീങ്ങിത്താണിരുന്നു. ഹനയുടെ വേദനകൾ താരസ്ഥായിയിലേക്കുയർന്നു. കണ്ണീരാൽ ക്ലാവുപിടിച്ച ഇറുകിയ കണ്ണുകൾ കൊട്ടിയടയ്ക്കപ്പെട്ടു.

മരിച്ചവരുടെ വീട്ടിലെ രാത്രി അവസാനിക്കാറായിരുന്നു. മറുത കൈയെത്താവുന്നിടത്തോളം ഹനയെ തടവി. തൊടുമ്പോൾ ഇഞ്ചിഞ്ചായി അടർന്നുപൊഴിയുന്ന ചിതൽത്തടിയായ അവളെ മറുത തളർച്ചയോടെ താങ്ങി.

സുനൈബ് തുള്ളിത്തുള്ളി പടിയിറങ്ങിവരുമ്പോൾ ഉദീപിന്റെ ബോധത്തിന്റെ ഓടാമ്പലുകൾ ഇളകിവീണു. എട്ടുവയസ്സുള്ള കോറൽബെൽപ്പൂപോലെ അവൾ വൃദ്ധയുടെ അരികിലുള്ള തീൻമേശയിലിരുന്നു. കീറിപ്പോയ വായയുടെ ഇരുവശത്തുനിന്നും ചോര ഒലിച്ചിറങ്ങി. പളുങ്കുമണിക്കണ്ണുകൾ കൊണ്ട് അവൾ എല്ലാവരെയും നോക്കിച്ചിരിച്ചു.

'നിന്റെ കണ്ണുകളിലപ്പൊഴും സ്നേഹമുണ്ടല്ലോ കുഞ്ഞേ....?' ശകാരവും വിഷാദവും ഒരുപോലെ മറുതയുടെ ശബ്ദത്തിലുണ്ടായിരുന്നു.

ഉദീപ് കൈയാമം ചെയ്യപ്പെട്ടവനെപ്പോലെ തലതാഴ്ത്തി.

ട്രോപ്പിക്കൽക്കാറ്റുകൾ തീരപ്രദേശം വലിച്ചുകൊണ്ടുപോയ ഓർമായിലെ കത്തുന്ന ഏപ്രിൽപകലിനെപ്പറ്റി മറുത പറഞ്ഞുതുടങ്ങി. ഉച്ചയ്ക്ക് മുമ്പെ സ്കൂൾ വിട്ടിരുന്നു.

മാമൂനാണ് സുനൈബിനെ കൂട്ടാൻചെന്നത്.

'മാമൂൻ....ഇതെപ്പോ വന്നു.....?' സുനൈബ് അയാളുടെ കരുത്തുറ്റ കൈകളിൽ ഇഷ്ടത്തോടെ മുഖമുരസി.

രണ്ടുവശത്തേക്കും ചീകി കിഴിയാക്കിക്കെട്ടിയ മുടി മുൻപോട്ടും പിറകോട്ടുമിളക്കി സുനൈബ് മാമൂനൊപ്പം നടന്നു.

മാമൂൻ ധൃതിയിലായിരുന്നു. കാലാവസ്ഥ അത്ര പന്തിയല്ലാത്തതിനാൽ കടകൾ പകുതിയും അടയ്ക്കപ്പെട്ടുകഴിഞ്ഞിരുന്നു.

'ഐസ്ക്രീം വേണോ....?' മാമൂൻ ചോദിച്ചു.

'ആഹാ.....' സുനൈബ് തുള്ളി.

പാർക്കിന്റെ പിന്നിലേക്ക് സുനൈബിനെ കൊണ്ടുപോകുമ്പോൾ അയാൾ വലിയ ശബ്ദത്തിൽ ശ്വസിച്ചു. ഭയന്നുപോയ കുഞ്ഞ് അയാളുടെ രോമക്കൈകളിൽ സന്ദേഹത്തോടെ പിടിക്കുകയും പേടിയാവുന്നു എന്നുരുവിട്ട് അയാളുടെ ശരീരത്തോടൊട്ടുകയും ചെയ്തു.

മാമൂന്റെ കണ്ണുകളിൽ ചോരയിരച്ചു. കുഞ്ഞിക്കൈകൾ വിട്ടുവിച്ച്, ബാബൂൽമരത്തിന്റെ തണലിലേക്ക് അയാൾ അവളെയെറിഞ്ഞു. അതിന്റെ തായ്ത്തടിയിലെ കൂർത്തമുള്ളിൽ അവളുടെ ശരീരം കോറിവലിഞ്ഞു. കൈവിരലുകളോളം വലുപ്പമുള്ള കായകൾ മുകളിൽനിന്നുതിർന്നുവീണു.

ചുഴലിക്കാറ്റുകൾ കടലിൽ ഉരുവംകൊള്ളുന്നുണ്ടായിരുന്നു. മഴ വരും മുമ്പ് ആകാശം മഴവില്ല് തൊടുത്തുവിട്ടു. നിറങ്ങളിലേക്ക് നോക്കി അവൾ കരഞ്ഞു.

'ഞാനിത് അമ്മിയോട് പറയും മാമൂനേ.....'

കവിളുകൾ വിറപ്പിച്ച് കുഞ്ഞ് ഏങ്ങലടിച്ചു.

അയാളുടെ കാരിരുമ്പുകൈകളിൽ ചൂട് ഇരമ്പിക്കയറി. കയ്യിൽ കിട്ടിയ മരക്കൊമ്പടിച്ച് മാമൂൻ സുനൈബിന്റെ വായിലേക്ക് കുത്തിയിറക്കി. ചെറുനാക്കും അണ്ണാക്കും മുറിഞ്ഞ് പുറത്തുവന്ന കരച്ചിൽ രക്തത്തോടൊപ്പം മണ്ണിൽവീണ് നിശ്ശബ്ദമായി.

മഞ്ഞപ്പൂവുകൾക്കും രക്തത്തിനുമുള്ളിൽ സുനൈബ് മരവിച്ചുകിടന്നു. അവളുടെ ഇളംപിങ്ക് ഷോർട്സ് രക്തംകുടിച്ച് ചീർത്തിരുന്നു. വസ്ത്രം ധരിച്ച് മാമൂൻ തിരിയാൻനേരം സുനൈബ് ഞരങ്ങി. അയാൾ ഭയത്തോടെ തിരിഞ്ഞു. അവളുടെ വായിൽനിന്ന് മരച്ചില്ലയൂരി വലിച്ചെറിഞ്ഞു. സുനൈബിന്റെ മൂക്കിലൂടെയും കണ്ണിലൂടെയും ചോര പുറന്തള്ളപ്പെട്ടു. കനത്ത ബൂട്ടുകൾകൊണ്ട് അയാൾ അവളുടെ നനുത്ത മുഖം ചതച്ചു. വായിൽ നിറഞ്ഞ രക്തത്തോടൊപ്പം മുൻപല്ലുകൾ മോണയിൽ നിന്നും വേർപെട്ട് ആമാശയത്തിലേക്കിറങ്ങി. സുനൈബിന്റ ചാവുരക്തം മണത്ത് ചാഴികൾ വന്നു.

പരേതരുടെ വീട്ടിലേക്ക് നേരിയ വെട്ടം നുഴഞ്ഞുകയറാൻ ശ്രമിക്കുന്നുണ്ടായിരുന്നു. ഉദീപ് മുൻവാതിലിനരികിലേക്ക് നീങ്ങി ഓടാമ്പൽ നീക്കാൻ ശ്രമിച്ചു.

'നീയെങ്ങോട്ടാണ്....?' മറുത ശബ്ദം മുഴക്കി.

'ബല്ലാവ്പൂരിലെത്തണം. യുവിയെ കാണണം....' ഉദീപ് ശ്വാസംമുട്ടലോടെ പറഞ്ഞു.

'എത്തിക്കാം. പതിനൊന്നുനാളിനുശേഷം....' മറുതയുടെ വാക്കുകൾ ശവംതീനിയീച്ച കണക്കെ അയാൾക്കുചുറ്റും വട്ടംകറങ്ങി.

ചാണകവും ഗോമൂത്രവും, നെയ്യും തൈരും പാലും ചേർന്ന് പഞ്ചഗവ്യം തളിച്ച് അടിച്ചുതുടച്ച തന്റെ ഭോംഗയുടെ ഗന്ധം ഉദീപിലേക്കെത്തി. യുവി, ഭിത്തിയിൽ അടിച്ചുരുക്കിയ പടത്തിലെ ബാബയെ നോക്കി അമറിക്കരയും. യെമ, വെളുത്ത സാരിയണിഞ്ഞ് വളകൾ ഉടച്ച് ഒറ്റമുറിയുടെ ചീയുണത്തോട് മുഖംചേർക്കും. അയാളുടെ നെഞ്ചിനുള്ളിൽ അമിട്ട് പൊടിഞ്ഞു.

'വേദനിപ്പിക്കുന്നവൻ വേദനയറിയണ്ടേ?' ചിതറിയോടുന്ന മാനുകളുടെ പടംതുന്നിയ മങ്ങിയ സാരി മറുത തലയിലേക്ക് വലിച്ചിട്ടു.

'ഞാൻ.....ഞാനെന്തുചെയ്തു? ഈ പെണ്ണുങ്ങൾ....! ഇവറ്റകളെ ഞാൻ കണ്ടിട്ടുപോലുമില്ല.' ഉദീപ് തുരുമ്പുതിന്ന വാതിൽക്കുറ്റികളിൽ ആഞ്ഞടിച്ചു.

പൊടുന്നനെ അവ സ്വതന്ത്രമായി. ആശ്വാസത്തോടെ അയാൾ വാതിൽ തുറന്നു.

'എന്നെയും നീ കണ്ടിട്ടില്ലേ?' ഉദീപ് ഞെട്ടിത്തിരിഞ്ഞു. അയാളുടെ മുണ്ട് കുത്തഴിഞ്ഞുനിലത്തുവീണു. തുറന്നതിന്റെ രണ്ടിരട്ടിബലത്തിൽ വാതിലുകൾ അയാളെ പ്രഹരിച്ചുചേർന്നടഞ്ഞു.

'ആരാണ്...ആരാണ് നീ?' ഉദീപ് പരിഭ്രാന്തനായി. 'എനിക്ക് നിങ്ങളെ അറിയില്ല....' അയാൾ തലമുടി വലിച്ചുപൊട്ടിച്ചു.

'അത് സത്യമാണ്....നിനക്കെന്റെ മുഖം...എങ്ങനെയറിയാൻ... ?!' മറുത ചുണ്ടുകോട്ടിച്ചിരിച്ചു.

'ഈ ശരീരം നീ എങ്ങനെ മറക്കും?' മറുത എരിഞ്ഞു.

ഉദീപ് അർധനഗ്നനായി മലർന്നുവീണു. കൃത്യം ആറടി!

'മരണം എല്ലാവരെയും തുല്യരാക്കുന്നു...' പെണ്ണുങ്ങൾ അമറിപ്പറഞ്ഞു.

'മരിക്കുംമുമ്പ് എനിക്കൊന്നു കുളിക്കണം....' ഉദീപ് പല്ലിറുമ്മി. മരിച്ചവരുടെ ഉടൽസ്രവങ്ങൾ അയാളിൽ ഉണങ്ങിമണത്തു.

അഞ്ചുരാവിന് മുൻപുള്ള ഓർമക്കിണറ്റിലേക്ക് ഉദീപ് പാതാളക്കരണ്ടിയിറക്കി.. അന്ന് സെമിത്തേരിയിലെ കല്ലറ ലോഹക്കമ്പികൊണ്ട് ഇളക്കുമ്പോൾ കുടുങ്ങിച്ചതഞ്ഞ ഇടത്തെയറ്റത്തെ കൈനഖം വല്ലാതെ ചോര പൊടിച്ചിരുന്നു. ചിതറിയോടുന്ന മാനുകളുടെ പടംതുന്നിയ മങ്ങിയ സാരി വലിച്ചുപൊന്തിക്കുമ്പോൾ, കല്ലിച്ചുപോയ വൃദ്ധയുടെ കൈകൾ ഉദീപ് പൊട്ടിച്ചുനിവർത്തി. അവരുടെ കൈയിൽ പിടിപ്പിച്ച ജപമാല കത്തിത്തീർന്നിട്ടില്ലാത്ത മെഴുകുതിരികൾക്കിടയിൽ ചെന്നുവീണു. ശവ

പ്പെട്ടിയിൽ ഓർമപ്പുസ്തകവും പഴയൊരു ആൽബവും സെന്റ്കുപ്പികളും ഉണ്ടായിരുന്നു. അവയ്ക്ക് കുറുകെ ഉദീപ് അവരെ മലർത്തിയിട്ടു. കാട്ടുപട്ടികൾ അറപ്പോടെ വഴിമാറി ദൂരേക്കോടി. വല്ലാത്തൊരാസക്തിയുടെ ഇരുട്ടിലൂടെ അയാൾ കിതച്ചുവീണു.

പെണ്ണുടലുകൾ നരിച്ചീറുകളായി വന്ന്, ഉദീപിനെ ഓർമ്മകളുടെ വലക്കണ്ണിയിൽ നിന്നുവിടുവിച്ച് മുകൾനിലയിലേക്ക് വലിച്ചുകയറ്റാൻ തുടങ്ങി.

'മരണം ഏതുപെണ്ണിന്റെ വേദനയാണ് അവസാനിപ്പിച്ചിട്ടുള്ളത്...!' മറുതയുടെ മുടി വെള്ളിയലകൾ വിടർത്തി. മേശമേൽ കൈകുത്തി ആ വൃദ്ധ എഴുന്നേറ്റു. വേച്ചുവേച്ച് അവർ നീങ്ങി.

തൊലിയുരിച്ചുകളഞ്ഞ അവരുടെ ഇരുതുടകൾക്കുമിടയിൽ കൈവണ്ണമുള്ള ഒരിരുമ്പുദണ്ഡ് ചുട്ടുനീറി...!

മൃതദേഹങ്ങൾ

പ്രസവിച്ച പെണ്ണിനെപ്പോലെയായിരുന്നു അപ്പോൾ ആകാശം. അടുത്ത് പകുതിയുറക്കമാണ്ട ഒരമ്പിളിക്കുഞ്ഞ് മയങ്ങിക്കിടന്നു. രക്തത്തിൽ പൊതിർന്നതുപോലെ മേഘത്തലപ്പുകൾ കടുംചുവപ്പാർന്നു. പതിയെപ്പതിയെ മാനത്തിന്റെ വിളർച്ചയിലേക്ക് ഇരുട്ട് വെടിച്ചുകീറി. തണുപ്പ് ഇഴയിട്ടു. നഗരങ്ങളിൽമാത്രം ചുറ്റിത്തിരിയാറുള്ള പെപ്പറിക്കാമണമുള്ള കാറ്റ്, വായുവിൽ ചിതറിക്കിടന്നു.

ട്രാഫിക്ജാമുകളിൽ പെടുമ്പോഴുള്ള ഞൊടിനേരത്തെ നിശ്ചലതയുടെ അസഹ്യത, വാഹനങ്ങളിരപ്പിച്ച കുടഞ്ഞെറിയാൻ ശ്രമിക്കുന്ന നഗരക്കൂട്ടങ്ങൾ. ചില്ലുവണ്ടികൾക്കുള്ളിൽ നുരയുന്ന അസ്വസ്ഥതകൾ. രാത്രിയുറക്കമില്ലാത്ത നിയോൺ വൈദ്യുതിക്കാലുകൾ.

വമ്പൻമാളുകളിലെ പ്രകാശത്തോരണങ്ങൾ 'ഇനിയൊരങ്കത്തിനുണ്ട്' എന്ന മട്ടിൽ മത്സരിച്ചുമിന്നി മനുഷ്യരുടെ കണ്ണിൽ കുത്തി. അടച്ചുറപ്പിച്ച ഫുഡ്കോർട്ടുകളിൽ അച്ചടക്കത്തോടെ നിരക്കുന്നത് അറബി-ചൈനീസ് രുചികളാണ്. തട്ടുകടകളിൽ മൊരിഞ്ഞുമണക്കുന്നത് ഒറ്റക്കണ്ണൻ ബ്രോയിലർ മുട്ടകൾ. പിന്നെ, കേനിയൻ നിറം ചേർത്തു മാദകത്വം കൂട്ടിയ പോത്തുമാംസത്തിന്റെ മസാലനൃത്തങ്ങൾ!

ബസ്ഹബ്ബിലേക്കുള്ള ഇടവഴിയിൽനിന്ന് ഇറങ്ങിവരുന്നത് പോലും ചിന്നനുമാണ്. പുറകിൽ വട്ടകമുല്ലപ്പൂവിന്റെ കാട്ടുഗന്ധം ഓളംവെട്ടി. വിലകുറഞ്ഞ മെയ്ക്കപ്പിന്റെയും നിറം കടുത്ത ചേലകളുടെയും ത്രസിപ്പുടലുകൾ, തിരക്കൊഴിഞ്ഞ ഇരുട്ടുവക്കുകളെ ലക്ഷ്യംവെച്ച് രാത്രിസഞ്ചാരം തുടങ്ങുന്നത് അവർ കൊതിയോടെ കണ്ടു.

'പോളേട്ടാ.....വല്ലതും കഴിക്കണ്ടേ...?' ചിന്നൻ 'റ' പോലെ കോടിയ തന്റെ വയർ കൊട്ടിപ്പാടി.

'കാഞ്ഞ വയറ്. അതുക്കുംമേലെ വാറ്റ്. കാറ്റ് പോവാനതു മതിയപ്പാ....'വരണ്ട ചുമയോടെ പോൾ അടുത്ത ആശുപത്രിവാസമുറപ്പിച്ചു. അയാളുടെ പഴുത്ത കുടലിൽ അമ്ലം നുരഞ്ഞു.

ആദാമിന്റെ ബ്രഡ്ഫാക്ടറിയുടെ കെട്ടിടഭിത്തിയോടു ചേർന്ന രംഗീലയുടെ തട്ടുകടയിലേക്ക് ഇരുവരും നടന്നു. പൊളിഞ്ഞുതുടങ്ങിയ പ്ലാസ്റ്റിക് വട്ടമേശകളിൽ കൊതിപ്പിക്കുന്ന മാംസഉലർത്തുകൾ. ആട്ടിൻകരളിനെ ചുറ്റിപ്പൊതിയുന്ന കട്ടച്ചോരനിറത്തിലുള്ള ചാറാണ് പോളിനിഷ്ടം.

'അഞ്ചാറ് മൊരിഞ്ഞ ദോശ...'

വികടച്ചിരിയോടെ പോൾ നാക്കിളക്കി. വയറുലച്ചുകൊണ്ട് രംഗീല കഴിക്കാൻ വിളമ്പി. പോളിന് ശരീരം മുഴുവൻ വിശന്നു. അവൾ തിരിഞ്ഞുനടന്നപ്പോൾ പോളിന് കുറച്ചധികം ദാഹിച്ചു. അവന്റെ കുടലെരിഞ്ഞു. വാറ്റും ദോശപ്പുളിപ്പും ആട്ടിൻചാറും ഉലഞ്ഞുഴഞ്ഞ് വല്ലാത്തൊരു ഗന്ധത്തോടെ പ്ലേറ്റിലേക്ക് തെറിച്ചുവീണു.

'ബ്ലാ....!'

'ഹൗ..... എന്റെ പോത്തുറോസ്റ്റ്.....!' ചിന്നൻ മികച്ച ടൈമിങ്ങിൽ അവന്റെ പ്ലേറ്റ് വലിച്ചിരുന്നു.

രംഗീല കാറ്റുപോലെ എത്തി. തീപോലെ നിന്നുകത്തി. സഹമേശക്കാർ മനംപുരണ്ട് കൈകുടഞ്ഞ് എണീറ്റു. അവൾ ക്ഷോഭത്തോടെ പ്ലേറ്റ് അഴുക്കുപിടിച്ച പ്ലാസ്റ്റിക് ബേസിനിലേക്ക് കുടഞ്ഞിട്ടു.

കുറ്റം പറയരുതല്ലോ വിളമ്പിയവളുടെയും കഴിക്കുന്നവരുടെയും മൂക്കടിച്ചുപോവുന്ന ഒരസ്സൽ ഛർദ്ദിയായിരുന്നു അത്..!

പണം കൊടുത്ത് പോൾ നിസ്സഹായത നടിച്ചു. 'എണ്ണീര്....എണ്ണീച്ച് പോ'...... എന്നാദ്യവും, 'പോ.....പോയ് കുടിച്ച് ചാവ്' എന്ന് രണ്ടാമതും രംഗീല പുലമ്പിപ്പെയ്തു.

ഈ പെണ്ണിന് തന്നോട് സ്നേഹമോ ഈർഷ്യയോ...?

പോളിന് ഒരെത്തുംപിടിയും കിട്ടിയില്ല.

തണുപ്പിന്റെ തുള്ളികൾ ടാർറോഡിലേക്ക് ഉരുണ്ടുവീണുകൊണ്ടിരുന്നു. ഷട്ടറിട്ടുതുടങ്ങുന്ന തുണിക്കടത്തിണ്ണകളിൽ ശയ്യ പിടിക്കാൻ നായ്ക്കളും ഭിക്ഷക്കാരും തിരക്കുവെച്ചു. ഉറക്കം! അതിന്റെ പതുപതുത്ത നാടവാലുകൾ തൊട്ടുതൊട്ട് ആഴത്തിലേക്ക് പൂണ്ടുപോകുന്നു എല്ലാജന്മങ്ങളും.

കോർപ്പറേഷൻ കൊത്തിപ്പണിത റോഡിലെ കുണ്ടുകുഴികളിൽ അന്നുച്ചയ്ക്ക് സമരക്കാർ നട്ട വാഴ മറിഞ്ഞുകിടന്നു. ആവേശത്തോടെ തൈ ഉറപ്പിക്കാൻ നീണ്ടുചെന്ന പോളിന്റെ കൈകൾ തട്ടിയകറ്റി ഒരുവൻ

കണ്ണിട്ടുരുട്ടി. 'നീ ഇവിടുത്തുകാരനാണോ....?' അയാൾക്ക് ഉത്തരം ആവശ്യമില്ലെന്ന പോളിനുതോന്നി. ഉച്ചസൂര്യൻ പോളിന്റെ ഉച്ചിയിൽ തീപ്പൊരി മിന്നിച്ചു. അയാൾ ചോദ്യങ്ങളുടെ ഒരു റൗണ്ട് വെടി പൂർത്തിയാക്കി.

'മാറി നിൽക്ക്....ഛീ.....മാറിപ്പോ...' വിചാരണയ്ക്ക് തീർപ്പുപറഞ്ഞ് മുദ്രാവാക്യം വിഴുങ്ങി അയാൾ നടന്നുപോയി.

'ത്ഫാ.....' അന്നുച്ചയ്ക്കത്തെ ഈർഷ്യയിൽ പോൾ കാറിത്തുപ്പി. പോരാത്തതിന് വാഴയ്ക്കിട്ട് ഒരു ചവിട്ടും വെച്ചുകൊടുത്തു. കഥയറിയാതെ കണ്ട ആട്ടമാണെങ്കിലും ചിന്നന് ചിരിവന്നു.

അവർ ബാങ്ക്റോഡിനടുത്തുള്ള ട്രാഫിക്ഐലന്റ് ചുറ്റി പിസാഹട്ടിലേക്കുള്ള ഫുട്പാത്തിലേക്ക് കയറി.

'അറ്റ്ലാന്റ്...?' ചിന്നൻ നെറ്റി ചോദ്യചിഹ്നമാക്കി.

'പൊന്നരളിക്കൊമ്പിലെ

കിളിയേ പറയൂ...

നിന്റെയുള്ളു നിറയെ പ്രണയമോ....' പോൾ മറുപാട്ട് പാടി ചിന്നന്റെ മുഖം തൊട്ടു.

അറ്റ്ലാന്റ്! പിസാഹട്ടിനടുത്തുള്ള നീല അപ്പാർട്ട്മെന്റ്! കോർപ്പറേഷന്റെ റീസൈക്ലിങ് ശാഖ അതിന്റെ നേരെ എതിർദിക്കിലാണ്. പകലൊടുങ്ങുംവരെ കരാർത്തൊഴിലാളികൾക്കൊപ്പം പോൾ കൈയാളാവും. കുപ്പകൾ ഇനംതിരിച്ച്, നിറച്ച്, ലോറിയിൽ കയറ്റണം. ഇരുട്ടിനുമുമ്പ് ആണ്ടി ചില്ലറ എന്തെങ്കിലും പോളിന് കൊടുക്കും. ആ നക്കാപ്പിച്ച അവന്റെ ഉള്ളംകൈയിലിരുന്ന് കത്തും. ചപ്പുചവറിൽ തലയിട്ടുപായുന്ന ചാവാലിപ്പട്ടികളെ പോൾ അസൂയയോടെ നോക്കും. അവ എന്തഭിമാനികളാണ്.!

'കൂടുതൽ ചിലച്ചാൽ നാളെ പണിക്കു വരണ്ട.....' ആണ്ടി മുറുക്കാൻ ചവച്ചുതുപ്പിപ്പറയും.

കാശിന് അധികം പേശാൻ നിൽക്കാതെ ഉള്ളതുംകൊണ്ട് പോൾ സ്ഥലം കാലിയാക്കും. കുളികഴിഞ്ഞാൽ ദേഹം ക്ഷീണത്തിന്റെ പൂഴിമണ്ണിൽ നിലവിടും. പിന്നെ കുടിയാണ്. ബോധമറ്റു വീഴുമെന്നുതോന്നും. എന്നാൽ ഒടുങ്ങാത്ത ആവേശം നരഞ്ഞുകയറിവരും.

'മനസ്സിലെ കിളിമരച്ചോട്ടിൽ

ഒരു മയിൽപ്പീലി വിരിഞ്ഞു.....'

പോളിന്റെ തൊണ്ട ഒരു മൂളിപ്പാട്ട് മെരുക്കി. ഇടിവെട്ടി വളർച്ച നിലച്ച ഒരു ചെന്തെങ്ങ് മതിലിനരികിൽ ചാഞ്ഞുനിൽപ്പുണ്ട്. മിന്നൽ

പിണഞ്ഞ അതിന്റെ തലമണ്ട 'അറ്റ്ലാന്റ'യുടെ കോമ്പൗണ്ടിലേക്ക് മട ലുകൾ വീഴ്ത്തി.

ചാഞ്ഞ തെങ്ങിന് പാലമാകാനാണോ പാട്?!

കള്ളൻദേഹം പരമാവധി ചായ്ച്ച് തെങ്ങ് പോളിനോട് സഹകരി ച്ചുപോന്നു. അതായത്, ഇത് 'അറ്റ്ലാന്റ'യിലേക്കുള്ള പോളിന്റെ കന്നി പ്രവേശമല്ല. പോളിനറിയാം തെങ്ങിലൂടെ തെന്നിയിറങ്ങിച്ചെല്ലുന്നത് വലിയൊരു വാട്ടർ ടാങ്കിനടുത്തേക്കാണ്. അതൊരു ഉഗ്രൻ മറവാണ്. എത്രനേരം വേണമെങ്കിലും ഇരുട്ടിൽ കുത്തിയിരിക്കാം.

ഏഴുനില അപ്പാർട്ടുമെന്റിന്റെ ബാത്ത്റൂമുകളിൽ വെളിച്ചം തെളി യുന്നതും കെടുന്നതും പോൾ കണക്കുകൂട്ടും. ഒരൊളിഞ്ഞുനോട്ടക്കാരന് ഗണിതശാസ്ത്രജ്ഞന്റെ കൂർമ്മത വേണമെന്ന് എത്രപേർക്കറിയാം!

'ഒതുക്കുകല്ലുകളിറങ്ങുന്ന തമ്പുരാട്ടി...
നിന്റെ മിഴിപ്പൂവിലഴകുള്ള ചിത്രക്കിളി
അതുചിലയ്ക്കുന്നോ....?
എന്നെ വിളിക്കുന്നോ....?'

വിളികേട്ടതുപോലെ ഇന്റർലോക്ക് നിലത്തിലൂടെ പോൾ ഇഴഞ്ഞു.

കുഴൽക്കിണർ...

കമ്പോസ്റ്റ്പിറ്റ്....

സെപ്റ്റിക് ടാങ്ക്...! കടമ്പകൾ കടന്ന് പോൾ ഇരുട്ടിലേക്ക് പാമ്പായി ശിരസ്സുയർത്തി.

ഒഴിഞ്ഞുണങ്ങിക്കിടക്കുന്ന കമ്പോസ്റ്റ്പിറ്റിന് പോൾ ഒരു തൊഴി വെച്ചുകൊടുത്തു. ചവറ്റുകുനയിൽനിന്ന് പച്ചക്കറിബാക്കിയും പൊടിയും മുടിയിഴകളും എണ്ണത്തുണികളും തീപ്പെട്ടിക്കോലും രക്തമുണങ്ങാത്ത നാപ്കിനുകളും അപ്പിയുണങ്ങിയ ഡയപ്പറുകളും വേർതിരിക്കുന്നത് അവനാണ്. അളിഞ്ഞതും അരിഞ്ഞതുമായ അടുക്കളയെച്ചിലിനൊപ്പം പഴകിയ രക്തം നാറുന്ന സാനിട്ടറി പാഡുകൾ ചുരുട്ടിവെയ്ക്കുന്ന പെണ്ണുങ്ങ ളോടുള്ള അമർഷം അവൻ നാവിലിട്ട് ചവച്ചു.

മദിപ്പിക്കുന്ന ലേപനങ്ങളുടെ ഗന്ധമൂറുന്ന പതുപതുത്ത സീറ്റുള്ള ഇറക്കമതി വാഹനങ്ങൾ. പോറലുകളില്ലാത്ത അതിന്റെ ലോഹയുടൽ. പോൾ അതിൽ കോറിവരച്ചു.

പെണ്ണുങ്ങളുടെ മിനുത്ത മുഖം. ചേറുപുരളാത്ത ദേഹം. 'ത്ഫൂ...' നീട്ടി ത്തുപ്പിൽ പോൾ ഒരു ടൂവീലർ കൂടി നാറ്റിച്ചു.

ഏഴാം...നില...ഒത്തമുകളിൽ! ബാത്ത്റൂമിന്റെ വെന്റിലേഷൻ ജനാല പുതിനയുടെ സത്തുള്ള ഒരു ആഫ്റ്റർഷേവ് ലോഷന്റെ മണം പ്ര സരിപ്പിച്ചു.

'മിഴിയിലെന്തേ മിന്നി....

കന്നിമോഹതുഷാരം....' പോളിന് കിതപ്പ് തുടങ്ങി.

'വെള്ളം വീഴുന്ന ശബ്ദമുണ്ടോ....?' അവൻ മൃഗത്തെപ്പോലെ ചെകിടിലെ ചെറിയ അസ്ഥികൾ ചലിപ്പിച്ചു.

ഫോൺ അരയിൽ തിരുകിയുറപ്പിച്ച് യജ്ഞം തുടങ്ങുംമുമ്പ് പോൾ സെക്യൂരിറ്റിക്കെട്ടിടത്തിന്റെ ഓരം ചുറ്റി ഒന്നുപോയി. രാത്രിനേര കാവൽക്കാരൻ ചെറുപ്പമാണ്. നല്ലത്! ചാറ്റ്ബോക്സുകൾ തലനീട്ടുന്ന ഫോണുള്ളപ്പോൾ അയാൾ പുലരുവോളം; അല്ല പുലർന്നാലും തലപൊന്തിക്കില്ല. പോൾ ഹരംകൊണ്ടു.

'മഞ്ഞുവീണ പുൽപ്പാതയിൽ

തീകായുന്ന

വെണ്ണിലാവിനുന്മാദമോ....?' പോൾ വെള്ളിടിയോടെ പാടി. രാത്രിനേരങ്ങൾ പാട്ടിന്റെ പുഷ്കലകാലങ്ങളാണ്, പോളിന്.

അപ്പാർട്ടുമെന്റിന്റെ തടിച്ചേഴുന്ന വിസർജ്ജ്യപൈപ്പുകളിലൊന്നിൽ പോൾ പിടുത്തമിട്ടു. ഏഴാംനില....!

നെറ്റിയിൽ പൊടിഞ്ഞ ഭയത്തെ ഊതിയടക്കി പോൾ കെട്ടിടത്തിന്റെ നീലയുടലിലേക്ക് കയറിത്തുടങ്ങി.

ഏത് ആരോഹകന്റെയും തുടക്കം വിറയലോടെയാണ്. പേടി ചങ്കിൽ ചുറ്റും. ദാഹം തൊണ്ടയിലൊട്ടും. വിയർപ്പ് നെറ്റിയിൽ വല വിരിക്കും. പോകപ്പോകെ പേശികൾ വഴങ്ങും. ശരീരം ഉയരത്തെ കവച്ചുവെക്കും.

പോൾ മൂന്നാംനിലയിലെ ജനാലയിലൂടെ ഒന്നു പാളിനോക്കി. ഉറക്കത്തിനുള്ള ഒരുക്കം തുടങ്ങിയ സ്മിത. പോളിന്റെ രോമങ്ങൾ ത്രസിച്ചു.

നാലാം നിലയിലെ ഷീലയക്ക തുണിമടക്കുന്നു. അഞ്ചാംനിലയിലെ നിർമ്മലാന്റി ലാപ്ടോപ്-സമാധിയിലാണ്. ആറാം നിലയിലെ കോളേജ്സുന്ദരികൾ ഷേവിങ്ങും മാനിക്യൂറും ചെയ്യുന്നു. പോളിന്റെ കൈകൾ ഒന്നയഞ്ഞു. നാളെ ഓരോ മുറിയിൽനിന്നും കുഴഞ്ഞു പുറത്തുവരാനിരിക്കുന്ന അഴുക്കിന്റെ ചാലുകളെയോർത്തപ്പോൾ പോൾ മയമില്ലാതെ പുലമ്പി. 'നാശങ്ങള്...!'

ഏഴാംനിലവഴി ശ്വസിക്കുന്ന യക്ഷിയെന്നു തോന്നിച്ചു അറ്റ്ലാന്റ. തന്റെ സ്പർശത്താൽ അതിന്റെ ഉടൽ ചൂടുപിടിക്കുന്നുവെന്ന് പോളിന് തോന്നി.

'ഈ മൗനമുത്തേങ്ങലാരോമലേ....

ഒളിച്ചുവയ്ക്കുന്നു ഞാൻ

നിനക്കു കൈമാറുവാൻ...'

പോൾ പാരപ്പെറ്റിലേക്ക് ഇടതുകാലിന്റെ പെരുവിരലൂന്നി ബാത്റൂമിന്റെ വെന്റിലേഷൻ ജനാലയിലേക്ക് പിടിമുറുക്കി. തുരുമ്പ് നക്കിയ കമ്പികൾ. ഏഴാംനിലയിലേത് പുതുതാമസക്കാരാണ്. അപരിചിതത്വം പോളിനെ മത്തുപിടിപ്പിച്ചു. കാണാൻ പോകുന്നത് പുതുമയുടെ പൂരമാണ്.

കുളിമുറിയകം ഈർപ്പം നിറഞ്ഞിരുന്നു. ചൂടുവായു. ഹാർപ്പിക്ബോട്ടിലിന്റെയും ഷാമ്പൂകുപ്പിയുടെയും ഷേവിങ്ക്രീം ഡപ്പികളുടെയും രക്തചന്ദനപ്പാക്കറ്റുകളുടെയും ഇടയിലൂടെ കിട്ടിയ വിടവ്. പോൾ സൂക്ഷ്മം നോക്കി. ആരുമില്ല. നാശം!

പോൾ കിഴക്കോട്ട് നോക്കി. കാഴ്ച മറയ്ക്കുന്ന ഫ്ളക്സ് ബോർഡുകൾ. അതിനപ്പുറം ചവറ്റുനിലം.

പോൾ പടിഞ്ഞാട്ട് നോക്കി. ഒഴിഞ്ഞുകിടക്കുന്ന തുണിഫാക്ടറി.

പോൾ തെക്കോട്ട് നോക്കി. സൂപ്പർമാളിന്റെ പിന്നാമ്പുറം.

പോൾ വടക്കോട്ട് നോക്കി. ഒഴിഞ്ഞ ആകാശത്ത് ഒരു നാണയം.

'ആതിരനിലാപ്പൊയ്കയിൽ
നീരാടിപ്പോകും
രാജഹംസമേ....കണ്ടുവോ....?'

പോളിന്റെ പാട്ടിലെ നീരാട്ടിനും നിലാവിനുമിടയിലേക്ക് ഒരു സ്ത്രീ കയറിവന്നു. അവൾ വസ്ത്രമഴിച്ചുതുടങ്ങി.

'ഇവളോ രാജഹംസം! വീർത്തുവലിഞ്ഞ വയറുണ്ടെന്നതൊഴിച്ചാൽ അവളെ കാണാൻ നാടവിര പോലെയുണ്ട്. പോൾ നിരാശനായി.

കുനിഞ്ഞുനിന്ന് അവർ മുടി കഴുകി. നീളൻ മുടി. ചെമ്പിഴകൾ. നരകൾ. അവൾ നാരങ്ങാമണമുള്ള സോപ്പിനായി കൈയെത്തും നേരത്ത് പോൾ കുനിഞ്ഞുകളഞ്ഞു. നിവരുമ്പോഴേക്ക് അവൾ അപ്രത്യക്ഷയായി!

'ഛെ....!' പോൾ പല്ലിറുമ്മി. അയാൾ അസ്വസ്ഥനായി. മിനിട്ടുകൾ നിരാശ ചുമലിലേന്തിക്കൊണ്ടുവന്നു.

ഒന്നുത്സാഹിക്കാനായി കഴിഞ്ഞവാരം കണ്ട ഹോസ്റ്റൽക്കുളിമുറികൾ പോൾ റിവൈൻഡ് ചെയ്തു.

ഓരോ പെണ്ണും ഓരോ ഗന്ധമായി പോളിന്റെ കാഴ്ചയിലേക്ക് കയറിവന്നു. അവരിലെ നിറങ്ങൾ അഴിഞ്ഞുവീണു. അവരിലെ അഴുക്കുകൾ സോപ്പിൽ പതഞ്ഞു. ഷവർജലത്തോടൊപ്പം പോളിന്റെ കണ്ണുകൾ കലങ്ങിമറിഞ്ഞു. ഉടലിന്റെ ഗന്ധവും ഉഷ്ണത്തിന്റെ നീരാവിയും പോളിന്റെ കൃഷ്ണമണികളിൽ മറ്റൊരു കുളിമുറിയകം സൃഷ്ടിച്ചു. വിയർപ്പുമണങ്ങളിലേക്ക് പോൾ മൂക്ക് വിടർത്തി. തോർത്തിയുണങ്ങുന്ന വെളുപ്പും കറുപ്പുമായ പെൺശരീരങ്ങൾ. പോളിന്റെ കാലുകൾ ഇരുമ്പുഗോവണിക്കുള്ളിൽ

വിറപൂണ്ടു. അവൻ ഇക്കിളിപ്പെട്ടു. ആർത്തിപ്പെട്ടു. ചിലപ്പോഴൊക്കെ അയാളുടെ തൊണ്ട നനഞ്ഞു. പെൺകുളിമുറിക്ക് പിന്നിൽ കുറുക്കൻലാക്കോടെ അവൻ നാലുകാലിൽ നിന്ന് പതിയെ ഓളിയിട്ടു. അവന്റെ മൂക്ക് തിരിച്ചറിഞ്ഞു; ഓരോ സോപ്പിനുമുരഞ്ഞ് അലിഞ്ഞുപൊതിയാനുള്ള പെൺദേഹം. അന്നന്ന് കാണാനുള്ള ശരീരം, ഗന്ധംപിടിച്ച് അവൻ തെരഞ്ഞെടുത്തുപോന്നു.

മാംസമൊഴിഞ്ഞ ഒച്ചിൻകൂടായും ആകെക്കുളിർന്ന വൻമരമായും പോൾ ഓരോ തവണയും ഗോവണിയിറങ്ങി. 'ഇനിയൊരിക്കലുമില്ല' എന്ന് ചിന്നന്റെ ഉച്ചിയിലടിച്ച് സത്യംവെച്ചു. നിർവികാരപ്പെട്ടു.

'അമ്മയെ ഓർത്താ കുറ്റബോധം ചങ്കിനുകുത്തും പോളേട്ടാ...' ഫോണിൽ തെളിഞ്ഞ നഗ്നശരീരത്തെ നിശ്ചലമാക്കി തിരികെത്തന്നിട്ട് ചിന്നൻ ഒരിക്കൽ സെന്റിമെന്റലായി. ചിന്നന്റെ വാക്കുകൾ പോളിനെ തെല്ലധികം പരിഭ്രാന്തനാക്കി.

'അമ്മയില്ലാത്തവന് കുറ്റബോധോം പൊക്കണോം ഒന്നുമില്ലെടാ.... നമുക്കൊന്നും ചങ്കില്ല. അതൊക്കെ വാടിയുണങ്ങി...' പോളിന്റെ കൈകൾ ഹിമംപോലുറഞ്ഞു. അവൻ ചിന്നനെ ചേർത്തുപിടിച്ചു. അവന്റെ തൊണ്ടയിൽ സങ്കടം കല്ലിച്ചു. അന്ന് ഉറക്കം പോളിനെ ചവിട്ടിപ്പുറത്താക്കി. ഒരു ദയയുമില്ലാതെ അവനെ ഓർമകൾക്ക് വിട്ടുകൊടുത്തു.

കരിമന്ത് പടർന്ന ബലത്ത കാലുകൾ അമ്മയെ ചുവരിനോട് ചേർത്ത് മെതിക്കുന്നതിന്റെ ശബ്ദം അവന്റെ കാതിലലച്ചു. എല്ലുകൾ നുറുങ്ങുന്നതിന്റെ ഒച്ച, ഇടർച്ചപോലെ തോന്നിച്ചു.

ബെത്‌ലഹേമിലേക്കും ഈജിപ്റ്റിലേക്കും ഇസ്രായേൽദേശത്തേക്കും ഗലീലീയായിലേക്കും വിശുദ്ധമേരി നടത്തിയ ദുരിതയാത്രകളെപ്പോലെ, പോളിന്റെ അമ്മയും ഗർഭകാലത്ത് പലയിടങ്ങളിലായി വെരകിനടന്നു.

കന്യക ഗർഭം ധരിച്ചുണ്ടായ 'വിശുദ്ധ'നായിരുന്നു പോൾസാം!

'പതിതമാം വഴിയിലെ

തിരുസഭാ പഥികരേ

മോക്ഷവഴിയെ

യാത്രയിനിയേറെ.....' കുന്തിരിക്കപ്പുകയുമായി വന്ന് ഓർമകൾ പോളിന്റെ മൂക്കിലുരസി.

അപ്പോഴേക്കും കുളിമുറി അനക്കംവെച്ചു. സ്ത്രീ കുളി തുടർന്നു. അലക്കിവെള്ളപ്പിക്കലും ഒലുമ്പലും അവൾ ദ്രുതവേഗത്തിലാക്കി. അവളുടെ വെള്ളത്തിലുള്ള തബലയടി പോളിന്റെ രോമാഞ്ചങ്ങളിൽ കുച്ചുവിലങ്ങിട്ടു.

അവൾ കുളിമുറിവാതിൽ തുറന്ന് തടുക്കുന്ന സ്വരത്തിലെന്തോ പറഞ്ഞു. പോളിന് ഒന്നും പിടികിട്ടിയില്ല.

താഴെ ടാങ്കർലോറികൾ സെപ്റ്റിക് മാലിന്യങ്ങൾ വലിച്ചുകുടിക്കാൻ വന്നുകഴിഞ്ഞിരുന്നു. പോളിന് എന്തോ അപായം മണത്തു. അവൻ പരമാവധി ശ്വാസംപിടിച്ച് ചുവരിലേക്ക് പായലെന്നപോലെ പറ്റി.

നഗരം മിന്നാമിന്നിക്കൂട്ടംപോലെ തിളങ്ങുന്നുണ്ടായിരുന്നു. കറുപ്പുരാശിയിൽ ആകാശം കണ്ണുരുട്ടി. അറ്റ്ലാന്റ അപ്പാർട്ടുമെന്റിന്റെ ഏഴാംനിലയിൽ തൂങ്ങിയ ആർത്തിപൂണ്ട ഒരു കാടൻവവ്വാൽ കാഴ്ചയുടെ മൂർച്ചകൂട്ടി.

കുളിമുറി ശൂന്യം! പോളിന്റെ കൈ തരിച്ചു. ബലം ക്ഷയിച്ചു. ഞരമ്പുകൾ തണുത്തു. അവൻ താഴേക്ക് ഇറങ്ങാനായി ശ്രമംതുടങ്ങി. കനംതൂങ്ങുന്ന നിമിഷങ്ങൾ.

പോളിനെ 'മലർപ്പൊടിക്കാര'നാക്കിക്കൊണ്ട് സ്ത്രീ വീണ്ടുമെത്തി. അവൾ വാതിൽ പിന്നെ കുറ്റിയിട്ടില്ല. പാതിചാരിയ വാതിലിലൂടെ നോട്ടമെറിഞ്ഞുകൊണ്ട് നാരങ്ങാമണമുള്ള സോപ്പ് മേലുരച്ചു. പത...! അയാളുടെ രോമങ്ങൾ അറ്റൻഷനായിനിന്നു. അവൾ വാതിലിനടിയിലൂടെ മുറിയിലേക്ക് കൈവീശുന്നു.

വേണമെന്നോ?

വേണ്ടെന്നോ?

വരണമെന്നോ?

വരണ്ടെന്നോ?

ആരാണ് മുറിയിൽ? കാമുകനോ? ഒളിസേവക്കാരനോ? അഴുക്കിന്റെ ചതുപ്പിലേക്ക് ഊഹങ്ങൾ പൂണ്ടുപോയി. വാതിൽവിടവിനപ്പുറം ഏതോ ഒരു ഛായാചിത്രം മാത്രം പോൾ കഷ്ടിച്ചുകണ്ടു.

കണ്ണിലെ സോപ്പിൻപതയിലൂടെ അവൾ വാതില്പാളി മാറ്റിനോക്കുന്നതും ഭയപ്പെടുത്തുന്ന നിലവിളിയോടെ കുളിമുറി വിട്ട് പുറത്തേക്കുവീഴുന്നതും പോൾ കണ്ടുനിന്നു.

നീരാവി അവ്യക്തമാക്കിയ കാഴ്ചയിൽ പോളിന് കണ്ണുനീറി. അയാളുടെ മൂച്ചിന്റെ മുനയൊടിഞ്ഞു. അവന്റെ കൈവിരലുകളിലേക്ക് ഇരുമ്പിന്റെ തണുപ്പ് പടർന്നു. സോപ്പുപെട്ടികൾ അടയുന്ന നേരത്തോ വാതിൽക്കുറ്റികൾ തുറക്കപ്പെടുന്ന നേരത്തോ മാത്രം തൊട്ടുകെടുത്താറുള്ള തന്റെ ഫോൺ, അരയിൽ നിന്നെടുക്കാൻ പോൾ മറന്നുപോയിരുന്നു. സോപ്പുകൾ; റോസാദലമായും ഓറഞ്ചല്ലിയായും താമരമൊട്ടായും തേനായും ബദാംപരിപ്പായും ലാവൻഡറായും നാളികേരമായും പതഞ്ഞുപരക്കുന്ന മൃദുദേഹങ്ങൾ, പ്രേതരൂപമാർന്ന് പോളിനെ വന്നുതൊട്ടു.

ഒരുമണിക്കൂറിന്റെ തൂങ്ങിക്കാത്തുകിടപ്പിന് അറുതിവരുത്തിക്കൊ

ണ്ട് സ്ത്രീ വാവിട്ടലറി കുളിമുറി പൂകി. പോൾ ഉപ്പ് തൊട്ട ഒച്ചിനെപ്പോലെ ചുരുണ്ടു.

'അറ്റ്ലാൻ്റ.....എൻ്റെ അറ്റ്ലാൻ്റ....' അവൾ ആർപ്പിട്ടു. അവൾ ഭ്രാന്തിയായി പരിണമിക്കുന്നു.

ആരെയാണ് ഇവൾ വിളിക്കുന്നത്? പോളിന് ചോദ്യങ്ങൾ മുട്ടി.

കുളിമുറി പ്രേതാലയമായി. നിലവിളി ഭിത്തികളിൽ മുട്ടിത്തട്ടി പെരുകിത്തഴച്ചു. നനഞ്ഞ മൃദുദേഹം. സോപ്പിൻപത അതിരുവരച്ച വടിവുകൾ. പോൾ അവളുടെ മെല്ലിച്ചയുടലിൽ നോക്കി. സ്ത്രീ വിരലുകൾ വായിൽത്തിരുകി കടിക്കുകയും മുടി മാന്തിപ്പറച്ച് പറത്തുകയും ചെയ്തു.

'അറ്റ്ലാൻ്റ.....ഓ....മൈ...ബേബി...' അലറിക്കുതിച്ച് അവൾ മുറിയിലേക്കിറങ്ങി. കിതപ്പോടെ കുതിച്ചെത്തി. വാരിവലിച്ചു ധരിച്ച മാക്സിക്കടിയിലൂടെ എല്ലുകൾ എഴുന്നുനിന്നു. അവൾ ഷവറിലേക്ക് ഷാളെറിഞ്ഞു കുരുക്കി.

പോളിൻ്റെ കണ്ണുതള്ളി. അവന് ഒച്ചവെക്കണമെന്ന് തോന്നി. നാരങ്ങയുടെ ഗന്ധം അയാളിലേക്ക് ഉരുണ്ടുകയറി.

ആകാശം പോളിന് മുകളിൽ ഒരിടിമിന്നൽ വരച്ച് മുഖം കറുപ്പിച്ചു നിന്നു. പോളിൻ്റെ കൈവിരലുകൾ വിയർപ്പാൽ വഴുതി. ഇറങ്ങാനായി അയാൾ തിടുക്കപ്പെട്ടു. കയറ്റങ്ങളെക്കാൾ കടുപ്പമാണ് എല്ലാ ഇറക്കങ്ങളും! പോളിൻ്റെ തലയിലെവിടെയോ ഒരു തിരി കത്തി.

സ്ത്രീയുടെ മാറിടം വല്ലാതെ നനയുന്നുണ്ടായിരുന്നു. മുലപ്പാലിൻ്റെ അരുമഗന്ധം കുളിമുറിയെ തൊട്ടിലെന്നപോലെ ഉലച്ചു. കുരുക്ക് കഴുത്തിലിട്ടശേഷമാണ് അവൾ കണ്ണുതുടച്ചത്. കണ്ണുതുടച്ചതിനുശേഷമാണ് വെൻ്റിലേറ്ററിലൂടെ നൂണ്ടുവരുന്ന രണ്ട് ഗോലികൾ അവൾ കണ്ടത്. പോളിൻ്റെ ഉള്ളാന്തി.

മരണത്തിനുമുമ്പുള്ള ഒരേയൊരു നിമിഷത്തിൽ നിലവിളിയെ ഞെരിച്ചുപൊട്ടിച്ചുകൊണ്ട് സ്ത്രീ അലറി.

'കണ്ടിട്ടുപോടാ....ഇതുംകൂടി കാണ്.....!'

ശൂന്യതയിലേക്ക് അവളുടെ കൃഷ്ണമണികൾ നിശ്ചലപ്പെട്ടു. കയർ മുറുകി. നാവ് അറ്റുതൂങ്ങി ചോരവീഴ്ത്തി. പോളിന് കുലുക്കമുണ്ടായില്ല. മരണത്തിനുമുമ്പുള്ള അവളുടെ മുഖം അവൻ്റെ പ്രജ്ഞ ഉരുക്കിത്തീർത്തിരുന്നു.

കാട്ടുചിലന്തിയെപ്പോലെ പോൾ മരണമുറിയിലേക്ക് മുഖംനീട്ടി. പിന്നെ, അയഞ്ഞ കൈവിരലുകളെ അതിൻ്റെ പാട്ടിനുവിട്ടു.

അഞ്ചും മൂന്നും പാരപ്പെറ്റുകളിൽ ഇടിച്ചിടിച്ചു നുറുങ്ങിയാണ് പോൾസാം നിലംതൊട്ടത്.

തലച്ചോറ് കലങ്ങുംവരെ പോൾ ഉടലുകൾ കണ്ടു.

പാലൊഴുകുന്ന മാറിടങ്ങൾ
കുഞ്ഞുങ്ങളിരിക്കുന്ന തടിച്ച അരക്കെട്ടുകൾ
കുഞ്ഞുങ്ങളുറങ്ങുന്ന തോളുകൾ
കുഞ്ഞുങ്ങൾ കിടന്നുകളിക്കുന്ന തുടകൾ
പോളിന് നറുചിരി വന്നു. ചിരിയിലേക്ക് വേദനയുടെ രക്തമിറങ്ങി.
'അമ്മേ.....!'

പുലർച്ചെ മുതൽ ചിന്നൻ അറ്റ്ലാന്റയ്ക്ക് പുറത്ത് കുനിക്കൂടിയിരുന്നു. അവന്റെ ഉള്ളം ചത്തുപോയിരുന്നു. ആംബുലൻസിലേക്ക് ആദ്യമെടുത്തത് ആത്മഹത്യചെയ്ത സ്ത്രീയുടെ ഉടലായിരുന്നു. പോളിന്റെ ശരീരഭാഗങ്ങൾ അടിച്ചുകൂട്ടി ടാർപ്പായയിൽ പൊലീസുകാർ കൊണ്ടുപോയി.

സമയമേറെ വൈകി പുറത്തേക്ക് കൊണ്ടുവന്നത് അറ്റ്ലാന്റ എന്ന രണ്ടുവയസ്സുകാരിയുടെ മൃതദേഹമായിരുന്നു. ഷോക്കേറ്റു കരിഞ്ഞ അവളുടെ മൃദുദേഹം നാരങ്ങയുടെ ഗന്ധമുതിർത്തു.

ഒരേജന്മ പരിണാമസിദ്ധാന്തം

രണ്ടായിരത്തിയൊമ്പതിലെ യൂണിവേഴ്സിറ്റി ഹോസ്റ്റൽറെയ്ഡിൽ വെച്ചാണ് അയാൾക്ക് വലതുകണ്ണിന്റെ കാഴ്ച നഷ്ടപ്പെടുന്നത്. കാത്തിരിക്കാൻ വീട്ടിൽ കുഞ്ഞുകുട്ടിപ്പരാധീനതകളൊന്നും ഇല്ല എന്ന ലാഘവത്തിൽ അയാൾ ഉശിരോടെ ലാത്തി വീശി. തക്കം കിട്ടിയപ്പോൾ രണ്ട് പൊടിമീശക്കാരുടെ ചെകിട്ടത്തടിച്ചു. ഒരു വെള്ളാമ്പൽപ്പെൺകൈ അയാൾ ബൂട്ടുകൊണ്ട് ചതച്ചു.

'പെണ്ണായാൽ വീട്ടിലിരിക്കണം' എന്ന് മനസ്സിൽ പുലമ്പുകയും പിന്നിൽ നിന്നുള്ള ചവിട്ട് പ്രതിരോധിക്കാൻ കാൽ വലിക്കുകയും ചെയ്ത നിമിഷം, മുൻപേ പറഞ്ഞ വെള്ളാമ്പൽക്കൈ അയാളുടെ വലത് കൃഷ്ണമണി കരിങ്കല്ലുകൊണ്ട് ഉടച്ചുകളഞ്ഞു. അയാൾ 'പുലയാടി മോളെ' എന്ന് തെറിവിളിച്ച്, കീത്തീഴ്ടിയും ചകിരിനാര് കണക്കെ മുടിയുള്ള തലയും താങ്ങി ചുട്ടുപഴുത്ത ടാർറോഡിൽ വിലങ്ങനെ വീണു.

അയാളുടെ കൂടെയുള്ള മറ്റു കാക്കിധാരികൾ ആകെ പകയ്ക്കുകയും ആ പെൺകുട്ടിയെ റോഡിലെ കുണ്ടുകുഴികളിലൂടെ വലിച്ചിഴച്ച് പൊലീസ് വാനിലേക്ക് എടുത്തെറിയുകയും ചെയ്തു.

'പെൺ പിശാച്'... കാക്കികൾ ഒന്നടങ്കം അലറി. വാനിന്റെ മങ്ങിയ ചില്ലിലൂടെ അയാളുടെ ഇടംകണ്ണ് പെയ്യുന്ന കണ്ണുനീർകണ്ട് അവൾക്ക് പുച്ഛംതോന്നി. രക്തം പൊഴിക്കുന്ന വലംകണ്ണ് പൊത്തിപ്പിടിച്ച് അയാൾ ഉറക്കെ വാവിട്ട് നിലവിളിക്കുമ്പോൾ, തോലുരഞ്ഞ് നീറുന്ന തുടയും ഉളുക്കിയ കാല്പാദവും, അടർന്നുപോയ കൈനഖവും പെൺകുട്ടിയിൽ വേദനയുടെ തേറ്റയാഴ്ത്തി. പതിവിൻപടി അറസ്റ്റും വിസ്താരിക്കലും കോടതിയും ലോക്കപ്പും എന്ന പട്ടിക ക്രമത്തോടെ നടത്തപ്പെടുകയുണ്ടായി.

അവിചാരിതമഴയിൽ റോഡിലുണങ്ങിയ ചോരപ്പാടുകൾ ചാലുക ളായി മാഞ്ഞു. ഋലാമിന്നലിൽ മുദ്രാവാക്യത്തീ പുകഞ്ഞുപോയി.

പെൺകുട്ടിക്ക് ആശുപത്രിവാസവും മറ്റ് തൊന്തരവുകളും നേരിടേ ണ്ടിവന്ന പിൽക്കാലത്ത് ജനറൽ വാർഡിലെ വരാന്തയിൽവെച്ച് ഒറ്റക്ക ണ്ണനായ പൊലീസുകാരനെ അവൾ രണ്ടാമതും കണ്ടു.

അത് രണ്ടായിരത്തിപ്പതിമൂന്നിലെ വേനൽക്കാലമായിരുന്നു. നാലു വർഷങ്ങൾക്കു ശേഷമുള്ള അവളുടെ മുഖം വിളറിയും തിണർത്തും കാണ പ്പെട്ടു. പടിപടിയായി വെട്ടിവിടർത്തിയ മുടി നാനാനിറങ്ങളുടെ പൂക്കളും പോലെ തോന്നിച്ചു. ചുണ്ടിനെ കറുപ്പിന്റെ അതിരുകൾ വികൃതമാക്കിയി രുന്നു. ഇറക്കംകുറഞ്ഞ് അരികുകൾ പിഞ്ഞിയ മങ്ങിയ ഒരു പരുത്തിക്കു ർത്ത, കെട്ടുപോകാത്ത ഏതോ ഒരു സമരവാക്യത്തിന്റെ തെളിവ് അവ ശേഷിപ്പിക്കുംപോലെ മെലിഞ്ഞയുടലിൽ പറ്റിനിന്നു.

അയാളുടെ ജലമൂറിയിറങ്ങിയ കണ്ണുകൾ പ്രത്യാശാരഹിതമായി ഇളകിക്കൊണ്ടിരുന്നു. വലതുകണ്ണിന്റെ പോള ക്ലോക്കിൻ കൈപോലെ മിടിച്ചു. ഹൃദയമിടിപ്പു നിന്നുപോകുംപോലെ തോന്നി പെൺകുട്ടിക്ക്.

'എന്നെ....എന്നെ ഓർമ്മയുണ്ടോ....?'

തിമിരവൃത്തങ്ങൾ തെളിഞ്ഞുകാണുന്ന അയാളുടെ ഇടംകണ്ണിലേ ക്ക് നോക്കിക്കൊണ്ട് അവൾ ചോദിച്ചു.

ഒ പി കൗണ്ടറിന് മുന്നിൽ ക്യൂ പാലിക്കുക എന്ന ബോർഡിനു താഴെ നിരപാലിച്ച് അവർ നിന്നു. പെൺകുട്ടി അസ്വസ്ഥതയോടെ വിയ ർപ്പു തുടയ്ക്കുകയും മൊബൈൽഫോൺ തപ്പിയെടുത്ത് അമർത്തിത്തുടങ്ങു കയും ചെയ്തു.

ചില നിലപാടുകളായിരുന്നു പ്രശ്നം. പെൺകുട്ടിക്ക് യൂണിയൻ അംഗീകരിച്ച സ്റ്റുഡന്റ് റപ്രസന്റേഷനില്ല എന്നതായിരുന്നു പരമസത്യം. എങ്കിലും അവൾ കോളേജിലെയും ഹോസ്റ്റലിലെയും എണ്ണംപറഞ്ഞ പെൺനേതാവായി.

'പെൺപിശാച്'...സഹപൊലീസുകാരുടെ ശബ്ദം ഇന്നലെ കേട്ട തുപോലെ അയാളുടെ ചെവിയിളക്കി. 'വലിച്ചിഴച്ച് വണ്ടിയിലേക്കിട്'.... ഇവളുമാരെ ഉരുട്ടേണ്ട രീതിയിലുരിട്ടിയാ, ഈ വരുത്തം പിന്നുണ്ടാവി ല്ല്'......ധിക്കാരിയായ ഒരു വനിതാ കോൺസ്റ്റബിൾ നിന്നുവിറച്ചു.

ഹോസ്റ്റലിലാരും മയക്കുമരുന്ന് ഉപയോഗിക്കുന്നില്ലെന്ന് അവ ൾക്കുറപ്പായിരുന്നു. വയനാട്ടിലെയും ഇടുക്കിയിലെയും ഉൾഗ്രാമങ്ങളിൽ നിന്ന് സംവരണ സീറ്റാനുകൂല്യത്തിൽ പഠിക്കാൻവന്ന പട്ടിണിപ്പാവങ്ങ ളായിരുന്നു അന്തേവാസികൾ. അവൾക്ക് അവരുടെ കായുന്ന വയറിന്റെ ചൊരുക്കറിയാം. തോളെല്ലുകൾ പൊന്തിനിൽക്കുന്ന അവരുടെ ശരീര ത്തിന്റെ കാടൻഭാഷ അവളെത്രവട്ടം നിരീക്ഷിച്ചിട്ടുണ്ട്. ഏകാന്തതയും

പതിനായിരത്തിയെട്ട് കോംപ്ലക്സുകളുമുള്ള അവർക്ക് കൺകെട്ടുകൾ ദുർഗ്രാഹ്യം!

ഊഴമെത്തിയപ്പോൾ അവൾ ഒ പി ടിക്കറ്റെടുത്തു. തുരുമ്പുതിന്ന കസേരയിൽ അമർന്നിരുന്നു. പൊലീസുകാരൻ ഒട്ടൊരു സന്ദേഹത്തോടെ കൈ കാൽമുട്ടിലൂന്നി കുനിഞ്ഞിരുന്നു.

'നോക്കൂ മാഡം, ദേഷ്യപ്പെട്ടിട്ട് കാര്യമൊന്നുമില്ല. ഇതിപ്പോൾ എത്രാമത്തെ പ്രാവശ്യമാണ് റെയ്ഡിന്റെ പ്രഹസനം? ഒരു നേർച്ച പോലെ ഞങ്ങളുടെ സാധനങ്ങൾ വാരിവലിച്ചിടുന്നു. തടുക്കുന്നവരുടെ തലയടിച്ച് പൊട്ടിക്കുന്നു. റെയ്ഡ് നടത്തേണ്ട സ്ഥലം ഇവിടെയല്ലെന്ന് നിങ്ങൾക്ക് അസ്സലായി അറിയാം. ആരെ കാണിക്കാനാണ് ഇത് കാട്ടിക്കൂട്ടുന്നത്......?'

റെയ്ഡ് നടക്കുമെന്ന് ഹോസ്റ്റൽവാർഡന് മുൻപേ അറിയിപ്പ് കിട്ടുമെന്നിരിക്കെ, അന്തേവാസികൾക്കെല്ലാം അടിതടകൾ പ്രതീക്ഷിച്ചിരിക്കാമെന്നിരിക്കെ, ചരടുവലികൾക്കിടയിൽ കാണിയാകാൻ പെൺകുട്ടി ഒരുക്കമല്ലായിരുന്നു.

അങ്ങനെയാണ് രണ്ടായിരത്തിഒമ്പതിലെ ഹോസ്റ്റൽറെയ്ഡ് ചർച്ചയായത്. ഒട്ടനവധി പെൺകുട്ടികളും യൂണിയൻ നേതാക്കൻമാരും ആശുപത്രി-ലോക്കപ്പ് എന്ന ഷട്ടിൽയാത്ര തുടങ്ങി. പെൺകുട്ടിയും പൊലീസുകാരനും പത്രത്താളുകളിലൊന്നിൽ സ്ഥാനം പിടിക്കുകയും ചെയ്തു.

രണ്ടായിരത്തി പന്ത്രണ്ടിലും സമാനമായൊരു ലാത്തിചാർജ്ജ് കൊടുമ്പിരിക്കൊള്ളുമ്പോൾ പെൺകുട്ടി ഗർഭപാത്രത്തിന്റെ വീക്കം കുറയ്ക്കാനുള്ള അടിയന്തര ശസ്ത്രക്രിയാടേബിളിൽ ബോധശൂന്യയായിരുന്നു.

'കുട്ടിക്ക്.....അസുഖമെന്താ....?' പൊലീസുകാരൻ പരുക്കനായി.

'ബ്ലൂണ്ട് അബ്ഡോമിനൽ ട്രോമാ........'

അവൾ മിനിറ്റുകളുടെ നിശ്ശബ്ദത ഉടച്ചു.

ഇടിഞ്ഞുതാണുപോയ ഗർഭപാത്രം. ഒരു മഞ്ചാടിമണിക്കനം പോലും താങ്ങാനാവാത്തത്. ജീവനെ പൊതിഞ്ഞുനിർത്താനാവാത്തത്. രക്തം ഊറിയുറഞ്ഞുപോയ ഞരമ്പുഭിത്തികൾ. രണ്ടു ഗർഭകാലത്തും അവളിൽ കറുത്ത രക്തം ഉരുൾപൊട്ടി.

കിളുന്ത കൈകാലുകൾ മുളച്ച ചുവപ്പ് പിണ്ഡങ്ങളെ രണ്ടുതവണ അവൾ പെറ്റു. വളർച്ചയറ്റത്. നിശ്ചലമായത്. വിരൂപമായത്!

സർവിക്സ് വ്യാസം, ചിലപ്പോൾ കുറഞ്ഞു ചുരുങ്ങി. ചിലപ്പോൾ വലിഞ്ഞുവലുതായി. ക്യാനുലസൂചി അവളുടെ ശരീരത്തിലെ ഞരമ്പുകൾ തോറും അലഞ്ഞുനടന്നു. ഒരു മെസ്സോക്കിസ്റ്റിന്റെ മനോനിലയോടെ തീവ്രവേദനയും മരണവുംകൊണ്ടൊരു പകിടകളി!.

'...........ട്രോമോ? അത് ? അതെന്താ....?'

പൊലീസുകാരൻ പെട്ടെന്ന് നിഷ്കളങ്കനായി.

'ഉം.... അതോ........ എനിക്ക് കുഞ്ഞുങ്ങളുണ്ടാവില്ല. അത്രതന്നെ....'

നട്ടുച്ചവെയിലിൽ അയാളൊരു കരുടൻപറവയായി.

'തൊഴിക്ക്....തൊഴിക്ക് മുട്ടുകാലിന് മേൽപ്പോട്ട് ചവിട്ടിത്തേക്ക്.'

അന്ന് പ്രാണഞരക്കങ്ങൾ അർധമയക്കത്തിലെത്തുംവരെ പൊലീസുകാരൻ പെൺകുട്ടിയെ തലങ്ങും വിലങ്ങും പെരുമാറുകയും അർബുദ വാർഡിന്റെ എതിർവശത്തെ വൃത്തിഹീനമായ ജനറൽ വാർഡിലെത്തിക്കുകയും ചെയ്തു.

'അന്നത്തെ റെയ്ഡിനുശേഷം കുറച്ചുകാലം ചികിത്സ. പിന്നെ വിവാഹം. മൂന്നുവർഷമായി. ഇനി ആറുമാസം കഴിഞ്ഞാൽ വിവാഹമോചനവും...'

കണ്ണുനീരും വിയർപ്പുംവരെ മരുന്നുമണക്കുന്ന ദുർബലയായ താൻ വിവാഹം കഴിച്ചെന്നും, പെൽവിക്ഗർഡിൻ പെയ്നും ഇൻസോംനിയയും തിന്നുതീർത്തു കഴിഞ്ഞു തന്റെ ദിവസങ്ങളെന്നും അയാളോട് അവളെന്തിന് ഉപന്യസിക്കണം?!

മെഡിക്കൽ കോളേജിലെ കാന്റീനിന്റെ ഉച്ചത്തിരക്കിൽ നിന്നുകൊണ്ട് അവർ ഓരോ ചായ കുടിച്ചു.

'ഈ കണ്ണ്.....കാണാമോ? കുറച്ചെങ്കിലും......?' അതു ശ്രദ്ധിക്കാതെ പൊലീസുകാരൻ വിറയ്ക്കുന്ന ചുണ്ടുകൾകൊണ്ട് ചായയൂതി. പെൺകുട്ടി കുട നിവർത്തി ധൃതികാണിച്ചു. മെഡിക്കൽ ഷോപ്പിൽനിന്ന് രണ്ടുപേർക്കുള്ള മരുന്നുകെട്ടുകൾ അയാളാണ് വാങ്ങിയത്.

യാത്ര പറയുംമുമ്പ് പെൺകുട്ടി ബസിൽ ഇടംപിടിച്ചുകഴിഞ്ഞിരുന്നു. ബസ് മുന്നോട്ടെടുത്തു. റോഡിൽ പ്രകടനക്കാർ വഴി തടയുന്നു. റോഡ് ഉപരോധം. വിദ്യാർഥികളുടെ മുദ്രാവാക്യം, സൂര്യനെ തൊട്ടു. പൊലീസുകാരനും സമരക്കാരും കൈയാങ്കളിക്കു തുടക്കമിടുന്നത് കാണവേ, വേഗം വീട്ടിലെത്തിയിട്ട് ഒന്നു നടുനിവർത്തിക്കിടക്കണം എന്നുമാത്രം പെൺകുട്ടിയോർത്തു.

പൊലീസുകാരൻ അവളുടെ ചോദ്യത്തിനുള്ള മറുപടി വൈകിയെങ്കിലും ഉരുവിട്ടു.

'ഇപ്പോൾ ശരിക്കും കാണാം.........!'

*പനോപ്റ്റസ്

കാര്യങ്ങൾ വ്യക്തമായിത്തന്നെ പറഞ്ഞുതുടങ്ങാം. ഇതൊരു ഗുണപാഠകഥയാണ്. നൂറു കണ്ണുകളുള്ള ഒരു പുരുഷന്റെ കഥ. ആയിരം സ്വപ്നങ്ങൾ തുന്നിവെച്ച് പട്ടുണ്ടാക്കിയ സ്ത്രീയുടെ കഥ. പ്രണയം വിവാഹത്തിലെത്തിയ സാഹസിക കഥ. വിവാഹം പ്രണയരഹിതമായ ദുരന്തകഥ.

കഥയിലെ നായകൻ ബസ് ഡ്രൈവറായ ചതയം തിരുനാൾ നീലോല്പൻ. നായിക, ജീവിക്കുന്ന ധീരരക്തസാക്ഷി സുഗുണ. പ്രണയിക്കുന്ന കാലത്ത് ഒരിക്കൽപ്പോലും വിളിച്ചുപോകാത്ത കാരണവൻമാരെയും തലമൂത്തവരെയും ശ്രീമുത്തപ്പനെയും ചക്കുളത്തമ്മയെയും വിവാഹശേഷം സുഗുണ വിളിച്ചുവരുത്തി. തെളിച്ചവഴിക്ക് അന്നേ നടന്നിരുന്നെങ്കിൽ കയ്പൻ നെല്ലിക്കകൾ മധുരിച്ചേനേ! എന്ന് സുഗുണാത്മഗതം.

നീലോല്പൻ എന്ന ഡ്രൈവറ്ചേട്ടന്റെ, നിലംതൊടാത്ത ബസ്പറത്തലുകൾ കണ്ട് കോരിത്തരിപ്പോടെ ചിറകടിച്ച തത്തകളിലൊരാൾ മാത്രമായിരുന്ന ഈ സുഗുണ. ആ പച്ചത്തത്ത നീലോല്പന്റെ നെഞ്ചിനുള്ളിലെ കൂട്ടിലെത്തിപ്പെട്ടത് മറ്റേതൊരു പൈങ്കിളിപ്രണയം പോലെ ക്ളീഷേ!

സ്വാഭാവികമായും സുഗുണയുടെ വീടും കുടുംബവും മാഹിയിലെ ബന്ധുക്കളും പാറശ്ശാലയിലെ അമ്മവീട്ടുകാരും കാസർഗോട്ടുള്ള വല്യതള്ളയും ഒന്നിച്ചിളകി. സുഗുണ എല്ലാത്തിലും മിടുക്കിയാണെന്ന് പറഞ്ഞപ്പോൾ അവരൊന്നും ഇത്രേം പ്രതീക്ഷിച്ചുകാണത്തില്ല! ഒളിച്ചോട്ടവും

---

* പ്നോപ്റ്റസ് - ഗ്രീക്ക് പുരാണത്തിലെ നൂറു കണ്ണുകളുള്ള കാവൽക്കാരൻ

വിവാഹവും കുഞ്ഞുങ്ങളും പരാധീനതകളും തുടക്കമിട്ടപ്പോൾ സുഗുണ സർവംസഹയായ ഉത്തമഭാര്യയുടെ തലക്കെട്ടിനടിയിൽ സുഖം നടിച്ചു. ഭർത്താവ്ചേട്ടന്റെ നെഞ്ചിലാണെന്റെ കനവെന്ന് നഖം കടിച്ചു. പ്രായത്തിന്റെ കുട്ടിത്തരങ്ങളുള്ള ഈ പെൺകുരങ്ങിനെ നീലോല്പൻ തപ്പുകൊട്ടിച്ചു.

പണവും സമാധാനവും സ്നേഹവും പ്രണയവും മണ്ണാങ്കട്ടയും യാത്രപറഞ്ഞൊഴിയുകയും, വിരസത ജീവിതത്തിലേക്ക് വലിഞ്ഞിഴഞ്ഞ് കയറുകയും ചെയ്ത സമയത്താണ് നീലോല്പന്റെ ശരീരത്തിലാകെ കണ്ണുകൾ മുളച്ചുതുടങ്ങിയത്. ഞരമ്പുകൾ ചുവപ്പുവരച്ച പീള കയറിയ കലക്കൻകണ്ണുകൾ. നാലെണ്ണമടിക്കുമ്പോൾ പോളകൾ ആടിയാടി മുട്ടിത്തട്ടുന്ന മയക്കൻകണ്ണുകൾ. രാത്രിയിൽമാത്രം സുഗുണയെ അമർത്തിയുഴിയുന്ന കാമക്കണ്ണുകൾ. ബസിലെ പുതിയ പനന്തത്തകളെ നോക്കി ചിമ്മിയടയുന്ന വിശപ്പിൻകണ്ണുകൾ. നീലോല്പൻ ഉറങ്ങിയില്ല. ഒരു കണ്ണുറങ്ങുമ്പോൾ മറുകണ്ണ് ഒളികണ്ണിട്ടു. മറ്റൊന്ന് കണ്ണേറിട്ടു. പിന്നെയൊന്ന് കണ്ണിണകൊണ്ട് കുടുകുവറുത്തു.

സുഗുണ, പഠിച്ചവളും പഠിപ്പിന് ചേരാത്തത്ര ഭാഗ്യദോഷിയുമാണ്. സുഗുണന് ചേരാത്തതരത്തിൽ ബുദ്ധിമതിയാണ്. ഈ ഗുണപാഠകഥയ്ക്ക് ചേരുന്നതരത്തിൽ അവൾ സുശീലയാണ്. സദ്ഗുണസമ്പന്നയാണ്. ഇത്രകാലംകൊണ്ട് കുടുംബത്തിന് പുണ്യമായ ഭാര്യാപട്ടം നേടിയെടുത്തവളാണ്. ജീവിതത്തിൽ ആദ്യമായും അന്ത്യമായും അവൾ ചെയ്ത സാഹസികതയാണ് നീലോല്പൻ. അതുകൊണ്ടുതന്നെ കഥാനായകൻ വിഡ്ഢിക്കുശ്മാണ്ഡമാണ്, ദുഃശീലക്കാരനാണ്, ദുർഗുണനാണ്.

ഇനിയാണ് ഒഴുക്കിന്റെ വഴി മാറാൻ തുടങ്ങുന്നത്.

കുടുംബശ്രീയുടെ സ്ത്രീശക്തീകരണത്തിന്റെ ഒരു ഉദ്ദേശ്യ ലക്ഷ്യമെങ്കിലും സാർഥകമായതും, സുഗുണയുടെ നക്ഷത്രം കിഴക്കുദിച്ചതും, പാനമ്പാടി പഞ്ചായത്തിന്റെ നൂറ് ശതമാനം തൊഴിലുറപ്പ് നിലവിൽ വന്നതോടെയാണ് എന്നത് സദയം ശ്രദ്ധിച്ചേക്കുമല്ലോ. ആയിരത്തിൽപ്പരം സ്ത്രീകളുടെയിടയിൽനിന്ന് കുടുംബശ്രീയുടെ 'ശ്രീ'യായി മാറിയ വനിതാരത്നമാണ് സുഗുണ എന്ന ഇരുപത്തിരണ്ടുകാരി. ആ പഞ്ചായത്തിലെ, വല്ലപ്പോഴും ബസ് സർവീസുള്ള കുടുസ്സുവഴിയിലൂടെ താൽക്കാലിക മത്സരയോട്ടം നടത്തുന്ന വെറുമൊരു ഡ്രൈവർ മാത്രമാണ് നീലോല്പൻ. ശമ്പളം മൂന്നക്കം. സാമ്പത്തികം പിന്നോക്കം.

മുമ്പേ പറഞ്ഞല്ലോ, ഏതാണ്ട് ഈ സമയത്തിനടുത്താണ് നീലോല്പൻ എന്ന മൂപ്പെത്തിയ മുപ്പത്തിയെട്ടുകാരൻ നൂറുകണ്ണനായത്. തൊഴിലുറപ്പിന്റെ മീറ്റിങ്ങുകളോ, കുടുംബശ്രീയോഗങ്ങളോ കഴിയാൻ വൈകി, നേരമിരുട്ടിയെത്തുന്ന സുഗുണയെ നീലോല്പന്റെ നൂറുകണ്ണുകൾ തുറിച്ചുനോക്കും. അയാളുടെ കൈകൾ അവളുടെ ചെകിട് പുകയ്ക്കും. നാവ് പുലഭ്യം

പുലമ്പും. ഭിത്തിയിൽ സുഗുണയുടെ നെറ്റി രക്തഭൂപടം വരയ്ക്കും. മുറിഞ്ഞ ചുണ്ടും ചതഞ്ഞ മൂക്കുമായി സുഗുണ നിലത്തെ തണുപ്പിനെ പുണരും. നീലോല്പന്റെ നൂറു കണ്ണുകളും അവളുടെ ശരീരം പരിശോധിക്കും. കണ്ണിന്റെ ഒരു വന്മല അവൾക്കുമേൽ ഇടിഞ്ഞുവീഴും.

പാലുകാരനും പത്രക്കാരനും മേലേവീട്ടിലെ കോളേജുപയ്യനും തെക്കേലെ വികലാംഗപെൻഷൻ പറ്റിയ എല്ലുമ്പനും കോവുമ്മലെ കോളേജ് വാധ്യാരും പഞ്ചായത്തിലെ ഒട്ടുമിക്ക പുരുഷകേസരികളും നീലോല്പന്റെ ഉറക്കം മോഷ്ടിച്ചു. അടയാക്കണ്ണുകളുമായി നീലോല്പൻ സംശയലോലുപനായി. സ്വയംമറന്ന് ഒരു ഭർത്താവുദ്യോഗസ്ഥനായി.

സുഗുണയെന്തിനാണ് വേസ്റ്റുവണ്ടിയിൽ എഴുന്നള്ളുന്നതിന് കുളിച്ചു കുറിതൊട്ട് തുളസിക്കതിരും ചൂടുന്നതെന്ന് നീലോല്പലനറിയണം. ഈ സ്ത്രീയെന്താണ് ആണുങ്ങൾക്കൊപ്പം നിന്ന് ചർച്ചചെയ്യുന്നതെന്ന് അയാൾക്ക് മനസ്സിലാവുന്നില്ല.

'അല്ലെങ്കിലും ഈ സ്ത്രീ, സ്ത്രീ എന്ന വർഗം ഒന്നുകിൽ അബല അല്ലെങ്കിൽ തബല.... അതെ, തബല തന്നെ, ആരും എന്തിനും ഏതിനും കൊട്ടുന്ന തബല!'

'സുഗുണേ, എന്റെ അബലേ....പൊട്ടിപ്പെണ്ണേ, നീയെന്തിനാണ് തബലയായത്?'

നീലോല്പൻ 'ഒഥല്ലോ' മാതൃകയിൽ ഉന്മാദവാനായി.

'നീ എന്നോടുള്ള സ്നേഹംകൊണ്ടേ വിങ്ങിപ്പൊട്ടാവൂ....

എന്റെ ഉപഗ്രഹമാവുന്നതാണ് നിന്റെ ഗ്രഹനിലയ്ക്കു നല്ലത്.

എന്റെ ഖൽബിലെ കൂടണയുന്നത് നിനക്കുനന്ന്. വീടൊരുക്കി, ചോറുവിളമ്പി, താനടങ്ങി, വീടടങ്ങി, കുലമടങ്ങി, ഒടിഞ്ഞുമടങ്ങി നീയൊരു അബലയാവൂ..... ഞാൻ ബസ് പറത്തുമ്പോൾ കോരിത്തരിച്ച നിന്റെ ശരീരവും ഞാൻ കണ്ണിറുക്കിയപ്പോൾ ഇളകിത്തുടിച്ച നിന്റെ മനസ്സുമാണ് എന്റെ ഉറക്കത്തെ നാടുകടത്തിയത്.'

എന്നിട്ടുമെന്നിട്ടും സുഗുണ ഒന്നും ചെവിക്കൊണ്ടില്ല. കഷ്ടം!

സത്യം പറഞ്ഞാൽ സ്നേഹംകൊണ്ട് സഹികെട്ടാണ് നീലോല്പൻ ഉറങ്ങാക്കണ്ണുകളുമായി, അന്ന് സുഗുണയെ കാത്തിരുന്നത്. ഒരു ധൈര്യത്തിന് രണ്ടെണ്ണം വീശിയിരുന്നു. ഒരു കനത്തിന് ബീഡി പുകച്ചിരുന്നു. ഒരു വീര്യത്തിന് മണ്ണെണ്ണക്യാൻ കരുതിയിരുന്നു. കയർത്തുസംസാരിക്കുന്ന അവളുടെ നാവിനെ അരിയാൻ മൂർച്ചക്കത്തി എടുത്തുവെച്ചിരുന്നു. തടുക്കുന്ന പെൺകൈകൾ തച്ചൊടിക്കാൻ ഇരുമ്പുവടി തയ്യാറാക്കിയിരുന്നു. കലപില കൂട്ടുന്ന രണ്ടുപെൺകുഞ്ഞുങ്ങളെയും, ഉണരുമ്പോൾ മധുരപ്പാപ്പം കൊടുക്കുമെന്ന് മോഹനവാഗ്ദാനം നൽകി നേരത്തെയുറക്കിയിരുന്നു.

നീലോല്പൻ കരുതിവെച്ചതെല്ലാം സമയോചിതമായി ഉപയോഗിച്ചു. മിടുക്കൻ! ആയുസ്സിലേക്ക് സൂക്ഷിച്ചതെല്ലാം അയാൾക്ക് കൈമോശം വന്നു. മിടുമിടുക്കൻ! സുഹ്ര്രണ മരിക്കാൻവേണ്ടി നീലോല്പൻ നൂറു കണ്ണുകളു മടച്ച് ദൈവത്തിനോട് കേണു.

എന്നാൽ പെട്ടെന്ന്, കഥയിലെ ദൈവം നീതിമാനായി!

നനയാത്ത കണ്ണുകളും ഒന്നരക്കൈയും വീൽചെയർക്കാലും കൂട്ടിത്തുന്നിയ നാവും പാതിവെന്തുണങ്ങിയ മുഖവുമായി സുഹ്ര്രണ തിരിച്ചുവന്നു. അതാണ് സുന്ദരമായ സത്യം! പെണ്ണെന്ന സത്യം!

'എനിക്കുറങ്ങാൻ കഴിയുന്നില്ല സുഹ്ര്രണേ.....

നീ എവിടെപ്പോയി? മെല്ലെ....മെല്ലെ..... അടുത്തുവന്നിരിക്ക്.... വീൽചെയറിന്റെ ഞരക്കം വേഗത്തിൽ അകന്നു പോകുന്നുണ്ടല്ലോ.... നൂറു കണ്ണുകളും ഇരുട്ടുകാണുന്നു സുഹ്ര്രണേ..... അബലേ...... അല്ല തബലേ...... എന്നെക്കാൾ മികച്ച ഒരു കാവൽക്കാരനെ നിനക്കെങ്ങും കിട്ടില്ല......'

അതുശരി, കഥകേട്ട് ഗുണപാഠം തിരയുകയാണോ? അതാ നോക്കൂ നിങ്ങൾക്കും നൂറ് കണ്ണുകൾ മുളയ്ക്കുന്നു....!

പരേതയുടെ ചരമശുശ്രൂഷ

എന്നോ ശുഭദമ്മ എന്ന അമ്മ മരിച്ചു. ഏറെ നേരത്തെ കാത്തിരിപ്പിനുശേഷം ഫോൺ മൗനംഭേദിച്ചു. സ്ഥിരീകരിക്കപ്പെട്ട മരണം പ്രഖ്യാപിക്കപ്പെട്ടു. മുമ്പ് പല അവസരങ്ങളിലും അമ്മ നൽകിയ മരണത്തിന്റെ സൂചനകൾപോലെയല്ല ഇത്. ഇക്കുറി കാര്യങ്ങൾ ക്ലിയറാണ്. പരേതയോടുള്ള ആദരസൂചകമായി ഒരു പകുതി ദിവസത്തെ ദുഃഖാചരണം അനിവാര്യമാണ്. പുള്ളി പഴയ റിട്ടേഡ് ഹെഡ്മിസ്ട്രസാണ്. അന്ത്യകാലത്തും പ്രതാപവതിയായിരുന്നെങ്കിൽ പൗരമുഖ്യൻമാരുടെ തൊഴുകൈപ്പൂക്കളും ആചാരവെടിയും നെഞ്ചിലേറ്റുവാങ്ങി പരലോകം പൂകാമായിരുന്നു.

ഹൃദയദ്രവീകരണശേഷിയുള്ള തീക്ഷ്ണമായ അനുശോചനങ്ങളിലേക്കും ഓർമപ്പെടുത്തലുകളിലേക്കും ഞാൻ വായനക്കാരെ സാദരം ക്ഷണിക്കുന്നു. (ചില പ്രതികൂല സാഹചര്യങ്ങളാൽ പരേതയുടെ ശവമടക്ക് എത്രയുംവേഗം നടത്തി ചടങ്ങുകൾ അവസാനിപ്പിക്കണമെന്ന് മക്കൾ ഫോൺവഴി നിർദേശം വെച്ചിട്ടുണ്ട്, അതാണിത്ര തിടുക്കം!)

പരേതയുടെ കുടുംബഡോക്ടർ.

മഴപ്പാറ്റകളെപ്പോലെ ജീവനുകൾ പറന്നുയരുകയും ചത്തുവീണടിയുകയും ചെയ്യുന്നതുകണ്ടു തഴമ്പിച്ച കണ്ണുകളാണ് ഞങ്ങൾ ഡോക്ടർമാരുടേത്. ഭൂരിപക്ഷം മരണങ്ങൾക്കും ഓർമയിൽപോലും ഒരു സ്മാരകമന്ദിരം ഉയരുന്നില്ല. മരണത്തെപ്പറ്റിയുള്ള എന്റെയോർമകൾ അത്രയേറെ അലങ്കോലപ്പെട്ടും ഒറ്റപ്പെട്ടും ചുഴലിയായി രൂപപ്പെടുന്നുണ്ട്. മിസിസ് പവിത്രൻദാസിന്റെ മരണം മറക്കുന്ന കാര്യത്തിൽ ഞാൻ ഒരു പരാജയ

മാകുന്നുവെന്നാണ് തോന്നുന്നത്. മരണത്തെ ഇത്രയും ഭാവഭേദമില്ലാതെ വരയ്ക്കാൻ ആ മുഖത്തിനുമാത്രമേ കഴിയുകയുള്ളൂ. രണ്ടുമാസം മുമ്പുവരെ മുടങ്ങാതെ മെഡിക്കൽ ചെക്കപ്പിനുവന്നിരുന്നു, മിസിസ് ദാസ്.

കുതിച്ചുകയറുന്ന രക്തസമ്മർദത്തിന്റെ അളവുകണ്ണികളിൽ നോക്കി അവർ കൗതുകപ്പെടുകയാണുണ്ടായത്. പിന്നെ കലുങ്ങിച്ചിരിച്ചു. ചിരിക്കുമ്പോൾ ചുരുങ്ങുന്ന അവരുടെ നെറ്റിയിലെ ആ വട്ടു ഞാനിപ്പോൾ ഓർക്കുന്നു. ഓ...തൃപ്തിയോടെയല്ലാതെ ഒരിക്കൽപ്പോലും മിസിസ് ദാസ് എന്റെ ക്ലിനിക്ക് വിട്ടിട്ടില്ല.

വീട്ടുവേലക്കാരി സൗദ എന്ന സൗദാമിനി

ടീച്ചറമ്മയ്ക്ക് വയ്യായ്കയൊക്കെ ഒത്തിരി ഉണ്ടാരുന്നു. മുണ്ടിലെയും നേര്യതിലെയും കഞ്ഞിപ്പശയുടെ ബലത്തിലാ നിവർന്നു നടന്നിരുന്നേ. മക്കളെപ്പറ്റി ഓർക്കാൻ ഒന്നുമില്ലെന്നാ എപ്പോഴും പറച്ചിൽ. അതുതന്നെ ഒരോർമിക്കലല്ലേ ടീച്ചറമ്മേ എന്നുപറഞ്ഞതിന് എന്നോട് പിണങ്ങി. ഇറക്കിവിട്ടു. എന്നിട്ടും ഞാൻ രാവിലെ ചെന്ന് വല്ലതും തേച്ചുകഴുകിയും വെച്ചുവെച്ചേച്ചും വരും. പിന്നെ അതുവേണ്ടാന്ന് പറഞ്ഞ് എന്നോടു ദുർമുഖം കാട്ടി. നാലുനാലരയോടെ ടീച്ചറമ്മ ഉണരും. കുറച്ചുകൂടി കിടന്നോ, പുറത്തു മഞ്ഞാണെന്ന് പറഞ്ഞ് ഞാനങ്ങ് ഉറങ്ങിപ്പോകും. അപ്പോഴേക്കും അമ്മ കാപ്പിവെള്ളം അനത്തിക്കുടിച്ച് കുളിച്ച്, നേര്യതുടുത്ത് പൂജാമുറിയിൽ പോയി ജപിക്കും. ആറരയോടുകൂടി ഞാൻ ഒരു പുഴുങ്ങിയ ഏത്തപ്പഴവും ഒരുഗ്ലാസ് പൊടിയരിക്കഞ്ഞിയും കൊടുക്കും. അതുകുടിച്ച് ഒരു എട്ടുമണിവരെ ചെറുതായി മയങ്ങും. പിന്നെ പതിനൊന്നിന് രാവിലത്തെ പലഹാരം, രണ്ടുദോശയും കടുകുവറുത്തിട്ട ചട്നിയും അല്ലെങ്കിൽ രണ്ട് ഇഡ്ലിയും വെളിച്ചെണ്ണയിൽ ചാലിച്ച പൊടിയും. ഉച്ചയ്ക്ക് ഒരു തവി ചോറ്, തനിനാടൻ വെളിച്ചെണ്ണ ഉറ്റിച്ച ചേമ്പിൻകറിയോ, കൂട്ടുകറിയോ നിർബന്ധം. വൈകിട്ട് മധുരം കുറഞ്ഞ കാപ്പി, രണ്ടുകഷണം റൊട്ടിയോ, റസ്കോ. ഏഴരയോടെ അത്താഴം. ചപ്പാത്തിയും പച്ചമുളകും തേങ്ങയും ചതച്ചിട്ട പച്ചക്കറികളും. ഇതാ, അമ്മേടെ ശീലം. ഞാൻ പോന്നേപ്പിന്നെ ചിട്ടയൊക്കെ തെറ്റിക്കാണും.

വേറെന്താ ഇപ്പോ പറയുക.. കരച്ചിൽ വാക്കുകളുടെ തൊണ്ടയിൽ കുരുങ്ങി. സൗദ മൂക്കുചീറ്റി. (സൗദയെ ആരോ പിന്നിൽവന്ന് വിളിച്ചു കൊണ്ടുപോയി)

പരേതയുടെ ഏറ്റവുമടുത്ത അയൽക്കാരി

ഞാൻ സുസ്മിത. മിസിസ് ശുഭദമ്മയുടെ അയൽക്കാരി എന്നുവേണമെങ്കിൽ പറയാം. മാഡത്തിന്റെ വീടിന്റെ ഇരുപതുസെന്റിന്റെ മതിലിനു

പ്പുറമാണ് എന്റെ വീട്. അയൽബന്ധം എന്നൊന്നും സത്യം പറഞ്ഞാൽ മാഡത്തിന് ഇല്ലാരുന്നു. വ്യഥകളും ധർമസങ്കടങ്ങളുമായി ഒറ്റപ്പെട്ട ഒരുവീട്. തിണ്ണയിൽ വിളക്കുപോലും കൊളുത്താറില്ല. അതാണ് ഞങ്ങ ൾപോലും മരണമറിയാഞ്ഞത്. പണ്ടുകാലത്ത്, രാവിലെ തൊഴുതുവരു മ്പോ കാണുവാരുന്നു. ആളുകളെ നേരിടാനാവാത്ത ഒരു വിമുഖതയും ഒര സ്വസ്ഥതയും മാഡത്തിനുണ്ടെന്ന് തോന്നിയിരുന്നു. രണ്ട് പെറ്റിട്ടും, ആ അമ്മയുടെ ഗതി ഇതായിപ്പോയി. കാലമെത്രയായി...ഒറ്റയ്ക്ക്...!

പരേതയെ അവസാനം കണ്ട അനഘൻ എന്ന യുവാവ്

ആദ്യമേ പറഞ്ഞേക്കാം, ഞാൻ ഒരു കൂലിയാണ്. ഈ സ്ത്രീയെ ഞാനാണ് അവസാനം കണ്ടതെന്ന് എനിക്ക് ഒരുറപ്പുമില്ല. അതുകഴി ഞ്ഞിട്ട് മാസം രണ്ടു കഴിഞ്ഞു. അവരു മരിച്ചതിൽ എനിക്കൊരു ദണ്ണവു മില്ല. അത്രയ്ക്കുള്ള പരിചയമേ ഞങ്ങൾക്കുള്ളൂ. കൊട്ടുംമഴയിൽ നനഞ്ഞൊ ലിച്ച് കുനിവിറച്ച് ഞാനവരുടെ പറമ്പ് കിളച്ചു. വിയർത്തും വിറച്ചും തിണ്ണയിൽ കയറിയിരുന്നത് അവർക്കത്ര പിടിച്ചില്ല. പദവിയും പണവും കൊണ്ട് വിഫലമായ ഒരു ജന്മം! പണിക്കാരെയൊക്കെ പുഴുക്കളെപ്പോ ലെയാ കണ്ടത്. അന്നും എന്റെ കണ്ണുപൊട്ടിച്ച് ചീത്തപറഞ്ഞു. പിന്നെ സ്റ്റോറൂമിൽ മുട്ടയിട്ട പാമ്പിനെ പുറത്തേക്കോടിച്ചു കൊല്ലിച്ചു, മുട്ടകൾ പെറുക്കിച്ചു. അതുചെയ്യിച്ച് ഫാനും ജനൽച്ചില്ലുകളും തുടപ്പിച്ചുകഴിഞ്ഞാ എന്നെ വിട്ടത്. ബസിന് കാശുതന്നു. അതുതന്നെ!

എന്റേത് ഒരു വല്ലാത്ത മനസ്സാ... പരമ്പരയായി, തലമുറകളായി ഞങ്ങൾ ഗുളികൻ കെട്ടുന്നവരാ....കാവില് വന്ന് ഈ സ്ത്രീ, അഞ്ചാളുയരമു ള്ള മുടിയും ചെണ്ടമുട്ടും തിറയും ആർപ്പും കണ്ട് കൈകൂപ്പിനിൽക്കും. പിറ്റേ ന്നെന്നെ കാണുമ്പം പരമപുച്ഛവും. ഞങ്ങളെ ചവിട്ടിഞെരിച്ചുണ്ടാക്കിയ കാശാ ആയമ്മേടെ ഭർത്താവിന്റെ സ്വത്ത്. അതാണെങ്കിൽ അവര്ടെ പേരീന്ന് മക്കൾ കൈവശപ്പെടുത്തി. ഈ ജന്മത്തിൽ ചെയ്തതിന് ഈ ജന്മംതന്നെ കൂലികിട്ടും. അതവർക്കുകിട്ടി. അതുതന്നെ.

(അനഘനെ ആരും തടുത്തില്ല. പറഞ്ഞുപറഞ്ഞ് വായിലെ ഉമിനീർ വറ്റിയപ്പോൾ അയാൾ പിന്തിരിയുകയാണുണ്ടായത്)

വിമല മാത്യൂസ് എന്ന വിദ്യാർഥിനി

എന്റെ ശരീരം വിറയ്ക്കുന്നുണ്ട്. എനിക്ക് ചുറ്റും മുഴങ്ങുന്നുണ്ട് വിശപ്പു മാറാത്ത മരണത്തിന്റെ അസംതൃപ്തമായ ചിറകടികൾ. ഇരുട്ടും തണുപ്പുമു ള്ള ഒരു വൈകുന്നേരം, മാവൂർ റോഡിലെ ശരണഭവന്റെകാപ്പിക്കടയിൽ നിന്ന് ടീച്ചർ എനിക്ക് മസാലദോശയും ചായയും വാങ്ങിത്തന്നു. കൂടെ സാമ്പാറും പൊതിനച്ചട്നിയും തേങ്ങാച്ചമ്മന്തിയും. ഞാനന്ന് ഹോസ്റ്റ

ൽവാസിയാണ്. ഇരകണ്ട പാമ്പിനെപ്പോലെ ഞാനത് ആർത്തിയോടെ അകത്താക്കി. എന്റെ ടീച്ചർ... ! ആരോരുമില്ലാതെ പുഴുവരിച്ച്......(വിമല നിർത്തി, കണ്ണുതുടച്ചു...) അന്നൊക്കെ ഞാൻ എന്തോ ഒരു അബോധപ്രേരണപോലെ എണീറ്റങ്ങ് നടക്കും, ഉറക്കത്തിൽ. *മൈന്റ്ഫ്യൂഷൻ* വാരികയിലെ 'മനശ്ശാസ്ത്രജ്ഞനോട് ചോദിക്കാം' എന്ന പംക്തിയുടെ സ്ഥിരം വായനക്കാരിയായിരുന്നു ഞാൻ. എന്നാൽ ആ ഡോക്ടറല്ല, ടീച്ചറാണ് എന്റെ ഭയത്തിന്റെയും അപകർഷതയുടെയും വേരുപോലുമവശേഷിപ്പിക്കാതെ എന്നെ പുതിയ ഒരാളാക്കിയത്. ടീച്ചർ ഇല്ലാന്ന് ഓർക്കുമ്പോൾ എന്റെ വിശപ്പും കോംപ്ലക്സും ധർമസങ്കടങ്ങളും ഉറക്കനടപ്പും എല്ലാം തിരിച്ചുവരുമ്പോലെ....

ആശാകുമാരൻ തമ്പി എന്ന പഴയകാല സഹപ്രവർത്തക

ആരോ ശുഭദയുടെ ജീവിതം ചവിട്ടിക്കുഴച്ചിരുന്നു. അതുകൊണ്ടുതന്നെ അത് അലങ്കോലപ്പെട്ടതും ദുസ്സഹവുമായിരുന്നു. വിമ്മിട്ടവും ധാർഷ്ട്യവും നിസ്സഹായതയുംനിറഞ്ഞ ഒരു പെൺമനസ്സ്. വിഷമയമായ വീടന്തരീക്ഷം. കണ്ണീരും സ്വപ്നങ്ങളും വിറ്റ അച്ഛൻ. കടംമേടിച്ചു മുടിഞ്ഞ പഴയ മേനോൻ തറവാട്ടുകാരി. എത്രയോ വർഷങ്ങളായി ഒറ്റപ്പെട്ട്, അവൾ പരിചയിച്ച ഗന്ധങ്ങൾ, കാഴ്ചകൾ. ഒരേതരം എണ്ണ, സോപ്പ്, ഒരേ രുചിയുള്ള കറികൾ. ദിനചര്യകൾ ഒരു ചടങ്ങുപോലെയവൾ ചെയ്തു. വരാന്തയിൽ ചാണകം മെഴുകാനും വാഴയ്ക്ക് തടമിടാനും പശുവിനെ കുളിപ്പിക്കാനും തൊടിയിൽ കണ്ണാന്തളി നുള്ളാൻപോവാനും പെരുത്തിഷ്ടമായിരുന്നു പണ്ടവൾക്ക്. അവളുടെ മരണംകേട്ട് എനിക്ക് കരയാൻ പോലും കഴിയുന്നില്ല. ദുഃഖത്തിന് ഇങ്ങനെ കത്തിപ്പടരാനൊക്കുമോ? ഞങ്ങളുടെ സൗഹൃദത്തിന്റെ ഇടവേളയിൽ എന്തുസംഭവിച്ചു എന്നെനിക്കു വ്യക്തതയില്ല. ഒരു തീപ്പൊരി സാവധാനം പിടഞ്ഞുകെട്ടു.

മോനിച്ചൻ എന്ന പഞ്ചായത്ത് മെമ്പർ

പൗരജനങ്ങളുടെ പ്രത്യേകശ്രദ്ധയ്ക്ക്,

ശുഭദമ്മ എന്ന ശുഭടീച്ചർ നമ്മുടെ പഞ്ചായത്ത് വക ഉസ്കൂളിന്റെ നിലവിളക്കായിരുന്നു. റിട്ടേയർഡ് ആയപ്പോൾ അഞ്ചുതിരിയിടാൻ പാകത്തിനുള്ള വലിയ ഒരു നിലവിളക്കാണ് ഞങ്ങൾ അവർക്ക് നൽകിയത്. ഊർജ്ജസ്വലവും തന്റേടിയുമായിരുന്നു അവർ. അവരുടെ നിര്യാണം മൂലം സ്കൂളിനേറ്റത് കനത്ത നഷ്ടമാണ്. അവരുടെ അഭാവം, തീർത്താൽ തീരാത്തത്ര വിടവ് നമ്മുടെ പഞ്ചായത്തിലുണ്ടാക്കിയിരിക്കുന്നു. നമ്മുടെ ആദ്യകാല സഖാവായ പവിത്രേട്ടൻ അവരുടെ ഭർത്താവായിരുന്നു. പ്രസ്ഥാനത്തിന് വേരുന്നാൻ പവിത്രേട്ടൻ വഴിയൊരുക്കി. ഏതൊക്കെയോ

വിധ്വംസകപ്രവർത്തനങ്ങളുടെ പേരിൽ പാർട്ടി പുറത്താക്കിയെങ്കിലും പുള്ളി സഹകരണവകുപ്പിലെ നല്ലൊരു കണക്കെഴുത്തുകാരനായാണ് വർത്തിച്ചത്. വിപ്ലവത്തിനുവേണ്ടി പ്രസംഗിക്കുന്നവരെല്ലാം യഥാർഥ ജീവിതത്തിൽ ഭീരുക്കളാണെന്ന അഭിപ്രായം എനിക്കില്ല. എന്നാൽ കട്ടൻകാപ്പിയും കപ്പപ്പുഴുക്കും കഴിച്ച് ഞങ്ങളൊന്നിച്ച പാർട്ടി രഹസ്യ യോഗങ്ങൾ സഹജമായ കണിശതയോടെ വീക്ഷിച്ച സഖാവ് പവിത്ര ന്റെ മനംമാറ്റത്തിന് പിൽക്കാലകാരണം അദ്ദേഹത്തിന്റെ ഭാര്യയാണോ എന്നത് ചർച്ചചെയ്യപ്പെടേണ്ട വിഷയം തന്നെയാണ്. അതുകൊണ്ടാണ് സഖാക്കളേ..... (മോനിച്ചൻ നിർത്തുന്ന ലക്ഷണമില്ല. നിർത്തുമ്പോൾ നി ർത്തട്ടെ!)

പ്രിയപ്പെട്ട വായനക്കാരേ,

ഇനി ഞാൻ ഇടപെടട്ടെ, ഓർമപ്പറച്ചിലുകൾക്ക് അത്രകണ്ട് പ്രഹ രശേഷിയില്ലെന്നാണ് ഞാൻ ഇപ്പോൾ മനസ്സിലാക്കുന്നത്. അന്ത്യദർശ നത്തിനായി മക്കളെത്തുമെന്ന് ശുഭദമ്മ കാത്തിരിക്കേണ്ടതില്ല എന്ന ഫോൺസന്ദേശം ലഭിച്ചുകഴിഞ്ഞിരിക്കുന്നു. വിയറ്റ്നാമിലെ ശിശിരകാ ലം മിസ് ചെയ്യാൻ മക്കൾക്കൊന്നും മനസ്സില്ല. ഹൗ!

ശുഭദമ്മ വീട്ടുവേലക്കാരോട് അനുകമ്പയും ആർദ്രതയുമില്ലാതെ പെരുമാറുന്ന ഒരു പെറ്റി-ബൂർഷ്വാ കൊച്ചമ്മയാണെന്ന് അനുഭവസ്ഥർ അനുശോചിച്ചത് കേട്ടുകാണുമല്ലോ! എന്നാലവരുടെ സഹപ്രവർത്തക യും വിദ്യാർഥിനിയും ഡോക്ടറും പറഞ്ഞതുപ്രകാരം അവർ ഒരു ശരാശരി മനുഷ്യത്വമുള്ള വൃദ്ധയായിരുന്നു. എന്നിരിക്കിലും അതിദാരുണമായി രുന്നു അവരുടെ കഥാന്ത്യം. 'അതിദാരുണം' എന്ന പ്രയോഗത്തിന്റെ സാധുത ഈ വിശദീകരണത്തോടെ ബോധ്യമാകുമല്ലോ! ഒരു പത്രവാ ർത്ത ചുവടെ:

ഓഗസ്റ്റ് 21, 2013

ഒറ്റയ്ക്ക് താമസിച്ച അമ്മയുടെ മരണം മക്കളറിഞ്ഞത് ഒന്നരമാസം കഴിഞ്ഞ്.

ശിവപുരം: മകൻ മഞ്ചേരിയിൽ ഡോക്ടർ, മകൾ ഭർത്താവുമൊത്ത് വിദേശത്ത്. സമ്പന്നയായ അമ്മ തീക്കുനിയിലെ വീട്ടിൽ മരിച്ചുകിടന്നത് മക്കളും പുറംലോകവും അറിയുന്നത് ഒന്നരമാസം കഴിഞ്ഞ്.

വീട്ടിൽ ഒറ്റയ്ക്ക് താമസിക്കുകയായിരുന്ന ചാമ്പവന തെക്ക് നിളാ പുരിയിൽ ശുഭദമ്മയുടെ മരണം പുറത്തറിഞ്ഞത് തിങ്കളാഴ്ച രാത്രിയിലാ ണ്. ഭർത്താവ് നേരത്തേ മരിച്ചുപോയ 71 കാരിയുടെ മൃതദേഹത്തിന് 45 ദിവസത്തെ പഴക്കമുണ്ടെന്നാണ് ഡോക്ടർമാർ പറയുന്നത്. മാംസഭാ ഗങ്ങൾ അഴുകി ഉണങ്ങിയ നിലയിലായിരുന്നു മൃതദേഹം. പതിവായി ധരിച്ചിരുന്ന സ്വർണമാലയും വളകളും ശരീരത്തിൽ ഉണ്ടായിരുന്നു.

ബന്ധുക്കളും സുഹൃത്തുക്കളുമടക്കം ശുഭദമ്മയെ തിരക്കി ഒന്നരമാസമായി ആരും എത്തിയിരുന്നില്ലെന്നുവേണം കരുതാൻ. 45 ദിവസത്തിനിടെ ആരെങ്കിലും അന്വേഷിച്ചിരുന്നുവെങ്കിൽ മരണവിവരം പുറത്തറിയാൻ ഇത്ര വൈകുമായിരുന്നില്ല.

കൂട്ടരേ, ഞാൻ പരേതയെ മഹത്വപ്പെടുത്തുന്നില്ല. മരണത്തിന്റെ സ്ഫടികപാളിയിൽ കറുപ്പും വെളുപ്പും കൂട്ടിക്കിഴിച്ച മറ്റു തൊന്തരവുകളിലേക്ക് നമുക്ക് പ്രവേശിക്കേണ്ട! ചുറ്റും നിശ്ശബ്ദത പുകഞ്ഞുകയറുന്നുണ്ടല്ലോ!

എല്ലാവരും മറവിയിൽ തള്ളിയാഴ്ത്തിയ അമ്മയെ വിളിക്കാൻ പോയോ? ഏതായാലും, സംശയാതീതമായി ഉറപ്പുവരുത്തിയ ഈ മരണത്തിന്റെ വറ്റുണ്ടിട്ട് അശാന്തരായി പിരിഞ്ഞുപോവുക.

എനിക്കും അടിയന്തരമായി അമ്മവീടു പറ്റേണ്ടതുണ്ട്.....!

സിൽവിക്കുട്ടിയുടെ സുവിശേഷം

സിൽവിക്കുട്ടിക്ക് വെളിപാടുകൾക്ക് പഞ്ഞമില്ല. തനിച്ചാകാറാകുമ്പോൾ ഉള്ളിൽനിന്നൊരു ഗബ്രിയേൽ മാലാഖ ചിറകുവീശിത്തുടങ്ങും.

'സൂക്ഷിച്ചോളൂ, ഒരേകാന്തയാത്ര സമാഗതമായി'...! കാലഹരണപ്പെട്ടൊരു വാചകം!

എക്സ്പയറി ഡേറ്റ് കഴിഞ്ഞുപോയ വാചകങ്ങളുടെ മാത്രമല്ല, പലഹാരങ്ങളുടെയും ഉപയോഗശൂന്യത അത് അടുത്ത് എടുത്തുപെരുമാറുന്ന സിൽവി തെരേസ എന്ന സിൽവിക്കുട്ടി എന്ന 'മെസിലെ ചേച്ചി'ക്കല്ലേ നന്നായി അറിയുക?! പൂപ്പപിടിച്ച പലഹാരങ്ങളെയെല്ലാം, അത് ഇച്ചിരി കറുപ്പകാട്ടുപടർന്ന റൊട്ടിയായാലും വശങ്ങൾ പൊട്ടിയടർന്ന മാക്കറൂണായാലും തണുത്ത നൂൽവലിഞ്ഞ മാർബിൾ കേക്കായാലും ഏതും നോക്കാതെ സിൽവിക്കുട്ടി കുപ്പയിലിടും. കനച്ച വെളിച്ചെണ്ണ വെടിച്ചുകീറിയ ഉപ്പൂറ്റിയിൽ ഉരക്കാൻപോലും എടുക്കത്തില്ല. പിരിഞ്ഞ പാൽ മോരാക്കാൻകൂടി തഞ്ചപ്പെടില്ല. അതാണ് സിൽവിക്കുട്ടിയുടെ ഒരു നിലപാട്!

തവിട്ടുനിറം ബോർഡറിട്ട മെസിന്റെ ചുവരുകൾ ഡെറ്റോളും ലിക്വിഡ് വാഷും ചേർത്തമർത്തിത്തുടച്ചുകൊണ്ടാണ് സിൽവിക്കുട്ടിയുടെ ഒരുദിവസം തുടങ്ങുന്നത്. മുള ചീന്തുന്ന സ്വരത്തിൽ സിൽവിക്കുട്ടി ഈശോയേ സ്തോത്രം പാടും. സമയമന്നേരം പുലർച്ചെ ഒരു നാലു നാലേകാല്.

ബെന്നി നാലുകാലേൽ വരുന്ന സമയമാണിത്. ചാരപ്പറമ്പ് ജങ്ഷനിൽനിന്ന് ഹോമിയോ കോളേജിലേക്കുള്ള വഴിനീളെ ഏതാണ്ടീ സമയത്ത് ബെന്നിയുടെ തെറിപ്പാട്ട് മുഴങ്ങും. സിൽവിക്കുട്ടിയും അവളുടെ അപ്പ

ച്ചനും കന്യാസ്ത്രീകളും ബ്രദറന്മാരും മററുമെല്ലാം തെറിയുടെ ഒഴുക്കിൽ പൊങ്ങുതടികളാവും.

'നാലു കാലേ....നാലു കാലേ....' തൊഴുത്തിൽനിന്ന് കിഴവനായ ഔസേപ്പ് മാപ്പിള മൂളിക്കറങ്ങും.

'എനിക്ക് വാച്ച് നോക്കാനറിയാം മാപ്പിളേ...' സിൽവി ഞൊടിയും.

'നിങ്ങ നിങ്ങടെ പണിചെയ്യ് ഔസേപ്പേ....' കിഴവന്റെ പാട്ടിന് കനം വെയ്ക്കുമ്പോൾ സിൽവി അയാളുടെ പേര് കനപ്പിച്ച് മുരളും.

ഹല്ല പിന്നെ! അധികം കളിക്കാൻ വന്നാൽ അയാളുടെ അന്ത്യ കൂദാശ കഴിക്കാനുമീ സിൽവിക്കുട്ടിക്കറിയാം. പാലും പാൽപ്പൊടിയും വെള്ളവും മറിച്ചുകൊടുക്കലും കൊടുക്കൽവാങ്ങലുകളും.....എന്റീശോയേ... ഈ മനുഷ്യന്മാരുടെ ആർത്തി കുഴീലോട്ടെടുത്താലും തീരത്തില്ല്യോ.....!

മെസിലെ രാത്രിഭക്ഷണം ഏഴരയോടെ കഴിയും. പിന്നെ ഡവറ കളെല്ലാം സിങ്കിൽവീണ്, വിമ്മിൽ പൊതിർന്ന്, പതഞ്ഞ് നല്ല വെള്ള ത്തിൽ കുളിച്ചുകയറും. അതുകൊണ്ട് പിറ്റേന്ന് രാവിലത്തെ തിരക്കിൽ എച്ചിൽപ്പാത്രക്കുമ്പാരങ്ങളെക്കൊണ്ടുള്ള പൊല്ലാപ്പില്ല.

വീട്ടിലാണേൽ ഇപ്പോ സിൽവിക്കുട്ടി തെങ്ങിൻതൊടിയിൽ ചാരം കുഴഞ്ഞ കൈകളുമായി, ചുണ്ടിൽ ചത്ത മൂളിപ്പാട്ടുമായി നരകിക്കുന്നുണ്ടാവും.

രാത്രീല് അമ്മച്ചീടെ ഒരേമ്പക്കംപറച്ചിലുണ്ട്.

'ഇട്ടേച്ച് വാടീ പെണ്ണേ...നേരം വെളുക്കുമ്പം മെനക്കെടാമെടീ....'

കപ്പയും ഉണക്കമീനും മുളകുചുട്ടുപൊട്ടിച്ച് വെളിച്ചെണ്ണ ചാലിച്ചതും നക്കിവടിച്ച് അമ്മച്ചി എച്ചിലാക്കിയ പാത്രങ്ങൾ പുച്ഛത്തോടെ സി ൽവിക്കുട്ടിയെ നോക്കും, 'നിനക്ക് ഞങ്ങളൊക്കെ പണിവെച്ചിട്ടുണ്ടെടി കൊച്ചേ.....' എന്ന്.

ഇപ്പോൾ സിൽവിക്കുട്ടി മെസിന്റെ വരാന്തയും ഊൺമുറിയും അടു ക്കളത്തറയും കണ്ണാടി തോൽക്കുംവിധം തുടച്ചുതുടച്ചു മുന്നേറുകയാണ്.

'വെപ്പ് ഇച്ചിരി നന്നായില്ലെങ്കിലും വൃത്തിയും മെനയും ആവോളം.' ഇന്നാളൊരു ദിവസം മാഗി സിസ്റ്റർ സൂസഫൈനോട് ബോധിപ്പിക്കുന്ന ത് സിൽവിക്കുട്ടി കോരിത്തരിപ്പോടെയാണ് കേട്ടത്.

തുടച്ചുമിനുക്കിയ ടൈൽസ്നിലത്തും വെട്ടിത്തിളങ്ങി ചിരിക്കുന്ന സ്റ്റീൽപാത്രങ്ങളിലും സിൽവി അപ്പച്ചന്റെ ഉല്ലസിക്കുന്ന മുഖം കണ്ടുകൊ ണ്ടേയിരുന്നു.

ചത്ത്, രണ്ടുവർഷംമുമ്പ് കല്ലറയിൽ ഉറക്കമായ അപ്പച്ചൻ! 'ഈനാശു മാപ്പ്ളെ കണ്ടാൽ കൈയും കഴുകി തൊടണം....' പണ്ടാരാ ണ്ടോ പറഞ്ഞ വാചകമാണ്. അപ്പച്ചനുള്ളപ്പോൾ വീടിന്റെ ഇരുപ്പുമുറി മുതൽ അടുക്കള വരാന്തവരെ ചാഞ്ചാടുന്ന ഒരു ചന്ദനമണമുണ്ട്. എല്ലാം

വെടിപ്പോടെ ചെയ്തുതീർക്കുക എന്നത് അപ്പച്ചനോടുള്ള മംഗളസ്തുതിപോലെ സിൽവിക്കുട്ടി പണ്ടേ ഏറ്റെടുത്തതാണ്.

ഇളയമകൾ സിൽവിയെ, അൽഫോൺസാമ്മയുടെ അനുഗ്രഹവിളി കേട്ടെന്നുപറഞ്ഞ് മഠത്തിലാക്കാൻ പുറപ്പെട്ട ഈനാശു എന്ന കപ്യാരുടെ ചരിതം ഏത് ഷേക്സ്പീരിയൻട്രാജഡിയെയും വെല്ലും.!

സോളമന്റെ ഗീതങ്ങൾ രോമാഞ്ചത്തോടെ പാടിയുറങ്ങിയ പ്രായമല്ലേ! സിൽവിക്കുട്ടി അപ്പച്ചന്റെ ഉൾവിളിയെ പുറംകാലുകൊണ്ട് തോണ്ടിയങ്ങ് തെറിപ്പിച്ചു. കൽച്ചീളുകളായി ഈനാശു മാപ്പിളയുടെ നെഞ്ചിലവ ആഞ്ഞുതറച്ചു. നെഞ്ചുപൊട്ടി അപ്പച്ചൻ പള്ളിമുറ്റത്തു മലർന്നടിച്ചുവീണ കണ്ണടച്ച രാത്രിയിലും സിൽവിക്കുട്ടി സീയോനെയും സോളമനെയും വിരഹദാഹത്തോടെ സ്വപ്നംകണ്ടു.

പിന്നെയും എത്രയോ രാവും പകലും കഴിഞ്ഞാണ് ഈനാശു മാപ്പിള, സിൽവി എന്ന മകളുടെ സ്വപ്നത്തിലേക്ക് ഊളിയിട്ട് പൊന്തിയത്. 'അപ്പച്ചന് എന്നോടൊരു പിണക്കവുമില്ല്യോ..?' എന്നുപറഞ്ഞ് പൊട്ടിക്കരയുകയും പൊട്ടിപ്പൊട്ടിച്ചിരിക്കുകയും ചെയ്യുന്ന സിൽവിയെ പിടിച്ചപിടിയാലേ പള്ളിവക മാനസികോല്ലാസകേന്ദ്രത്തിൽ രജിസ്റ്റർ ചെയ്യിപ്പിച്ചു, സൂസഫൈൻ. (സൂസഫൈനും മഠംവിട്ടു ചാടിയ കേസാ. പഠനച്ചെലവ് കൊടുത്ത് അവളെ പോഷിപ്പിച്ച മഠത്തിന് ഒരു ഒന്നൊന്നര നഷ്ടമായിപ്പോയി അത്!)

നാളുകൾ കഴിയവേ, മനസ്സിന്റെ കടിഞ്ഞാൺ തിരികെ സിൽവിക്കുട്ടിയെ ഏല്പിച്ചെന്ന ചാരിതാർഥ്യത്തോടെ മാഗിസിസ്റ്റർ അവളുടെ നെറ്റിയിൽ കുരിശുവരച്ചു. കൈയിൽ മെസിന്റെ ചുമതലയും വെച്ചുകൊടുത്തു. ഈനാശുകപ്യാരുടെ ഇളയകൊച്ച് നശിച്ചു നാറാണക്കല്ലാകുന്നത് സൂസഫൈൻ സഹിക്കത്തില്ല! അനുജൻ ബെന്നിയുടെ കാര്യംകൂടി ഏറ്റെടുക്കാൻ ഈ തങ്കംപോലത്തെ സൂപ്പർവൈസറോട് പറയാൻ നാവ് വളഞ്ഞതാണ്. പിന്നെയത് വേണ്ടെന്നുവെച്ചു, സിൽവിക്കുട്ടി. നനഞ്ഞയിടം ആഴത്തിലാഴത്തിൽ കുഴിച്ചുമറിക്കേണ്ടതില്ലല്ലോ!

അഞ്ചരയുടെ ബെല്ലിന്റെ ഭയത്തോടെ സിൽവി ത്രുത്തുതുടപ്പുകൾ പെട്ടെന്ന് അവസാനിപ്പിച്ചു. ഹീറ്ററിൽ ചൂടുപിടിച്ച ഭീമൻപാത്രം, കാപ്പിപ്പൊടി - പഞ്ചസാര - കട്ടിപ്പാൽ മണം പരത്തി.

'ജിംപ്ലാസ്' എന്ന ഓഡിറ്റോറിയം തുട കാണിക്കുന്ന പെൺകൊച്ചുങ്ങളുടെ പരിശീലനക്കളരിയായിരിക്കുന്നു. സിൽവിക്ക് ഈ പെൺകുട്ടികളോട് അനിഷ്ടമാണ്. സ്പോർട്സിന് പിന്നെ മുട്ടോളമുള്ള പാവാട ഉന്നിച്ചിടാൻ പറ്റുവോ സിൽവിച്ചേച്ച്യേ എന്നുപറഞ്ഞ് ആറടിപ്പൊക്കക്കാരി വന്നു കവിളിലിറുക്കിയപ്പോൾ സിൽവിയ ക്ഷോഭത്തോടെ പറഞ്ഞതിങ്ങനെ:

'കളികഴിഞ്ഞും തൊടേൽ മുറുകിയൊട്ടിയ വേഷംകെട്ടലോടെയാ നിന്റെയൊക്കെ നടപ്പ്.'

ഹോ! പെണ്ണിന്റെ മട്ടങ്ങ് മാറി.

'അടുക്കളക്കാരി കേറി ഭരിക്കാൻ വന്നാലുണ്ടല്ലോ. വട്ടുകേസ്!' അവളുടെ ഒരു കൈവീശലിൽ പറന്നുപോയേനെ സിൽവിക്കുട്ടി. അപ്പോൾ അത്ര കാലവും ഈ പിള്ളേരൊക്കെ തേനും പാലുമൊഴുക്കിയ എന്ത് അഭിനേത്രികളായിരുന്നു!

'സിൽവിയേച്ച്യേ, വീക്കെന്റ് അടിച്ചുപൊളിച്ചോ.....?'

'മറൈൻഡ്രൈവ് വരെയൊന്ന് കറങ്ങിയേച്ചുവരാം. ചേച്ചീ..... വന്നേ...'

'ഇന്ന് സുന്ദരിക്കുട്ടിയായല്ലോ....'

'എന്താണൊരു വിഷമം പോലെ...'

'വീട്ടീൽ പോയില്ലേ... അപ്പച്ചനും അമ്മച്ചിയും എന്നാ പറയുന്നു?'

'പൈസ വേണേൽ പറഞ്ഞാൽമതി ചേച്ചി...'

വന്ന അന്നു മുതൽ കേട്ടുകേട്ടു മനപ്പാഠമായ വഴുക്കുന്ന കുശലവാചകങ്ങൾ ഉള്ളിൽ തികട്ടിവന്നു സിൽവിക്ക്. മെന്റൽ റിഹാബിലിറ്റന്റ് ആയ പാവം അടുക്കളക്കാരിയോട് ദീനാനുകമ്പ പ്രകടിപ്പിക്കാൻ ഇതിലും മിനുക്കിയ അത്യന്താധുനിക മധുരവാചകങ്ങൾ കടമെടുക്കുക അസാധ്യം! അന്നും ഉച്ചയ്ക്ക് സിൽവിക്കുട്ടി, കണ്ണിറുക്കി തലയറഞ്ഞുചിരിക്കുന്ന അപ്പച്ചനെ ചില്ലുഗ്ലാസിലെ തെളിനീർപ്രതിഫലനത്തിൽ കണ്ടു.

'ഇപ്പോഴും മരുന്ന് കഴിക്കുന്നുണ്ടോ സിൽവിച്ചേച്ചി...?' എന്ന് പുച്ഛത്തോടെ പുറത്തുചാടിയ വാക്കുകൾകൊണ്ട് തടവിത്തലോടിയ പെൺകൊച്ചിന് അന്നേരം തവിക്കണ ഓങ്ങി ഒരാട്ടുവെച്ചുകൊടുത്തു സിൽവി.

'ഫാ! മരുന്ന് നിന്റെ തന്തയ്ക്കു കൊടുക്ക്.....!'

ഉടനെ തുടങ്ങി അപ്പച്ചന്റെ അമർത്തിയ തിരച്ചിരി.

ഗ്ലാസിലെ മിനുക്കത്തിൽ അപ്പച്ചന്റെ ചിരി അസഹ്യമായപ്പോൾ സിൽവി മുറ്റത്തെ മണലിലേക്ക് അതെടുത്തൊരേറ്! സ്വർഗത്തുനിന്നുള്ള പിറുപിറുക്കൽ പോലെ ഈനാശുമാപ്പിളയുടെ ചിരിമണികൾ!

പകപ്പും മടുപ്പും വിയർപ്പും അഴുക്കടിഞ്ഞ പിൻകഴുത്തും, ഭംഗി കെടുത്തിക്കളഞ്ഞ സിൽവിക്കുട്ടി എന്ന ഇരുപത്തിയേഴുകാരിക്ക് ജീവിതത്തിന് താനൊട്ടും യോജിക്കുന്നവളല്ലെന്ന് തോന്നി. കൈയിലാണെങ്കിൽ ആറാം ക്ലാസും കടുകുവറുക്കലും മാത്രമേയുള്ളൂ! കണ്ണും മുഖവും നിറവും കണ്ടാൽ ഈറത്തണ്ടുപോലെ വേച്ചുവേച്ച് പോകുന്ന ചെറുക്കൻമാർപോലും നിൽക്കില്ല, ഒരു നിമിഷം.

കുത്തുവാക്കുകൾ ചവച്ചിട്ട് അന്ന് സിൽവിക്കുട്ടിക്ക് ചോറിറങ്ങിയില്ല. ആ നിക്കറുകാരി പെൺകുട്ടി ഹോസ്റ്റൽ മാറിപ്പോയത് വെപ്പുകാരിയുടെ മെക്കിട്ടുകേറൽകൊണ്ടാണത്രെ! സിസ്റ്റർമാർ എത്ര കരടിപിടിത്തം നടത്തിയതാണ്! 'ബാങ്ക് ബാലൻസും റിയൽ എസ്റ്റേറ്റും ആഴ്ചയിലെ പച്ചക്കറിക്കെട്ടുകളും പോത്തും ആടും പന്നിയും മസാലപ്പാക്കറ്റുകളും നിലച്ചല്ലോ എന്റെ കുഞ്ഞീശോയേ' എന്ന് നെഞ്ചത്തടിച്ചു, മാഗി സിസ്റ്റർ.

സൂസഫൈൻ മിനുക്കിയെടുത്ത സിൽവിക്കുട്ടി എന്ന പാചകക്കാരി പഴക്കമുള്ള പത്രക്കടലാസുപോലെ പൊടിഞ്ഞുതീർന്നു.

ജോലി തെറിക്കും!

എങ്കിലെന്ത്?

ഈനാശ്ശു മാപ്പിള എന്ന അപ്പച്ചൻ കാണിച്ച മുള്ളും മുനയും നിറഞ്ഞ സന്ന്യാസിനീവഴിയുണ്ടല്ലോ! ഏത് കോണിലൂടെ നോക്കുമ്പോഴും ആ വിശുദ്ധപാത തന്നെ സിൽവിയുടെ കാഴ്ചയിൽപെട്ടു. കണ്ണുനീർ ചാലിച്ച ത്രിമാനസഹനത്തിന്റെ വിശുദ്ധദർശനം കിട്ടിയതായി സിൽവിക്കുട്ടിക്കുതോന്നി. എന്നിട്ടും അലരിമരങ്ങളിൽ തൂങ്ങിക്കിടക്കുന്ന സ്വപ്നം അവളിൽ പ്രണയംനിറച്ച് തുളുമ്പിത്തുള്ളി. തവിട്ടും വെള്ളപ്പും വസ്ത്രമണിഞ്ഞ്, വിശുദ്ധപുസ്തകം നെഞ്ചിൽ ചുമക്കുന്ന കന്യകയാണെന്ന് സിൽവി സ്വയം സ്തുതിച്ചു.

'എന്റെ മടക്കം യറുശലേമിലേക്ക്....' സിൽവി കൈകൾ വിടർത്തി.

സൂസഫൈൻ മരുന്നിന്റെ ചീട്ടുമായി മതിൽക്കെട്ട് കടന്ന് തെന്നിപ്പോകുന്നതുകണ്ടു സിൽവിക്കുട്ടി.

'എവിടെ എന്റെ ശിരോവസ്ത്രം....? ഞാനിപ്പോൾ ഇടയന് പ്രിയപ്പെട്ടവളായിരിക്കുന്നു.' സിൽവി ആകാശം നോക്കി.

'അടങ്ങിയിരിക്കു സിൽവിക്കുട്ടി തെരേസാ...' സിൽവിക്കുട്ടിയുടെ പൊറുതികേടിനുമേൽ പന്ത്രണ്ടാമത്തെ ശാസനയുടെ എണ്ണം തികച്ചു, ഡോക്ടർ.

'എന്താണ്...? ഞാൻ മുൾക്കിരീടം ഏറ്റുവാങ്ങുമ്പോൾ എല്ലാവരും എവിടെപ്പോയി? എന്റെ സഭാവസ്ത്രം പരിശുദ്ധമല്ലേ....? ഗബ്രിയേൽ മാലാഖയുടെ ചിറകൊച്ചകൾ അടുത്തുണ്ടോ...?'

കൂടുതൽ പറയാൻ സിൽവി തെരേസാ എന്ന സിൽവിക്കുട്ടിക്കാവുന്നില്ല.

ചടങ്ങിന് ഒരാൾക്കൂടിയെത്താനുണ്ട്. ചിരിയൊന്നും കേൾക്കാനില്ലല്ലോ.

'അപ്പച്ചാ... അപ്പച്ചാ.... ഈ അപ്പച്ചൻ ഇതെവിടെപ്പോയി....?'

അമ്മദൈവം

'**ദൈ**വമേ.....ദൈവമേ... നീയൊരു പെണ്ണായതെന്താണ്? നീ അമ്മയായതെന്താണ്?

വെളുപ്പ് അതിരു വരച്ച മുടിക്കെട്ടും വെള്ളക്കൽമൂക്കുത്തിയും വശ്യ സുന്ദരമായ ശബ്ദവും നിനക്കുണ്ടായതെങ്ങനെയാണ്?

മാലോകർക്കെല്ലാം നീ ദാനശീലയായ ചുംബനദാതാവായതെന്താണ്? അവർ കാൽകഴുകി ചുണ്ടമർത്തുന്ന നേരവും പുഷ്പവൃഷ്ടി നടത്തുന്ന നേരവും നീ നിർവൃതീശില്പമാകുന്നതെങ്ങനെയാണ്?'

പെൺകുട്ടി ചിരിക്കുകയായിരുന്നു. അവളുടെ അമ്മ തറയിലിരുന്ന് അരിയിലെ കല്ലുകൾ പെറുക്കുന്നു. അടുപ്പിലെ വക്കുപൊട്ടിയ ചട്ടിയിൽ ചക്കക്കുരുവും പുളിയും വേവുന്നു. മുറ്റത്ത് തൊപ്പ കൊഴിഞ്ഞ കോഴി ത്തള്ളമാർ കുഞ്ഞുങ്ങൾക്കുവേണ്ടി കൊക്കിൽ മണ്ണിര വെച്ചുംകൊണ്ട് കലപില ലഹള.

'അമ്മേ...അമ്മേ... അമ്മ പെണ്ണായതെന്താണ്? അമ്മയായതെന്താണ്? വെളുപ്പ് അതിരുവരച്ച മുടിക്കെട്ടും വെള്ളക്കൽമൂക്കുത്തിയും വശ്യ സുന്ദരമായ ശബ്ദവും നിനക്കില്ലേ? വരുന്നവർക്കെല്ലാം നീ ഉദാരയായ ചുംബനദാതാവല്ലേ? അവർ കാലിൽ മുഖമുരസുന്ന നേരത്ത് നീ കോരിത്തരിപ്പോടെ പെൺശില്പമാവാറില്ലേ? എന്നിട്ടും നീയെന്താണ് ദൈവമാകാത്തത്?'

പെൺകുട്ടി സംശയങ്ങളുടെ പാരാവാരത്തിലായിരുന്നു. സംഗതി, തള്ളിയാൽ വീഴാവുന്ന മട്ടിലാണ് മേൽക്കൂരയും അമ്മയും മകളും. സത്യം പറഞ്ഞാൽ ഒരു രൂപയുടെ അരിയോടാണ് കടപ്പാട് മുഴുവൻ. ഉള്ളതുപറ

ഞ്ഞാൽ ചുരുണ്ടുകൂടികിടന്നാണ് രാത്രി തികയ്ക്കുന്നത്.

അമ്മയ്ക്ക് പെൺകുട്ടിയെയും കളഞ്ഞ് പോയാൽക്കൊള്ളാമെന്നു ണ്ട്. അത് കൊച്ചിന്റെ ഗുണത്തിനാ! അമ്മ ഒരു കര പറ്റിയിട്ടുവേണം കൊച്ചുപെണ്ണിനെയും തിരയിലോട്ടു തള്ളിയിടാൻ....അതിനിവളൊന്ന് വയസ്സറിയിക്കണം!

പെൺകുട്ടി ദൈവത്തെ വിചാരണ ചെയ്യുന്നത് തുടർന്നു. ' ദൈവമേ..... ദൈവമേ... നീ വയസ്സറിയിക്കാതെയല്ലേ പെണ്ണായത്?

നീ മാലോകർക്കെല്ലാം അമ്മയല്ലേ? നീ എന്താണ് മക്കളെ പെറ്റു പോറ്റാത്തത്?'

താൻ തീണ്ടാരിയാവുന്നതുംകാത്ത് ഒരു വഴി പഠിപ്പിച്ചുകൊടുക്കാൻ അക്ഷമയോടെ കലഹിക്കുന്ന അമ്മയോട് പെൺകുട്ടി ഉറപ്പിച്ചുപറഞ്ഞു.

'അമ്മേ...അമ്മേ...ഞാനും പെണ്ണാണ്. ഞാൻ അമ്മയാകും. ദൈവമാകും. വയസ്സറിയിക്കാത്ത അമ്മദൈവം!'

പിന്നെ പെൺകുട്ടി ദൈവത്തിലേക്ക് മുഖമുയർത്തിച്ചോദിച്ചു:

'ദൈവമേ ഞാൻ പറഞ്ഞത് ശരിയല്ലേ.....?

ദൈവം അമ്മയാണല്ലോ...

അമ്മ ദൈവമാണല്ലോ....

ആണല്ലോല്ലേ.......?'

സ്മരണാനന്തരം

അമ്മയുടെ ഓർമ പൂർണമായും നശിച്ചുകഴിഞ്ഞു എന്നു പറഞ്ഞാണ് ഡോക്ടർ കോറിഡോറിനടുത്തുള്ള ലിഫ്റ്റിലേക്ക് നടന്നത്. ഒട്ടും സങ്കോചമില്ലാതെ മുഖത്തുനോക്കി അയാളത് പറഞ്ഞു. അല്ലെങ്കിലും സത്യങ്ങൾ പറയുമ്പോൾ ഭയക്കേണ്ട കാര്യമില്ലല്ലോ! അറുപതുകഴിഞ്ഞ ഒരു സ്ത്രീയുടെ ഓർമകൾ എത്രകണ്ട് വിലമതിക്കുമെന്നൊന്നും കണക്കുകൂട്ടേണ്ട കാര്യവുമില്ല.

'അമ്മ പാദസരമണിശബ്ദം കേൾക്കുമ്പോ പതിയെ ചിരിക്കുന്നുണ്ട് ശ്രീയേട്ടാ....' മുറിയിൽനിന്ന് ഇറങ്ങിവരവേ പ്രിയങ്ക പറഞ്ഞു.

അയാൾ ശബ്ദിച്ചില്ല.

അവൾ പതുക്കെ അയാളുടെ അടുത്തുവന്ന് നിലത്തിരുന്നു.

'എന്തേ.....?'

'ഡോക്ടർ രാവിലെ വന്നു......'

'എന്തേ പറഞ്ഞു......?'

'ഇനി ഓർമിക്കാൻ പറ്റില്ല. മുഴുവനായും പോയി....'

പ്രിയങ്കയുടെ കൈയിലെ പാദസരമണി നിലത്തുവീണുരുണ്ടുപോയി ടീപോയിൽ തട്ടിനിന്നു.

അവൾ കുനിഞ്ഞിരുന്നു കരഞ്ഞു.

'അമ്മ ഇപ്പോഴും ചിരിച്ചു ശ്രീയേട്ടാ.........എന്തോ ഓർമ വന്നിട്ടുതന്നെയാ.... അമ്മയ്ക്ക് ഓർമ തിരിച്ചുകിട്ടുമായിരിക്കും. അല്ലേ...?'

അയാൾ പത്രം മടക്കിവെച്ച് വരാന്തയിലേക്കിറങ്ങി നിന്നു. നഗരം മുഴുവൻ വെളിച്ചം. സംസ്ഥാനം അഭിമുഖീകരിക്കാൻ പോകുന്ന വൈദ്യ

തിക്ഷാമത്തെപ്പറ്റിയുള്ള ആധി ഒന്നുരണ്ടു വിലകുറഞ്ഞ വാക്കുകളായി അയാളിൽനിന്ന് പുറത്തുചാടി. പെട്ടെന്ന് കറന്റ് പോയി. പ്രിയങ്കയുടെ കാല് തട്ടിയാവണം, പാദസരമണി നിലത്ത് വേഗത്തിൽ ഉരുളുന്ന ശബ്ദംകേട്ടു. അമ്മയുടെ മുറിയിൽനിന്ന് നീണ്ട കരച്ചിലും കേട്ടു. ഇത് പതിവുള്ളതാണ്.

അമ്മയ്ക്ക് ഇരുട്ടിനെ പേടിയാണെന്ന് അയാൾ കരുതി. പ്രിയങ്ക പറഞ്ഞത് അങ്ങനെയല്ലെന്നാണ്. രാത്രികളും ഇരുട്ടും ഒറ്റയ്ക്കിരുപ്പും വൈകിയുറക്കവും എത്രയോ മുമ്പുമുതൽ അമ്മയുടേതായിരുന്നു.

പ്രിയങ്കയ്ക്ക് പതിന്നാലു വയസ്സുള്ളപ്പോൾ മുതൽ അമ്മ ഒറ്റയ്ക്കാണ്. അവൾക്കു താഴെ മൂന്നു പെൺകുട്ടികൾ. അച്ഛൻ വല്ലാതെ കുറുകിച്ചുമച്ചു ശ്വാസംമുട്ടിയ അവസാനരാത്രി മുഴുവൻ, അച്ഛന്റെ മുഖം മടിയിലൊളിപ്പിച്ച് അമ്മ കൺനനയാത്ത പ്രതിമയായി. മരണത്തിലേക്ക് അച്ഛനും, ജീവിതത്തിലേക്ക് അമ്മയും അന്ന് വഴിപിരിഞ്ഞു.

വിചാരങ്ങൾ ഒരു റൗണ്ട് നടപ്പ് പൂർത്തിയാക്കി അയാളിലേക്കു തന്നെ തിരിച്ചെത്തി. വീണ്ടും വൈദ്യുതിക്ഷാമവും ഭൂതലവ്യതിയാനങ്ങളുണ്ടാക്കുന്ന ആകാശംതൊട്ട ഫ്ലാറ്റുകളും വിഷമഴകളും അയാളിൽ ശരാശരി പൗരബോധമുണർത്തി.

കിലുങ്ങുന്ന വളകൾ അടുത്തടുത്തു വന്നു.

'ശ്രീയേട്ടാ..... ആ പാദസരമണി ഞാൻ കൊതുകുവലയ്ക്കുള്ളിൽ ഞാത്തിയിട്ടു.'

'ങ്ും'

കറന്റ് വന്നു.

'അങ്ങനെ പതുക്കെ അമ്മയ്ക്ക് ഓർമ തിരിച്ചുകിട്ടുമായിരിക്കുമല്ലേ....?'

'ങ്ും'

കറന്റ് പോയി.

അന്ന് അമ്മ ഉറങ്ങിയില്ല. ആരെയും ഉറങ്ങാൻ വിട്ടില്ല. നിലവിളിച്ച് അമ്മയ്ക്ക് ശ്വാസംമുട്ടി. ഇരുട്ടിലുറഞ്ഞ ഒരോർമത്തുണ്ട് പിടഞ്ഞുണർന്നു. ഓർമയും പ്രിയങ്കയും അമ്മയുടെ നെറുകയിൽ തലോടി.

അപ്രത്യക്ഷമാവുമ്പോഴാണ് ചിലവയുടെ സാന്നിധ്യം നമുക്ക് ബോധ്യപ്പെടുക. ഓർമകളുടെ കാര്യവുമതെ! ഓർമകൾ മകുടിയൂതി ഉണർത്തുന്ന കത്തുന്ന വിഷാദത്തെപ്പറ്റി പരാതി പറയാതിരിക്കാൻ വേണ്ടിയെങ്കിലും, അവർക്കുമുന്നിൽ സ്മരണകൾ കൈവിട്ട ആ അമ്മ കിടന്നു.

ശ്രീഹരി ഉച്ചയ്ക്ക് ഊണ് കഴിക്കാനെത്തുമ്പോൾ ബ്ലസിയുടെ *തന്മാത്ര*യുടെ പകുതിയോളം കണ്ട്, കണ്ണു നിറച്ചിരിക്കുകയായിരുന്നു പ്രിയങ്ക.

'ഓർമ ഇല്ലാണ്ടായാൽ മരിക്ക്യോ ശ്രീയേട്ടാ........?'

'ഓർമയില്ലാണ്ട് ജീവിച്ചിട്ടെന്താ?!' ശ്രീഹരി വെറുതെ ഒരു വായിൽ

തോന്നിയ മറുപടി പറഞ്ഞു. എന്നാൽ പ്രിയങ്ക, രാത്രി കറന്റുകട്ട് സമയത്ത് ഇരുട്ടിനോട് കണ്ണുമിഴിച്ച് അതോർത്തുകൊണ്ടിരുന്നു.

പത്തുവർഷങ്ങൾ.....! നരച്ച വെയിലിഴകൾ നിലത്തിഴഞ്ഞു വലിയുന്ന ഹോസ്റ്റൽമുറി. വളഞ്ഞ ജനൽക്കമ്പികൾ. അനക്കങ്ങളൊഴിപ്പിച്ച് നിശ്ശബ്ദമായി ഉറങ്ങുന്ന പഴഞ്ചൻ ഇടനാഴി..... ഉറക്കംകെട്ട കണ്ണുകൾ നിശ്ചലമാക്കിയ പഴയ ഇരുമ്പുഫാൻ. നിറംകെട്ട ഓർമകൾ മരവിച്ചുറങ്ങുന്ന മേശവലിപ്പ് നിലത്തേക്ക് കുടഞ്ഞുപരതി, പ്രിയങ്ക. പൂച്ചികളും ചിലന്തികളും മറ്റൊരൊളിത്താവളം തിരഞ്ഞ് തെക്കുവടക്കോടി. അക്ഷരങ്ങളുടെ ഭാരം താങ്ങാനാവാതെ കടലാസുകൾ പൊടിഞ്ഞുതിർന്നു.

1

ജൂൺ 22, 1991

സ്റ്റീഫൻദാസ്,

ഈ മഴക്കാലത്ത് കൊട്ടുംപനിയുടെ ചൂട് എന്നെ പൊതിഞ്ഞുനിൽക്കുന്നു. കഴിഞ്ഞുപോയ വേനൽപകലുകളുടെ വേവും നോവും എന്റെ നെഞ്ചിൽ ആഴത്തിൽ നിഴലിച്ച കിടപ്പുണ്ടാവാം.........

പ്രിയങ്ക സി വിശ്വം
നിർമ്മലൂർ

2

ജൂൺ 28, 1991

ഡിയർ പ്രിയങ്ക,

ആദ്യപ്രണയം രണ്ടാമത്തുമാത്രം ബോധ്യമാകുന്നതിന്റെ അവാസ്ഥവികത ചിലപ്പോഴൊക്കെ എന്നെ ചിരിപ്പിക്കുന്നു. ചിലപ്പോളത് ഒരു ഉറങ്ങാത്ത മുറിവായി നീറിപ്പഴുക്കുന്നു.

സ്റ്റീഫൻ
ഗവി.
ജൂൺ 30, 1991

3

ഡിയർ സ്റ്റീഫൻ,

എന്റെ ദിവസങ്ങളുടെ ഓരോ മണിക്കൂറിനും ഇപ്പോൾ ഓരോ ഭാവമായിരിക്കുന്നു. ഞാനെന്നെത്തന്നെ നോക്കിയിരുപ്പാവും ഉച്ച കഴിഞ്ഞ സമയങ്ങളിൽ.

പ്രിയങ്ക സി വിശ്വം.

4

ജൂലൈ 8, 1991

ഡിയർ പ്രിയങ്ക,

പറ്റമായിരുന്ന ഒരുകാലത്ത്, പാലം പണിയാൻ അറിയാത്തവരായിപ്പോയി നമ്മൾ. മറച്ചുവെച്ചിട്ടും നമ്മൾ രണ്ടുപേരും അതിപ്പോൾ അറിഞ്ഞിരിക്കുന്നു. എന്നെ നോക്കാനെനിക്കു മടുപ്പാണ്. കണ്ണുകളെങ്ങും ഉറയ്ക്കുന്നില്ല.

ഇന്ന് എന്റെ കല്യാണക്കത്ത് പ്രിന്റുചെയ്തു കിട്ടി.

സ്റ്റീഫൻ

(വീടും പേരുമില്ലാത്ത ഒരു നിഴലായിരുന്നെങ്കിൽ)

5

ജൂലൈ 21, 1991

സ്റ്റീഫ്,

എന്റെ ജനലഴികൾ ചൂട് പ്രസരിപ്പിക്കവേ, ഞാനിതിന്റെ ഓരത്ത് കിടന്ന് ഉടൽപൊള്ളി വിയർക്കുന്നു. കണ്ണഞ്ചുന്ന വെളിച്ചത്തിൽ ആകാശം ഒരു മൂടൽമാത്രമായി കാണുന്നു. കോളേജ് ഹോസ്റ്റൽമതിലിൽ പതിച്ച സ്ഥാനാർഥികളുടെ കൂട്ടത്തിൽ നിന്റെയും ചിത്രമുണ്ട്. അതിലേക്ക് നോക്കാതിരിക്കാൻ സാധിക്കുന്നില്ല. എഴുന്നേൽക്കണമെന്നുണ്ടെങ്കിലും എനിക്കീ ചൂടിന്റെ ആവരണം ഭേദിച്ച് ചലിക്കാനാവുന്നില്ല.

നിന്റെ പ്രിയങ്ക.

6

ജൂലൈ 30, 1991

പ്രിയങ്കാ,

യേശുദാസിന്റെ നല്ലൊരു പാട്ടൊക്കെ കേട്ട് നേരത്തെ ഉണരുന്ന രാവിലെകളിൽ എല്ലാം ശുഭപര്യവസായിയായല്ലോ എന്നു ഞാൻ ആശ്വസിക്കാറുണ്ട്. സമയം അതിക്രമിക്കുന്തോറും ഞാൻ അസ്വസ്ഥനായിക്കൊണ്ടേയിരിക്കും. ഒരു തട്ടുപൊളിപ്പൻ പാട്ടിന്റെ ഇത്തിരി മെലോഡിയസ് ആയ അനുപല്ലവി പോലും എന്നെ കരയിക്കാൻ തുടങ്ങുന്നു. മീശയുള്ള പുരുഷൻ! കുട്ടികളെപ്പോലെയായിരിക്കുന്നു ഞാൻ. അടുത്ത മാസം ഭർത്താവുദ്യോഗത്തിന് തയ്യാറാകേണ്ട ഞാൻ. ഇപ്പോൾ ഞാൻ മുഖങ്ങൾ ശ്രദ്ധിക്കാൻ തുടങ്ങിയിരിക്കുന്നു. കണ്ണുകളിലെ വേദന കാണാനും പഠിച്ചിരിക്കുന്നു.

നിന്റെ
സ്റ്റീഫ്

7

ആഗസ്റ്റ് 26, 1991

സ്റ്റീഫൻദാസ്,

ഞാൻ അനാഥയായിപ്പോവുമെന്ന് നിനക്ക് ഭയമുണ്ടാകേണ്ടതില്ല. ശ്രീഹരി ആത്മാർഥതയുള്ള സുഹൃത്താണ്. അവന് എന്റെ നല്ല പാതിയാവാൻ സാധിക്കും. തൊട്ടതിനും പിടിച്ചതിനുമെല്ലാം ഓർമകളെ ഉണർത്തിവിടാനാവുമെന്ന ഒരു സവിശേഷത ഈ ദിവസങ്ങൾക്കുണ്ട്. ഇനിയുള്ള ദിവസങ്ങളിൽ വിഷാദവും നിശ്ശബ്ദതയും എന്നെ ഊട്ടിയുറക്കും. ഇതെന്റെ ആദ്യപ്രണയമായിരുന്നുവല്ലോ എന്ന് അതിന്റെ എല്ലാ വ്യഥയോടും നഷ്ടപ്പെടലിന്റെ കയ്പിനോടുമൊപ്പം ഞാൻ മന്ത്രിക്കുന്നു. അതിന് ഇഷ്ടമെന്നോ, പ്രണയമെന്നോ പേരിടുന്നില്ല, ഞാൻ. വരച്ച കളങ്ങൾക്കപ്പുറത്താണ് വലിയ ഇഷ്ടങ്ങളുടെ സഞ്ചാരം.

ഇനി കത്തുകൾ എഴുതേണ്ടതില്ല. നിന്റെ ഫോൺകോളുകൾ പ്രതീക്ഷിച്ച് ഞാനുണ്ടാവില്ല.. സസുഖം ജീവിക്കുക. എന്റെ ഭൂമി നനച്ചൊരു മഴപെയ്യുന്ന സമയങ്ങളിലെല്ലാം കളഞ്ഞുപോയ ഒരു പാദസരമണിയുടെ സ്വരം ഞാൻ കേൾക്കും.

പ്രിയങ്ക സി വിശ്വം
നിർമ്മല്ലൂർ

പ്രിയങ്ക ഇരുട്ടിലായി. തണുത്ത തറ വിയർപ്പുചാലുകൾ വരച്ചു. പ്രിയങ്ക കിതച്ചു. പ്രിയങ്ക തണുത്തു. പ്രിയങ്ക കരഞ്ഞു......കറന്റുപോയി........ ഓർമകൾ വന്നു. ഭൂതകാലത്തിന്റെ സെമിത്തേരിക്കല്ലുകൾക്കിടയിലൂടെ ഒരലിവുമില്ലാതെ ഓർമകൾ വന്നു.

അന്ന് പവർക്കട്ട് സമയത്ത് ശ്രീഹരി വാചാലനായത് നഗരത്തിലെ മൂടാത്ത ഓടകളെപ്പറ്റിയും ഓഫീസിലെ ചായക്കാരൻ പയ്യന്റെ അമ്മയുടെ മാറാരോഗത്തെപ്പറ്റിയുമായിരുന്നു. ആകാശത്തിന്റെ ചാരനിറം നക്ഷത്രപ്പൊടികളെ ഒളിപ്പിച്ചു.

പത്തുവർഷങ്ങളിലൂടെ കുന്നും മലയും കുഴിയും കയറിയിറങ്ങിവന്ന സ്മരണകൾ കുടുസ്സുഫ്ലാറ്റിലാകെ നിറഞ്ഞു. ശ്രീഹരി രാത്രിയുറക്കം മുറിഞ്ഞുണർന്നു. പ്രിയങ്ക കണ്ണാടി നോക്കി കണ്ണുനിറയ്ക്കുന്നു.

'നിനക്കെന്താടി പറ്റിയത്? അമ്മയ്ക്ക് ഓർമ തിരികെ കിട്ടും പ്രിയങ്കാ..... എനിക്കുറപ്പാണ്.'

ശ്രീഹരി ഉറക്കെയാണത് പറഞ്ഞത്.

'വേണ്ട...വേണ്ട...ശ്രീയേട്ടാ അമ്മയെ ഞാൻ നല്ലതുപോലെ നോക്കിക്കൊള്ളാം. മറവിയാണ് ശ്രീയേട്ടാ സുഖം... മറവിയാണ് നല്ലത്...'

പ്രിയങ്ക പതുക്കെയാണത് പറഞ്ഞത്.

പിറ്റേന്ന് പ്രിയങ്ക കൊളുകുവലയിൽ കെട്ടിയിട്ട പാദസരമണി അഴിച്ചുമാറ്റി. പഴയ വിരിപ്പുകൾ അലക്കിവിരിച്ചു. മാറാല തട്ടി. മാസത്തിൽ പതിവായെത്തുന്ന സർബത്തുകാരനോട്ടും ഇസ്തിരിക്കാരനോട്ടും രണ്ടു സെയിൽസ് ഗേൾസിനോട്ടും ഒരുപാടുനേരം സംസാരിച്ചു.

ഇളം നീലയാകാശപശ്ചാത്തലമുള്ള പതിനാലാംനില ഫ്ലാറ്റിൽ നിന്ന് പഴകിപ്പൊടിഞ്ഞ കുറിപ്പുകൾ കാറ്റിലേക്കിറങ്ങി.

പത്തുമണിയുടെ പവർക്കട്ടും കഴിഞ്ഞ് വളരെ വൈകി ഫ്ലാറ്റിലെത്തിയ ശ്രീഹരിയോട് 'മെമ്മറി റീമൂവൽ ബാം' എന്ന സങ്കല്പമരുന്നിനെപ്പറ്റി ഒരു തമാശപൊട്ടിച്ച് പ്രിയങ്ക അമ്മയുടെ മുറിയിലേക്ക് നടന്നു.

'അമ്മയ്ക്ക് ഓർമ ഒരിക്കലും തിരിച്ചുകിട്ടാതിരിക്കട്ടെ. അല്ലേ.....ശ്രീയേട്ടാ.....?!'

ഉപ്പുസത്യഗ്രഹം

അങ്ങ് മെക്സിക്കോയിലോ മറ്റോ നടന്ന 'ഭൂമിയുടെ ഉപ്പ്' എന്ന പേരുള്ള ഖനിസമരത്തിന്റെ അഞ്ചാം വാർഷികദിനത്തിൽ ഇങ്ങ് പെരുമ്പിലാവ് മുക്കിൽ പോർഷ്യ ആഷർ എന്ന പെൺകുഞ്ഞ് ജനിക്കുകയുണ്ടായി. കൃത്യമായി പറഞ്ഞാൽ പോർഷ്യയ്ക്ക് ഈയാണ്ടിൽ അറുപത് തികഞ്ഞു. കാലുറച്ചതിനുശേഷം വന്ന ഒരു പിറന്നാളിനുപോലും മുടങ്ങാതെ പോർഷ്യ ഉപ്പിട്ട് പായസം വെച്ചു. വീട്ടുകാർക്കും അയൽക്കാർക്കും അത് വീതംവെയ്ക്കുകയും സ്വയം രുചിച്ച് ഓർമകളിലേക്ക് നൂണ്ടിറങ്ങുകയും ചെയ്തുപോന്നു. ആദ്യവട്ടം മറവിയാണെന്ന സംവരണത്തോടെ പോർഷ്യയമ്മൂമ്മയുടെ ഉപ്പുപായസം സഹിച്ച എലുമ്പൻപിള്ളേര് പിന്നീടങ്ങോട്ട് അവരെ കാണുമ്പോഴൊക്കെ 'കിറുക്കിത്തള്ളേ' എന്നു വിളിച്ചു കൂവി.

ആർത്തിയും സ്വാർഥതയും കാപട്യവുംകൊണ്ട് മനുഷ്യൻമാര് ചെയ്തുകൂട്ടുന്ന ഭ്രാന്തുകളുടെ ഏഴയലത്തുവരില്ല പോർഷ്യയുടെ ചെയ്ത്ത്. ഉപ്പിനോട് തനിക്കുള്ള അതിവൈകാരികമായ സമ്പർക്കം വിശദീകരിക്കാനറിയാത്തതുകൊണ്ട് പോർഷ്യ കിറുക്കത്തിയെപ്പോലെ പിള്ളേരോട് കൈവീശിക്കാണിച്ചു. ദേവകിച്ചേച്ചി അമ്പലത്തിൽ പുഷ്പാഞ്ജലി കഴിപ്പിക്കുന്നതുപോലെയോ, ജാഫറ് യത്തീംഖാനയിൽ അന്നദാനം നടത്തുന്നതുപോലെയോ ഒരു സദ്പ്രവൃത്തിയാണ് പിറന്നാൾ ദിവസത്തെ തന്റെ ഉപ്പുപായസനിർമ്മിതിയെന്ന് പോർഷ്യ ചിലരെയെങ്കിലും വിശ്വസിപ്പിക്കാൻ ശ്രമിച്ചു.

തൊള്ളായിരത്തി അമ്പത്തിയഞ്ചിൽ പെരുമ്പിലാവ് ദേശത്തുനടന്ന പൊക്കാളിപ്പാടത്തിനടുത്ത നിൽപുസമരത്തിനിടെയാണ് പോർഷ്യയുടെ അമ്മച്ചി ആഞ്ചലിക്ക അവരെ പ്രസവിച്ചത്. അടിവയർ കനത്തപ്പോൾ ആഞ്ചലിക്ക അടുത്തുള്ള ഉപ്പുകെട്ടിനടുത്തെ പാറയ്ക്കിടയിലേക്ക് വലിഞ്ഞു. വെറുതെ ഒന്നിരുന്നതാണ്. പിന്നെ, എല്ലുപൊടിയുന്ന വേദന. രക്തച്ചരടുകൾ കാലിലേക്കൊഴുകി ചുറ്റിപ്പിടിച്ചു. തൊള്ളകീറിക്കരയുന്നത് ആഞ്ചലിക്ക നിർത്തിയപ്പോൾ പൊടിക്കൊച്ചായി കണ്ണുതുറക്കാൻ ശ്രമിക്കുന്ന പോർഷ്യ അതേറ്റുപിടിച്ചു.

മെക്സിക്കോയിലെ 'ഭൂമിയുടെ ഉപ്പുസമര'ത്തെ പറ്റിയുള്ള വസ്തുതകൾ പോർഷ്യയുടെ അപ്പൻ ആഷർ തൊഴിലാളികളിലേക്ക് ഉച്ചസ്ഥായിയിൽ എയ്തുതുടങ്ങിയതേയുണ്ടായിരുന്നുള്ളൂ. പോർഷ്യക്കൊച്ചിന്റെ ആർപ്പിൽ അതു മുറിഞ്ഞു.

അന്നുച്ചയ്ക്ക് ആഷർ, തൊഴിലാളികൾക്ക് ഉപ്പിട്ട നാരങ്ങാവെള്ളം കൊടുത്തു. മഴക്കാലമായാൽ ഉപ്പുഖനിയിൽനിന്ന് അടുത്തുള്ള പൊക്കാളിപ്പാടത്തേക്ക് വെള്ളമിരമ്പിക്കയറും. ഉപ്പുകെട്ടുകൾ വല്ലാതെ കടുത്താൽ വിളകൾ ചെറുത്തുനിൽപ്പിനാവാതെ കഴുത്തൊടിച്ചിടും. മണ്ടയുണങ്ങും. അതിനുമുമ്പ് കാര്യങ്ങളങ്ങൊതുക്കണം. ഒന്നുകിൽ പൊക്കാളിപ്പാടത്തെ വേല. അല്ലെങ്കിൽ ഉപ്പുഖനികളിലെ പണി. ഒരു തൊഴിലാളിപോലും വേലയും കൂലിയുമില്ലാതെ പുറത്താക്കപ്പെടരുതെന്ന് ആഷർ ഉറച്ചുറച്ച് മുദ്രാവാക്യം മിന്നിച്ചു. 'ഇവർ ഭൂമിയുടെ ഉപ്പും വെളിച്ചവുമാണ്.' പുതിയനിയമത്തിലെ വെളിപാടുകൾ ഓരോ മുഷ്ടിയിലേക്കും വേരുകളാഴ്ത്തി.

നോട്ടക്കാരന്റെ കാലക്കേടിന് ആ സമയത്ത് ചരൽവഴിയിൽ തെന്നി തകിടംമറിഞ്ഞു, ഒരു കാളവണ്ടി. വെള്ളരിക്കെട്ടിൽനിന്ന് ഒന്നുരണ്ടെണ്ണം സമരസ്ഥലത്തേക്ക് ഉരുണ്ടുവന്നു. കാണേണ്ട താമസം തൊഴിലാളിപ്പെണ്ണുങ്ങൾ അത് ചെത്തിപ്പിളർത്തി ഉപ്പുംകൂട്ടി വിതരണം ചെയ്തു, ഉപ്പിൽ ചില്ലുപൊടിയും എല്ലുപൊടിയും ചേരാത്ത കാലമായിരുന്നു അത്. ആ ഉപ്പിന്, പോർഷ്യയുടെ തിരുപ്പിറവിദിവസം ചെറുതല്ലാത്ത രംഗാഭിനയം നടത്തേണ്ടിവന്നു എന്നത് സത്യം!

പരിപാലിക്കാൻ ആരുമില്ലാത്തതുകൊണ്ട് അന്നുച്ചയ്ക്ക് ആഞ്ചലിക്ക ഒന്നുര വലിച്ചുമുറുക്കിച്ചുറ്റി അടുക്കളയിൽ കയറി. ഗർഭവും പ്രസവവും രോഗങ്ങളായി കണക്കാക്കുന്നതിനുമുമ്പത്തെ കാര്യമാണ്. ആഞ്ചലിക്ക വെള്ളം അനത്തി മേലുകഴുകി. പിന്നെ അന്തസ്സായിട്ട് അരി കഴുകി അടുപ്പത്തിട്ടു. അരി തിളയ്ക്കാൻ സമയമെടുക്കും. അവളുടെ പാദങ്ങൾ കോച്ചിവലിഞ്ഞു. അവൾ കുഞ്ഞിനൊപ്പം തഴപ്പായയിൽ മലർന്നു. മലർന്നുമലർന്ന് ഉറക്കത്തിലേക്ക് വീണു.

കുഞ്ഞിന്റപ്പൻ ആഷർ സമരം ഒരുവിധം ഒതുക്കി ഓടിയെത്തിയത് ആ നേരത്താണ്. അകമുറിയുടെ പടിക്കൽ അയാൾ കോരിത്തരിപ്പോടെ നിന്നു. ഗർഭപ്പശയുടെ ഒട്ടൽ മാറാത്ത എലിക്കുഞ്ഞിനെപ്പോലെ അയാളുടെ മകൾ പോർഷ്യ. വലിഞ്ഞു തൂങ്ങിയ വയറും വീർത്ത മാറിടവും തുടുത്ത മുഖവുമായി ആഞ്ചലിക്ക എന്ന അമ്മ. നോക്കിനോക്കി നിന്നപ്പോൾ ആഷറിനെന്തോ ചിരിയും കരച്ചിലും ഒന്നിച്ചുവന്നു.

അയാളുടെ ചുണ്ടിൽ ഉപ്പിന്റെ ഉറവപൊട്ടി. ഭൂമിയുടെ ഉപ്പും വെളിച്ചവുമാകുന്ന നീ എന്ന് പതിയേയും ഉറക്കെയും അയാൾ പോർഷ്യയോടു പറഞ്ഞു. തളർന്നുറങ്ങുന്ന ആഞ്ചലിക്കയെയും ചിരിച്ചുമയങ്ങുന്ന പോർഷ്യയേയും ഉണർത്താതെ അയാൾ അടുക്കളയിലേക്കു കയറി. അരി വെന്തതിൽ പിന്നെയും വെള്ളമൊഴിച്ചു നേർപ്പിച്ചു. ഉപ്പിട്ടു തിളപ്പിച്ചു. മടമടാന്ന് രണ്ട് പിഞ്ഞാണം കഞ്ഞി അകത്താക്കി.

അനക്കമറിഞ്ഞ് ആഞ്ചലിക്ക കണ്ണുതുറക്കുമ്പോഴേക്ക് ആഷർ വീട് വിട്ടിരുന്നു. വരമ്പുവഴിയിലൂടെ പൊടി പാറ്റി അയാൾ നടന്നുപോയി. വേനലറുതിയിലെങ്കിലും ഒത്തുതീർപ്പാവേണ്ടുന്ന സമരത്തെപ്പറ്റി ആധിയോടെ ആഞ്ചലിക്കയോർത്തു. ഉറക്കത്തിനോട് കണ്ണുപ്പൊത്തിക്കളിക്കുന്ന പോർഷ്യയെ 'എന്റെ ഉപ്പിൻതരിയേ' എന്നു മുകർന്നു. അവളുടെ നെറ്റിയിൽ ഉപ്പുറഞ്ഞു. പോർഷ്യയ്ക്ക് പാലുകൊടുത്തശേഷം ആഞ്ചലിക്ക അടുക്കളയിൽ കയറി. അരി വെന്തിരിക്കുന്നതു കണ്ടു. പാട്ടയുടെ അടിയിൽ ഉരുകിയവശേഷിച്ച പഞ്ചസാര, ഉപ്പലിഞ്ഞ അരിയിലേക്ക് ആഞ്ചലിക്ക ചുരണ്ടിയിട്ടു. കുത്തിയിരുന്ന് തേങ്ങ വെട്ടിപ്പൊളിച്ചു. വലിയ നാക്കുള്ള ആമച്ചിരവയിൽ തേങ്ങാമുറി ഇട്ടുപെരുമാറി. പിന്നെ വെള്ളം ചൂടാക്കി തേങ്ങാപ്പീര പിഴിഞ്ഞു. തലപ്പാല് അരിയിലേക്കൊഴുകി. ഏലക്കായയും ജീരകവും പൊടിഞ്ഞുചേർന്നു. പോർഷ്യയുടെ വരവറിയിക്കാനായി വിശിഷ്ടഭോജ്യംപോലെ ആഞ്ചലിക്ക ഉണ്ടാക്കിയ പായസം അയൽക്കാർക്ക് വിതരണം ചെയ്യപ്പെട്ടു.

ഉപ്പുപായസത്തിന്റെ പരാതികളേറ്റെടുക്കുംമുമ്പ് ആഞ്ചലിക്കയുടെ പുര കൊട്ടുംനിശ്ശബ്ദതയിലമർന്നു. കീറിപ്പറിശാക്കിയ ആഷറിന്റെ ശരീരം പായിൽനിന്ന് പെട്ടിയിലേക്ക് എടുക്കുവോളം ആഞ്ചലിക്ക ഒന്നു തേങ്ങുക പോലും ചെയ്തില്ല.

അപ്പൻ തെമ്മാടിക്കുഴിയിലേക്കു യാത്രതിരിച്ച ഞൊടി വീടിനെ ഞെട്ടിച്ച് പോർഷ്യ കരഞ്ഞു. ആഞ്ചലിക്ക ഉടുത്തതൊക്കെയും രക്തത്തിൽ പൊതിർന്ന് ചുമരുപറ്റി ഒരിരുപ്പിരുന്നു, പുലരുംവരെ. അതിരാവിലെ ശരീരമുലച്ചു പിടയുന്ന പോർഷ്യയെയെടുത്ത് മേരിച്ചേടത്തി ആഞ്ചലിക്കയുടെ കൈയിൽ പിടിപ്പിക്കാൻ ശ്രമിച്ചു. ഗർഭരക്തമുണങ്ങിപ്പിടിച്ച്

മുഷിഞ്ഞ ഒരു തുണിസഞ്ചിപോലെ ആഞ്ചലിക്ക ചുമരിനെതിരെ ചെന്നു വീണു. അവൾ എപ്പഴോ ഭൂമിവിട്ടു തിരിച്ചുപോയിരുന്നു!

രണ്ടുദിവസം പ്രായമായ കുഞ്ഞിനെയുമെടുത്ത് മേരിച്ചേടത്തി ഓടിയ ഓട്ടം ഇപ്പോഴുമോർത്തുകൂടാ. സമയമേറെ വൈകി ആർക്കോ പോർഷ്യയെ കൈമാറി മേരിച്ചേടത്തി ഒന്നു നടുനിവർത്തി. ആ നേരത്ത്, കലത്തിലവശേഷിച്ച ഉപ്പുപായസത്തിൽനിന്ന് ഒരു കരണ്ടി പോർഷ്യയുടെ കുഞ്ഞുവായിലുമെത്തി.

നിരാലംബയായ ആ ശിശു അത് നുണഞ്ഞിറക്കി. ഉപ്പ്! മധുരം! രുചികളുടെ സങ്കരം. പോർഷ്യയുടെ നാക്ക് പുകഞ്ഞു. എന്നിട്ടുമവൾ പിന്നെയും തൊണ്ണുകാട്ടി.

മുതിർന്നിട്ടും ഒട്ടുമുറയ്ക്കാതെപോയ വിവരമുള്ള ഏതോ ഒരു സ്ത്രീ ആ പൊടിക്കുഞ്ഞിനെ ഉപ്പുപായസം കുടിപ്പിച്ചുകിടത്തി. ശ്വാസം കിട്ടാതെ പോർഷ്യ ഏങ്ങി. മുലപ്പാലല്ലാതെ മറ്റൊന്നും ആമാശയം സ്വീകരിക്കാത്ത പ്രായമാണ് !

മാസങ്ങളോളം പോർഷ്യയുടെ കുടലിൽ വ്രണം പഴുത്തു. കൊടുക്കേണ്ടതെന്ത്? കൊടുക്കേണ്ടാത്തതെന്ത്? എന്നറിയാതെ നേഴ്സുമാരും മേരിച്ചേടത്തിയും വലഞ്ഞു.

രണ്ടായുസിലേക്കു വിധിച്ച നോവ് പത്തുവയസിനുമുമ്പ് സഹിച്ചവൾ പോർഷ്യ! വയറിൽ കെട്ടിക്കിടന്ന് ചീയുന്ന പിത്തവെള്ളം മൂക്കിലൂടെ കുത്തിയെടുക്കപ്പെടും. ക്യാനുലസൂചികൾ സ്ഥിരതാമസമാക്കിയ കൈത്തണ്ടയെ പഴപ്പ് കൊത്തിപ്പറിക്കും. പോർഷ്യയുടെ കണ്ണിൽ ഉപ്പുകടലിരച്ചു കയറി ചുരുണ്ടിരിപ്പായി. സങ്കടമഴകൾ കണ്ണിൻകുഴികളിൽ കെട്ടിനിന്നു. വേദനയും വിങ്ങലും കറുപ്പായി കണ്ണിനു കീഴെത്തന്നെ പായ വിരിച്ചുകിടന്നു.

മരിക്കുംമുമ്പ് മേരിച്ചേടത്തി പോർഷ്യയെ പിടിച്ചുകെട്ടിച്ചു. ഒന്നല്ല രണ്ടുവട്ടം. ദാമ്പത്യജീവിതത്തിന്റെ ആദ്യശ്രമത്തിൽ അമ്മായിയമ്മയെ കൈയേറ്റം ചെയ്തതിനാൽ അധികം ബുദ്ധിമുട്ടാതെ പോർഷ്യ വീടുപറ്റി. നാല്പത്തിനാലാം വയസിൽ നടന്ന രണ്ടാംകെട്ട് ഉപ്പിന്റെ പേരിൽത്തന്നെ ഛിന്നഭിന്നമായി.

ഉപ്പിന്റെ പ്രഭാവത്തിൽ പോർഷ്യയോടടുത്ത ബന്ധങ്ങളെല്ലാം വെന്തുപോയി. നിത്യരോഗിയായ പോർഷ്യ രക്തസമ്മർദമിടിഞ്ഞ് കുഴഞ്ഞു. യൗവനാരംഭത്തിൽ തഴപ്പായിൽ നിന്നെഴുന്നേറ്റപടി അടിതെറ്റി തടഞ്ഞിടറുക എന്നതായിരുന്നു സ്ഥിരം കലാപരിപാടി. മധ്യവയസിലേക്കുള്ള പോർഷ്യയുടെ കയറ്റത്തിൽ കാര്യങ്ങൾ കൂടുതൽ സങ്കീർണമായി. എന്തേലും കഴിച്ചയുടൻ ഏമ്പക്കമിടുംമുമ്പ് തല മിന്നും. കണ്ണുകൾ തള്ളും.

പിറന്നപടി കടവായിൽ ഒഴിക്കപ്പെട്ട ഉപ്പുപായസത്തിന്റെ സമ്മിശ്രരുചി തീപ്പൊരിപോലെ നാവിൽ ഉരസും. ഉപ്പു തിന്നാൽ മാത്രം കെടുന്ന തീയായിരുന്നു അവരുടെ വയറ്റിൽ. ഉപ്പിന്റെ ചരിത്രപരമായ ചെറുത്തുനിൽപ്പുകൾ പാടെ അജ്ഞമായിട്ടും ചെന്നുകയറുന്നിടത്തെല്ലാം തന്റെ 'ഉപ്പുസത്യഗ്രഹം' കൊണ്ട് പോർഷ്യ ചെറഞ്ഞുനിന്നു.

'ഉപ്പിനെന്റെ അപ്പന്റെ ഓർമ'യാണെന്നു പുലമ്പിക്കൊണ്ട് പോർഷ്യ കാരറ്റും വെള്ളരിയും ഇലുമ്പൻപുളിയും തക്കാളിയും മത്സ്യവും ഞണ്ടും ഉപ്പിട്ടുണക്കി. പോർഷ്യയുടെ ആദ്യഭർത്താവ് വിക്ടർ ശാന്തചിത്തനായിരുന്നു. എന്നാൽ അമ്മായിയമ്മയുടെ കടന്നുകയറ്റങ്ങൾ പോർഷ്യയെ ചകിതയാക്കി. മഴക്കാറ് കനത്ത് സൂര്യനെ ഒളിപ്പിച്ച ദിവസങ്ങളിലൊന്നിൽ വിക്ടറിന്റെ അമ്മച്ചി പൂപ്പുപിടിച്ച ഉപ്പുമൊതലുകൾ മൊത്തമായും ത്തുത്ത് ചപ്പുക്കുനയിലിട്ടു.

'എന്റെ അപ്പനിട്ട് നീ ചുല്ലുവെച്ചോ?' എന്നു കുരച്ചുകൊണ്ട് പോർഷ്യ അവരുടെ കൈത്തണ്ടയിൽ കടിച്ചു. വിക്ടർ ശാന്തതയുടെ ളോഹ അഴിച്ചുവെച്ച് രംഗത്തെത്തി. പോർഷ്യക്ക് ചൊവ്വിനു തല്ലുകിട്ടി. അതോടെ അവിടുത്തെ ഇടപാട് തീർന്നുംകിട്ടി.

ഉപ്പിട്ടുണക്കുന്ന പച്ചക്കറികളിൽ കാരറ്റും വഴുതനങ്ങയും പയറും ചേനയും കൊണ്ടാട്ടത്തിന് ബെസ്റ്റാണെന്നാണ് പോർഷ്യയുടെ കണ്ടുപിടുത്തം. വെള്ളരിയും വെണ്ടയും മത്തങ്ങയുമൊക്കെ ഉണങ്ങിയാലും വലിയ പാടാണ്. ഒരു കൊഴകൊഴാന്നിരിക്കും! മീനിലാണെങ്കിൽ മുള്ളനും മത്തിയും സ്രാവും ഉപ്പിട്ട് നിരത്തിയാൽത്തന്നെ ഒരിതാ! പോത്തിറച്ചി നനവുവറ്റുന്നതിന്റെ അത്രയും രുചി ഒരിക്കലും ഒക്കില്ല കോഴിക്ക്.

രണ്ടാംഘട്ട ഉപ്പുപരീക്ഷണങ്ങൾ പച്ചപിടിച്ചുവന്നത് അലക്സിയുമായുള്ള രണ്ടാം കെട്ടിലാണ്. ഫ്ലാറ്റിനുമുകളിൽ വലിയൊരാകാശവും ചൂടൻ സൂര്യനുമുണ്ട്. തീൻമേശയും വാഷ്ബേസിനും മാത്രം പരിചയമുള്ള വീട്ടംഗങ്ങൾ. അടുക്കളക്കാര്യങ്ങൾ പോർഷ്യക്ക് സ്വന്തം. പച്ചക്കറിയും മത്സ്യവും മാംസവും ഉപ്പുലായനിയിൽ കെട്ടിപ്പുണർന്നു. അല്പായുസ്സായിരുന്ന വലിയ കോശങ്ങൾ ദീർഘായുസ്സിലേക്ക് ചെറുതായി ഉണങ്ങിച്ചുരുളുന്ന വൈരുധ്യം പോർഷ്യയെ ഉന്മത്തയാക്കി. ഒരു കടലിന്റെ ഉപ്പ്, അവർക്ക് ദാഹിച്ചു. ഉപ്പുതരികൾ തൊട്ടുണർത്തുന്ന തന്റെ രസമുകുളങ്ങളെ അനല്പമായി പോർഷ്യ സന്തോഷിപ്പിച്ചു.

അലക്സിയുടെ തീൻമേശയിലെ അസ്വാരസ്യങ്ങൾ കനംവെച്ചു. 'പിരിച്ചുവിടാൻ എളുപ്പമാ... ഈ കാലത്ത് മാടിനെപ്പോലെ പണിവലിക്കുന്ന ഒരുത്തിയെ കിട്ടുകേല. നീയൊന്നടങ്ങന്റെ അലക്സിയേ....'എന്ന് വീട്ടിലെ തലമൂത്ത തള്ള ഒതുക്കിപ്പറഞ്ഞു. അപ്പച്ചന്റെ ബെഡ്പാൻ

അടിക്കടി കഴുകാനും അപ്പി പടർന്ന വിരികൾ അലക്കിവെളുപ്പിക്കാനും നിലം തുത്തുതുടച്ചുമിനുക്കാനും ശോശന്നാമ്മയുടെ വെളുത്ത തലമുടിയിഴകളിൽ ഡൈ പുരട്ടാനും വേറെ ആർക്കാണ് ഇത്ര ക്ഷമ കിട്ടുക.!

പോർഷ്യയുടെ കൂടെ കിടക്കുമ്പോഴെല്ലാം അലക്സിക്ക് കടൽ മണത്തു. വായ കയ്ച്ചു. മീൻചെതുമ്പലുകൾ പോലുള്ള അവരുടെ തൊലി അയാളെ അറപ്പിച്ചു. ഉപ്പുപുരട്ടി ഉണക്കാനിട്ട മാംസക്കഷണംപോലെ കിടക്കയിൽ കിടന്ന പോർഷ്യ കൂർക്കംവിട്ടു. നാല്പത്തിയഞ്ചാം വയസ്സിന്റെ ഉപ്പുപായസപരിപാടിയോടെ അലക്സി സഹനത്തിന്റെ കുരിശിൽനിന്നും സ്വയമിറങ്ങി. ഇത്തവണ ആട്ടിപ്പുറത്താക്കപ്പെട്ടപ്പോൾ എന്തുകൊണ്ടോ പോർഷ്യയുടെ കണ്ണുകളിൽ മഴ ഉറ്റി.

ഭ്രാന്താശുപത്രിയിലെ തൂപ്പുകാരിയുടെ ജോലി പള്ളിവകയിൽ എങ്ങനെയോ പോർഷ്യയ്ക്കു തരപ്പെട്ടു. ദിനചര്യകളിലെ ഉപ്പിന്റെ അസാന്നിധ്യം അവർക്ക് അസഹനീയമായി തോന്നി. കഴിച്ചിട്ട് എഴുന്നേൽക്കുമ്പോഴും നടന്നിട്ട് കിടക്കുമ്പോഴും രക്തസമ്മർദം കടലലകളോളം തലയറഞ്ഞുചിതറി. കോളനിക്കടുത്തുള്ള ചെറിയ വീട്ടിലൊരിടം തരപ്പെട്ടതോടെ സഹമുറിക്കാരെ തൃപ്തിപ്പെടുത്തുംവിധം പാചകകൃത്യങ്ങൾ പോർഷ്യ സ്വയമങ്ങേറ്റു.

ആദ്യദിവസം ഉപ്പിൽ നീറ്റിയ പുഴുങ്ങിയ കപ്പ കട്ടൻചായയുടെ മധുരത്തിൽ പെണ്ണുങ്ങളങ്ങു ക്ഷമിച്ചു. പിന്നെ.... ഉപ്പുപരലുകൾ പീരപോലെ തിങ്ങിയ പുട്ടായി, ഉപ്പേറി വെള്ളമൂറിയ ചീരയുപ്പേരിയായി, ഉപ്പുകനച്ചു കയ്ച്ച നെല്ലിക്കാ അച്ചാറായി. അരുചിയുടെ പരകോടിയറിഞ്ഞു പെണ്ണുങ്ങൾ വശംകെട്ടു. പോർഷ്യയെ വീട്ടിൽ നിന്നിറക്കാൻ തരമില്ലാതെ അവരോരോരുത്തരായി സ്ഥലംവിട്ടു. ഉപ്പുകുറുക്കി വെള്ളക്കാരെ തുരത്തിയ ഗാന്ധിജിയെ പോർഷ്യക്ക് പരിചയമില്ലാഞ്ഞിട്ടാണ്. അല്ലെങ്കിൽ, പിന്നീടങ്ങോട്ട് കിട്ടിയ സർവസ്വാതന്ത്ര്യത്തെ ഇതിലും കെങ്കേമമാക്കി പോർഷ്യ പൊലിപ്പിച്ചേട്ടുത്തേനെ.

'എന്റെ അപ്പാ...' ഉപ്പിന്റെ ലായനി ചോറിലുറ്റിച്ച് പോർഷ്യ ഓർമകളിലേക്ക് വിവശയായി.

മെക്സിക്കോയിലെ 'ഭൂമിയുടെ ഉപ്പുസമരം', ഖനിത്തൊഴിലാളികളോടുള്ള ആദരവോടെ സിനിമയാക്കപ്പെട്ട വർഷം തന്റെ അറുപത്തിയഞ്ചാം പിറന്നാളായത് പോർഷ്യ അറിഞ്ഞിരുന്നില്ല. ചരിത്രം പോയിട്ട് ചിത്രംപോലും തുലോം ശ്രദ്ധിക്കാത്ത പോർഷ്യ അന്നു പതിവിൻപടി ഉപ്പിട്ടു പായസംവെച്ചു. വിതരണം കഴിഞ്ഞതോടെ കിറുക്കിയമ്മൂമ്മയെന്നും വിളിച്ച് പുറകെ കൂടിയ ആൺപിള്ളേർക്കു മാങ്ങയും മുളകും ഉപ്പും കൂട്ടി ഞെവിടിയതു കൊടുത്തു,

'അമ്മൂമ്മ ഗുജറാത്തിൽ ജനിക്കണമാരുന്ന്..' ഒരുത്തൻ പറഞ്ഞു. കാരണമറിയാൻ പോർഷ്യ വ്യഗ്രതപ്പെട്ടില്ല. മാങ്ങാച്ചുന പടർന്ന മേൽച്ചു ണ്ടോടെ പൊടിമീശച്ചെക്കൻ പറഞ്ഞു. 'അവിടാ ഏറ്റോം കൂടുതൽ ഉപ്പു ണ്ടാക്കുന്നേ...'

പിള്ളരെ തള്ളിപ്പറഞ്ഞുവിട്ടിട്ട് പോർഷ്യ ഉപ്പിട്ട ഒരു ഗ്ലാസ് നാര ങ്ങാവെള്ളം കുടിച്ചു. കുനുകുനെയെന്ന് മാങ്ങ അരിഞ്ഞു. ഉപ്പുചേർത്തുനിര ത്തി. നെടുങ്ങനെ ഇറച്ചി അരിഞ്ഞു. വരഞ്ഞുവരഞ്ഞ് ഉപ്പുനിറച്ചു. എല്ലാം മുറത്തിലേക്കെടുത്ത് പുറത്തേക്കിറങ്ങി.

വെയിൽ ഉരുകിയിറങ്ങുന്ന ചൂടുപിടിച്ച റോഡിനൊരുവശത്ത് വിരി പ്പിട്ട് ഇറച്ചിത്തുണ്ടുകൾ വിതറി. കോളനിവഴിയുടെ മറുവശത്ത് ആരൊ ക്കെയോ കിരുകിരുത്തു. കുറച്ചുമുമ്പ് മാങ്ങ തിന്നിട്ട ചിറിതുടച്ച പൊടിമീ ശപ്പയ്യൻ പോർഷ്യയുടെ അടുത്തെത്തി മണംപിടിച്ചു.

'കിറുക്കിത്തള്ളേ... എന്തായിത്..?' മറുപടി വീഴുംമുമ്പ് അവന്റെ പുറകിൽ ചെറുപ്പക്കാർ അസംബ്ലിയായി നിരന്നുകഴിഞ്ഞിരുന്നു,

'എന്റെ അപ്പനാടാ ഇത്...' പോർഷ്യ ഉപ്പുതൊട്ട വിരലുകൾ നാക്കിൽ വടിച്ചു. ചെറുക്കന്റെ കൈത്തണ്ടയിൽ ഞരമ്പുകളെഴുന്നതും കണ്ണുകൾ ഉഴറുന്നതും നാക്ക് കടികൊള്ളുന്നതും അറിയാതെ പോർഷ്യ അലസയായി ചോദിച്ചു. 'എന്നതാടാ...? ഈ കിറുക്കിയമ്മൂമ്മ ഗുജറാത്തി ൽ പോണോ.....?'

പാത്രത്തിൽ ബാക്കിയിരുന്ന മാംസഭാഗങ്ങൾ കൂടി പോർഷ്യ കുട ഞ്ഞിട്ടു.

'വെളച്ചിലെടുക്കല്ലേ തള്ളേ' എന്ന് മാംസത്തിലേക്കു കൊട്ടുവാൾ നീട്ടി ചെറുപ്പക്കാരൻ കൊലവിളിച്ചു.

'പറഞ്ഞില്ലേ... ഇത് എന്റെ അപ്പനാ...എന്റയപ്പൻ ആഷറ്...' പോർഷ്യ ഉപ്പിലേക്കാണ് വിരൽ പായിച്ചത്.

ചോദ്യം മാംസത്തിലേക്കും ഉത്തരം ഉപ്പിലേക്കും കൊളുത്തിട്ടു കുരുങ്ങി.

ചെറുപ്പക്കാരൻ പോർഷ്യയെ ചവിട്ടിവീഴ്ത്തി. അറുപത്തിയഞ്ചാണ്ടു മുൻപ് മുതലാളിമാരുടെ പേപ്പട്ടികൾ കടിച്ചുകുടഞ്ഞു കൊന്നുകളഞ്ഞ ആഷറെന്ന തൊഴിലാളിയുടെ കോശങ്ങൾ പോർഷ്യയിൽ വല്ലാതെ തുള്ളി.

'ഇത് നീ ഉപ്പിട്ട് ഉണക്കി തിന്നുമല്ലേ?' പോർഷ്യയുടെ ഉച്ചിയിൽ വാൾ പതിപ്പിക്കുംമുൻപ് ചെറുക്കനലറി.

'എന്റെ കഴിപ്പ് നീ തീരുമാനിക്കോടാ? ഞാനിഷ്ടമുള്ളതു തിന്നും.' നെറുകിൽ പൊട്ടിയുയർന്ന രക്തം പുരികം നനയ്ക്കുമ്പോൾ പോർഷ്യ സ്പഷ്ടമായി പറഞ്ഞു.

കാര്യങ്ങൾ പന്തിയല്ലെന്നുകണ്ട കോളനിക്കാർ ജനലുകളടച്ച് സ്വസ്ഥരായി. പട്ടിയെ അഴിച്ചുവിട്ടിട്ട് ഗെയ്റ്റുകൾ അടച്ചു.

ചുറ്റും ചിതറിത്തെറിച്ച ഉപ്പുതരികളിലേക്ക് നാവുനീട്ടിയ നേരത്ത് വാളിന്റെ മൂർച്ച പോർഷ്യയുടെ തൊണ്ടക്കുഴി വിടർത്തി. വർഷങ്ങളായുള്ള ഉപ്പിന്റെ ചെറുത്തുനില്പിലേക്ക് മാംസത്തിന്റെ ഗന്ധം ഇരച്ചുകയറി.

'ഇത് നിന്റെ അപ്പനാണെങ്കിൽ ഇത് ഞങ്ങളുടെ അമ്മയാ....' ചെറുപ്പക്കാർ ആർപ്പിട്ടു.

പോർഷ്യക്ക് കൊല്ലപ്പെടുന്നതിന്റെ കാരണം തീരെ വ്യക്തമായില്ല.

ഭൂമിയുടെ ഉപ്പിലേക്ക് തന്റെ രക്തമിറങ്ങിപ്പടർന്നുതീരുംവരെ അവർ ഉറക്കെപ്പറഞ്ഞു.

'എന്റെ കഴിപ്പ് ഞാൻ തീരുമാനിക്കുമെടാ...

ഉപ്പുചേർത്ത് ഞാൻ ഇഷ്ടമുള്ളതു തിന്നും..!'

അമ്പിളിക്കിണ്ണം

തെളിഞ്ഞ കുളത്തിൽ അമ്പിളിക്കിണ്ണം വീണുകിടക്കുന്നത് മകൻ കണ്ടിട്ടുണ്ട്. അതു മുങ്ങിയെടുത്തു കൊടുക്കാത്തതിന് അച്ഛനോടു പിണങ്ങി അത്താഴമുണ്ണാതെ കിടന്നുറങ്ങിയിട്ടുമുണ്ട്. കുഞ്ഞുവാശികൾക്കുമുമ്പിൽ പോലും നിസ്സഹായനായിപ്പോവുന്ന ഒരച്ഛനായിരുന്നു മകന്റേത്. അമ്പിളിക്കിണ്ണം പോവട്ടെ, ഭാര്യയ്ക്കും മക്കൾക്കും അരവയറുണ്ണാൻ കൊടുക്കാൻ പോലും ആവതില്ലാതെ പോയ ഒരു നിർഭാഗ്യവാൻ. ഇളം ചാരനിറത്തിലുള്ള അയാളുടെ കൺപീലികൾ നീരുനിറഞ്ഞ പോളകളിൽനിന്ന് എഴുന്നുനിന്നു. ശരീരത്തിലെ സന്ധികളിലെല്ലാം വ്രണവും വീർത്ത തൊണ്ടമുഴയുമായി അയാൾ കുനിഞ്ഞുകൂടിയിരുന്നു, സദാ.

അല്ലലില്ലാത്ത ജീവിതമെന്തെന്ന് അയാൾക്ക് അറിയുകയേ ഇല്ലായിരുന്നു. രോഗങ്ങൾ ശ്വാസംമുട്ടിച്ച അയാളുടെ കുട്ടിക്കാലം! പൊട്ടിയടർന്ന പടിക്കെട്ടുകളിലൂടെ ഇഴഞ്ഞിറങ്ങാനും അമ്മയുടെ തോളിൽ കൈ ചേർത്തു നടക്കാനും ഈർളയൊലിപ്പിച്ച് തളർന്നുറങ്ങാനുമേ അയാൾക്ക് ആറേഴുവയസ്സുവരെ സാധിക്കുമായിരുന്നുള്ളൂ. നടക്കാനും കുറേ കാര്യങ്ങൾ സ്വന്തമായി ചെയ്യാനും അയാൾ തുടങ്ങിയത് നാട്ടുവൈദ്യവും ഇംഗ്ലീഷ്മരുന്നുകളും മാറിമാറി പരീക്ഷിച്ചതിന്റെ ഫലമായിട്ടായിരുന്നു. അയാളുടെ ശരീരത്തിൽ കയറിയിറങ്ങാത്ത മരുന്നും സ്പർശിക്കാത്ത വൈദ്യന്മാരും അക്കാലത്ത് നാട്ടിലില്ലായിരുന്നു.

പതിനഞ്ചാം വയസ്സുവരെ സ്കൂളിന്റെ പടികാണാത്ത ആൺകുട്ടിക്ക് സ്വപ്നം കാണാൻ അനുവാദമുണ്ടാകുമോ? എന്തായാലും കായൽക്കരയിലും പുഴയോരത്തും വയലിലും പച്ചക്കുന്നിലും അയാൾ ഒറ്റയ്ക്കു

നടന്നു. വാൽമാക്രികളും മുശിയും താറാവുകുട്ടവും മണ്ണിരക്കുഞ്ഞുങ്ങളും അയാളോട് രഹസ്യം പറഞ്ഞു. ആ നാട്ടിലാരും കേൾക്കാത്ത കഥകൾ കാറ്റും മഞ്ഞപ്പൂക്കളും മഴയും നിലാവും അയാളുടെമേൽ ചൊരിഞ്ഞു.

വെള്ളത്തണ്ടിന്റെ നനവറിയാത്ത, സ്ലേറ്റും ചോക്കും തൊട്ടറിയാത്ത ഒരു സ്വപ്നാടനക്കാരനായിരുന്നു അയാൾ. എന്നും കായൽക്കരയിൽ പോയി അയാൾ ചൂണ്ടയിടും. കുളക്കരയിലെ കാട്ടുപുല്ലുകൾക്കിടയിൽ മുട്ടയിട്ടുവെച്ച ദേശാടനപ്പക്ഷിയെ മറഞ്ഞുനിന്നു നോക്കും.

മൂർച്ചയുള്ള കൈതോലകൾക്കിടയിലൂടെ പാമ്പുകൾക്ക് ഇഴയാനാവില്ലെന്നാണ് അയാൾ കരുതിയിരുന്നത്. എന്നാൽ, അയാൾ കാത്തുസൂക്ഷിച്ച ഇളംനീല കിളിമുട്ടകൾ അപ്രത്യക്ഷമാക്കി ഒരു കട്ടംമഞ്ഞച്ചേര കുളത്തിലേക്കിറങ്ങിപ്പോയി ഒരു ദിവസം. മഞ്ഞക്കരു പുറത്തേക്കൊഴുകി ചതഞ്ഞുകിടന്ന കുറേ മുട്ടകൾ പുല്ലുകൾക്കിടയിൽ അയാൾ കണ്ടു. പരിക്കുകളില്ലാതെ രണ്ടു മുട്ടകൾ വീട്ടിലേക്കു കൊണ്ടുപോയി അതിനെ കട്ടിത്തുവാലകൊണ്ടു പുതപ്പിച്ച് ഓമനിച്ചു.

അച്ഛമ്മ അയാളോട് സദാ കാരുണ്യവതിയായിരുന്നു. ജീവിതത്തിനും മരണത്തിനുമിടയിൽപെട്ട് ഞെരങ്ങുന്ന തന്റെ മകന്റെ ദയനീയമുഖം എപ്പോഴുമവരുടെ മുന്നിലൂടെ മിന്നിമറഞ്ഞു.

'പാവം കുഞ്ഞ്! അത് ഇതെങ്കിലും ചെയ്തോട്ടെ...' അവർ നെടുവീർപ്പിടും.

കാട്ടുചെടികൾ പടർന്നുകയറിയ ഊടുവഴിയിലൂടെ അയാൾ തന്റെ മകനെ നടത്തിക്കുമായിരുന്നു. കാലുറയ്ക്കാത്ത പ്രായത്തിൽ പോലും മകൻ ഉച്ചത്തിൽ ചിലയ്ക്കുന്ന കാട്ടുകിളികളോട് കൊഞ്ചി. പച്ചത്തുള്ളന്മാർ അരുമയോടെ അവന്റെ ഉള്ളംകൈയിൽ ചേർന്നിരുന്നു.

രണ്ടുദിവസം തുടർച്ചയായി കൽപ്പണിക്കു പോയാൽ തണ്ടെല്ല് വേദനിച്ച് അയാൾ കിടപ്പിലാകുമായിരുന്നു. നിലത്തുവിരിച്ച തഴപ്പായയിൽ കിടന്ന് തല ഒരു വശത്തേക്കു ചരിച്ച് അയാൾ ആറു വയസ്സുകാരനായ മകനെയും മുട്ടിലിഴയുന്ന കുഞ്ഞുമകളെയും, ഉമ്മറത്തെ പൊട്ടിവീഴാറായ മരജനലഴികളിൽ തൂക്കിയിട്ട ഇരുമ്പുകൂട്ടിലെ വയലറ്റ് കിളികളെയും നോക്കും. അന്നേരം അയാളുടെ കണ്ണുകൾ കടലാവും.

മകന്റെ സ്കൂൾകാലം ദുരിതമായിരുന്നു. സ്കൂൾവരാന്തയിൽ മുട്ടുകുത്തിനിന്ന് ഓരോ അധ്യാപകന്റെയും ശിക്ഷാവിധികൾ മുറതെറ്റാതെ മകൻ പാലിച്ചുപോന്നു. ശിക്ഷയുടെ ഇടനേരമറിയിച്ച് ഉച്ചത്തിലടിക്കുന്ന ഉച്ചക്കഞ്ഞിക്കുള്ള ബെല്ലായിരുന്നു അവൻ ജീവിതത്തിൽ അന്നോളം കേട്ട ഏറ്റവും ഹൃദ്യമായ ശബ്ദം. അഞ്ചാം ക്ലാസിലെത്തിയിട്ടും പുസ്തകങ്ങളോ കറ്റിപ്പെൻസിലുകളോ ഇല്ലാത്ത മകന്റെ സ്കൂൾസഞ്ചി ചുളിഞ്ഞുമുഷിഞ്ഞു ചുമലിൽ ഒട്ടിക്കിടന്നു.

വീട്ടിലെത്തിയാൽ ആരുടെ മുന്നിലാണ് മകൻ പരാതിപ്പെട്ടി തുറക്കുക?! ആരെയാണ് കീറിപ്പിഞ്ഞിയ സ്കൂൾസഞ്ചി കാണിക്കുക? അമ്മ, നാട്ടുകാരുടെ മുഷിഞ്ഞ വിഴുപ്പുകൾ അലക്കിയലക്കി നടുനിവരാതെ പുഴയിൽത്തന്നെ വീണുമരിക്കുന്നത് സ്വപ്നംകണ്ട് മകൻ പലപ്പോഴും ഉറക്കം ഞെട്ടി.

കണ്ണുനീർ മാത്രം പേറിയ ഒരു കരിമേഘം തന്റെ ജീവിതത്തിനു മുകളിൽ തോരാതെ പെയ്തുകൊണ്ടിരിക്കുകയാണെന്ന് മകനറിഞ്ഞു. ഒരുകീറ് മഞ്ഞവെയിലിനുപോലും ഇടം കൊടുക്കാതെ അതിന്റെ കരിങ്കറുപ്പ് മകന്റെ ലോകത്തെ വിഴുങ്ങി.

പുഴുങ്ങിയ പയറിന്റെയും കഞ്ഞിയുടെയും രുചിമാത്രമറിയുന്ന, അക്ഷരമാലാക്രമത്തിൽ വാക്കുകളെഴുതാനറിയാത്ത ആ അഞ്ചാംക്ലാസുകാരനെ സ്കൂളിൽനിന്നു പുറത്താക്കി. കുഞ്ഞുമകൾ സ്കൂളിൽ പോകാൻ പ്രായമായിട്ടും അയാൾ ഗൗനിച്ചില്ല.

അയാൾക്ക് അതിനേ കഴിയുമായിരുന്നുള്ളൂ. നിർഭാഗ്യവാനായ ആ അച്ഛൻ ജീവിതം മുന്നോട്ടുതള്ളി, വിയർത്തുതളർന്ന്, തോൽവി ഉറപ്പാക്കി. നട്ടുച്ചയുടെ കനൽച്ചൂടിൽ മരുഭൂമിയിൽ ഒറ്റപ്പെട്ടുപോയവന്റെ തളർച്ചയായിരുന്നു അയാളുടെ ശരീരത്തിന്. ഒരു ശപിക്കപ്പെട്ട യാത്രയുടെ തുടക്കക്കാരനായിപ്പോയി അയാൾ. നിസ്സഹായത, എല്ലാ അർഥത്തിലും അയാളുടെ പ്രകൃതമായി മാറിക്കഴിഞ്ഞിരുന്നു. അതുകൊണ്ടുതന്നെ, വേലി കെട്ടിത്തിരിക്കാത്ത വീടും പറമ്പും ഏതു നിമിഷത്തിലും കൈവിട്ടുപോകും എന്നറിഞ്ഞിട്ടും അയാൾ നടുങ്ങിയില്ല. അരികിലിരുന്ന് ഉറക്കെക്കരയുന്ന ഭാര്യയെ നോക്കുകപോലും ചെയ്യാതെ 'കഞ്ഞിവെള്ളത്തിൽ ഉപ്പു പോരല്ലൊ...!'എന്നയാൾ പതുക്കെ മന്ത്രിച്ചു.

രോഗത്തിന്റെ തേറ്റകൾ ആഴ്ന്നിറങ്ങിയ ശരീരവുമായി അയാൾ വേച്ചു. പഴുപ്പു പടർന്നുകയറിയ നട്ടെല്ലുമായി അയാൾ ചുരുണ്ടുകൂടി. പരുക്കൾ പൊട്ടിയൊലിക്കുന്ന കാലിൽ മഞ്ഞളെണ്ണ ഇറ്റിച്ച് മകൻ തടവിക്കൊണ്ടിരുന്നു.

'കുളത്തിൽ അമ്പിളിക്കിണ്ണം വീണുകിടപ്പുണ്ട് മന്വൂ...'

'ഉം... മാനത്തും ഉണ്ട് അച്ഛാ...'

'നമുക്ക് പോയി കണ്ടാലോ കുട്ടാ...?'

'ഓ... അമ്മൂനേം... കൂട്ടണ്ടേ...?'

അയാൾക്ക് എഴുന്നേൽക്കാൻ പ്രയാസമുണ്ടായിരുന്നു. മഞ്ഞിന്റെ നിറമുള്ള നിലാവിലേക്കു നോക്കി, ശ്രമപ്പെട്ട് അയാൾ പതുക്കെ മുറ്റത്തിറങ്ങി.

'ചില കിളികൾ നിലാവ് കുടിക്കും മന്വൂ...' അയാൾ കൂട്ടിലെ വയലറ്റ് കിളികളെയെല്ലാം പറത്തിവിട്ടു.

'പാല്യ പോലെയുണ്ട് നിലാവ്...!'

'ഉം... പാല്യ കുടിക്കാൻ കൊതിയാവുന്നു അച്ഛാ...'

മകനും അച്ഛനും മകളും വേഗത്തിൽ നടന്നു. കുളത്തിൽ അമ്പിളിക്കിണ്ണം തിളങ്ങിക്കിടപ്പുണ്ട്. ചുറ്റും പൊന്തിവളർന്ന കാട്, നിലാവിൽ നീരാളിക്കൈകളെ ഓർമിപ്പിച്ചു. കൈതോലകൾക്കിടയിലൂടെ ഒരു മഞ്ഞച്ചേര അനായാസം കുളത്തിലേക്കിറങ്ങിപ്പോയി.

'അമ്പിളിക്കിണ്ണം വേണമെന്ന് വാശിപറഞ്ഞ്... എത്ര കരഞ്ഞിട്ടുണ്ട്. മന്ദ... നിയ്യ്...!'

'മ്... മ്... എന്തു ഭംഗിയാ... ല്ലേ...'

'മുങ്ങിയെടുത്തോ കുട്ടാ... ഇപ്പോ കിട്ടും...'

'സത്യം?!! എങ്ങനാ കിട്ടുക അച്ഛാ... അതു മാനത്തല്ലേ...'

മകൻ തണുത്ത ജലത്തിലേക്കിറങ്ങി.

'അമ്മു... നോക്കിയിരുന്നോ ട്ടോ... ഏട്ടൻ ഇപ്പൊ മുങ്ങിയെടുക്കും...'

പെട്ടെന്ന് അയാളുടെ കൈകൾ രണ്ടു കുഞ്ഞുശിരസ്സുകളെ കുളത്തിലേക്കു പിടിച്ചുതാഴ്ത്തി. കുതറുന്ന ശരീരങ്ങളോടെ രണ്ടു കുഞ്ഞുങ്ങളും ജലത്തിൽ പൊടിഞ്ഞു ചിതറിവീഴുന്ന അമ്പിളിമുഖം കണ്ടു.

അയാളുടെ മുഖത്ത് കാർമേഘം പരന്ന്, കണ്ണിലെ ചന്ദ്രക്കലയെ വിഴുങ്ങി. അമ്പിളിക്കിണ്ണം കട്ടുംപച്ചക്കുളത്തിൽ അലിഞ്ഞുചേർന്നു.

നിമിഷങ്ങൾ കഴിയവേ കുഞ്ഞുങ്ങൾ അച്ഛന്റെ പിടിയിൽനിന്ന് വേർപെട്ട് അമ്പിളിമാമന്റെ കൊട്ടാരത്തിലെ വെള്ളിത്തളിക തിരഞ്ഞ് പായൽക്കുളത്തിൽ ആണ്ടാണ്ടു മാഞ്ഞുപോയി...!

പറക്കുന്ന പക്ഷികളിൽ ഗരുഡൻ നല്ല..

ഓടിളക്കി കീഴെയിറങ്ങുന്ന ഒരുതരം കള്ളനായിരുന്നു അയാൾ. വീടിന്റെ താഴ് തുറന്നുകിടന്നാലും കള്ളന് പുരപ്പുറം കാണണം. അനന്ത രം ഒരു ദീർഘചതുരവിടവിലൂടെ വീടകം നോക്കിയിരിക്കണം. പിന്നെ ഗുരുത്വാകർഷണത്തിൽ, ഒരു ചെറിയ പിടിയും വലിയുമൊക്കെയായി അപ്പൂപ്പൻതാടിപോലെ തറ പറ്റണം.

ഈ കള്ളൻ ഇടക്കാലങ്ങളിലൊന്നിൽ തന്റെ റൂട്ട് ഒന്നു മാറ്റിപ്പിടിച്ചു. ആളുകൾ പകലുറങ്ങുന്ന നഗരത്തിലേക്ക് അയാൾ ചെന്നുകയറി. പുതിയ റൂട്ട്! പുതിയ പെരകൾ! പുതിയ മച്ചുകൾ. കെട്ടിടങ്ങളുടെ സിമന്റ്തലയിൽ കള്ളൻ അന്തിച്ചിരുന്നു. 'ദൈവമേ... ഇതെന്തൊരു പെര!' തന്റെ തൊഴി ൽനൈപുണ്യത്തിൽ കള്ളനാദ്യമായി സംശയം പൊടിച്ചു.

ഇതെവിടിട്ട് കുരുക്കിടും?

ഇതെവിടേക്കിട്ട് തുരക്കും?

ഇതെങ്ങോട്ട് പിടിച്ചിറങ്ങും?

അസ്വസ്ഥത ഒരു ഭ്രാന്തൻനായുടെ കുര കണക്കെ കള്ളനെ വെകി ളിപിടിപ്പിച്ചു.

'നീയെന്ത് കള്ളൻ! സിമന്റുമച്ചുള്ള നഗരത്തിൽ വന്നാ നടുക്കണ്ടം തന്നെ തുരക്കാണ്ട് പിന്നെ...!' തന്റെ ഔദ്യോഗികജീവിതത്തിനേറ്റ വെ ള്ളിടിപോലെ ഒരു ചിന്ത കള്ളനെ ഇരുത്തിക്കളഞ്ഞു. അയാൾ സ്വയം നിന്ദ കലർന്ന ഒരാന്തലോടെ ചുറ്റുംനോക്കി. എല്ലാ കെട്ടിടങ്ങൾക്കുമുണ്ട് പലവർണ ഷീറ്റുകളുടെ തലേൽക്കെട്ട്. ഗ്രാമത്തിൽ വിറകുപുരയ്ക്കും കള്ള സിനുമേ ഷീറ്റിടാറുള്ളൂ. അവിടത്തെ വീടുകൾക്കെല്ലാം ചെങ്കല്ലോടുകളുടെ

ചരിഞ്ഞ തലയാണ്. ഈ മാതിരി ഷീറ്റിന്മേൽ മഴ വീണാൽ പൊരിഞ്ഞ തകിലടിയാണ്.

'ഇവിടത്തെ കുഞ്ഞുങ്ങളെങ്ങനെ മഴക്കാലത്തുറങ്ങുന്നു!' കള്ളന് പെട്ടെന്ന് പൂവിന്റെ ഓർമ്മ വന്നു.

'പൂ..!'

കോൺക്രീറ്റുതറ പുകഞ്ഞു. ആകാശം നക്ഷത്രങ്ങളുടെ കൊലുസ്സിട്ടു കുണുങ്ങിനിന്നു. അല്ലമഴയുടെ ഉളിക്കൊത്തിൽ പൊടിഞ്ഞ അരമതിലിലേക്ക് കൈയൂന്നി കള്ളൻ എഴുന്നേറ്റു. എന്തു ചെയ്തിട്ടാണെങ്കിലും നഗരത്തിലെ ഒരു വീടെങ്കിലൊരു വീട്! അവിടെ മച്ചുവഴി ഊർന്നിറങ്ങി കവർച്ച നടത്തുമെന്ന് കള്ളൻ ശപഥംചെയ്തു. അയാളുടെ ശബ്ദത്തിന്റെ ഉറപ്പിൽ, കുണുങ്ങിനിന്നിരുന്ന ആകാശം കോരിത്തരിച്ചു. നിലാവ് നൂൽവലക്കൈയാൽ രാത്രിയെ കോരിയെടുത്തു. വൈദ്യുതി വെളിച്ചത്തിൽ തലതല്ലി ഒടുങ്ങാനായുന്ന രാപ്പാറ്റകൾ ആർപ്പോടെ ഉയർന്നുപറന്നു.

അനന്തരം കള്ളന് വലിയൊരു നടുക്കമുണ്ടായി. വമ്പൻ പ്രതിജ്ഞകളെടുത്തുകഴിയുമ്പോൾ ആത്മബലമില്ലാത്ത മനുഷ്യർക്കെല്ലാമുണ്ടാകുന്ന ഒരു ഹതാശാഭാവം അയാളിലേക്കും നുഴഞ്ഞുകയറി.

മനംപുരട്ടലിൽ കള്ളൻ വിങ്ങാൻ തുടങ്ങി. ഒരു കിണ്ടിയോ ഒരു രുളിയോ ഒരുമൂട്ട കപ്പയോ ഒരുതരി പൊന്നോ കവരുംപോലെയല്ലിത്. ഇത് കളിമാറും! ഭയം ഒരു ചെറുവിറയായി അയാളുടെ വിരലുകളിലൊട്ടി. രാത്രിച്ചൂടിൽ ഒരു മീറ്ററകലെ ചുമ്മാതെ കിടന്ന വീമ്പാണ് എടുത്ത് തോളത്തുവച്ചത്.

വേലിയിൽ നിന്നു തോളത്തുകയറിയ പാമ്പുകളെപ്പറ്റിയോർത്തപ്പോൾ കള്ളനിലേക്ക് ഒരു അഞ്ചെഞ്ചരക്കൊല്ലം മുമ്പത്തെ രാത്രികളുടെ കാറ്റടിച്ചു.

'കള്ളന്റോളേ....' എന്ന വിളിയുടെ അടിയേറ്റുപിടയുന്ന പൂവിന്റമ്മയുടെ കരിമിഴികൾ അയാളുടെ പരുപരുത്ത കവിളിലുരസി.

'കള്ളന്റെ മോളേ...' എന്ന വിളിയുടെ വഴുവഴുപ്പിൽ കളവുകഥകളിലെ സ്ഥിരം നായികയാവേണ്ടുന്ന പൂവ് എന്ന പെൺകുട്ടിയുടെ പാദസരമിനുക്കവും അയാൾ കണ്മുമ്പിൽ കണ്ടു.

പൂവ് കള്ളന്റെ മകളാണ്!

പൂവിന്റമ്മ അവളുടെ അമ്മയും!

പൂവ്, പകൽച്ചൂടിൽ കള്ളനുറങ്ങുമ്പോൾ മുറ്റത്തെ പൂവുകൾ പറിച്ച് അയാളുടെ കുറ്റിത്താടിയിൽ തോട്ടമുണ്ടാക്കും. അയാളുടെ നെഞ്ചത്തും പൂഴിമണ്ണ് വീശിക്കടഞ്ഞിട്ടും. പൂവ് അയാളുടെ പള്ളയിൽ തലയൊട്ടിച്ചു കിടന്ന് പാട്ടുപാടും. ഇടയ്ക്കയാളുടെ നെഞ്ചത്ത് മൂത്രമൊഴിക്കും. അന്നേരം ഉറക്കം തെറ്റിയതിന്റെ ദേഷ്യം കള്ളന്റെ തൊണ്ടയിലൂടെ നുരഞ്ഞ്

പുറത്തേക്ക് കുതിക്കാനിരമ്പും. പൂവിന്റെ ചിരി, ചുരമാന്തിത്തുടങ്ങുന്ന അയാളുടെ ശൂണ്ഠിയെ മൂക്കുകയറിട്ടു ചുറ്റിക്കും.

'അപ്പേടെ മുത്തിരക്കുഞ്ഞി...' എന്നുപറഞ്ഞ് കള്ളൻ പൂവിന്റെ മൂക്ക് തന്റെ മൂക്കോടൊട്ടിച്ച് പിന്നെയുമുറങ്ങും.

പൂവിനുവേണ്ടിയാണ് കള്ളൻ ഈ പാടൊക്കെപ്പെടുന്നത്. പൂവിന്റ മ്മയ്ക്കു വേണ്ടിയാണ് താൻ നാട്ടിലെ പെരുങ്കള്ളനായതെന്ന് അയാൾ സ്വയം വിശ്വസിച്ചു.

എല്ലാ കള്ളന്മാർക്കുമുള്ളതുപോലെ ഈ കള്ളനുമുണ്ട് നിസ്സഹായത യുടെ ഒരു ഫ്ലാഷ്ബാക്ക്. വലിയ ബംഗ്ലാവിലെ കളവുപരിപാടിക്കൊടുവിൽ കള്ളന്റെ കാലിൽ കുരുങ്ങിയ ഒരു വള്ളിയാണ് പൂവിന്റമ്മ. അവളുടെ ആദ്യനോട്ടത്തിൽ കള്ളന്റെ തൊണ്ട ഒരു മരുഭൂമിയായി. കൈകൾ നന ഞ്ഞുതണുത്തു. അയാൾ വെട്ടിവിയർത്തു പരിക്ഷീണനായി. ഓട്ടത്തിനു വശപ്പെടാതെ കള്ളന്റെ കാലുകൾ നിസ്സഹായതയോടെ മരവിച്ചു.

ആ പ്രണയപ്പടർപ്പിനെ കാലിൽ നിന്നടർത്താതെ കള്ളൻ കൂടെ ക്കൂട്ടി. പ്രേമത്തിന്റെ ദഫ്, നെഞ്ചിലിരുന്ന് മുട്ടിയ നേരത്തെല്ലാം കള്ളൻ മച്ചിലൂടൂർന്നിറങ്ങി പൂവിന്റമ്മയുടെ ഉറക്കം നോക്കിയിരുന്നു.

'പറക്കുന്ന പക്ഷികളിൽ ഗരുഡൻ നല്ലൂ...' അയാൾ കയറിൽ ശരീരം ബന്ധിച്ച് മുറിയിൽ വട്ടം കറങ്ങി. കള്ളന്റെ പാട്ടുകളിൽ തലചേർത്ത് പൂ വിന്റമ്മ സുഖമായുറങ്ങി.

പ്രണയം തലപെരുപ്പിച്ച ഭ്രമിപ്പിച്ച രാത്രികളിലൊന്നിൽ നട്ടപ്രാ ന്തിന്റെ കട്ടപ്പാരയെടുത്ത് പുരപ്പുറവിളക്കി കള്ളൻ അവളുടെയടുത്തു ചെന്ന് വാശിപിടിച്ചു. 'കൂടെ വാ... എന്റേതാവ്!' പൂവിന്റമ്മ അന്തംവിട്ടു പോയെങ്കിലും വാശിയോടെ മുരണ്ടു.

'ഒരാഴ്ച കഴിഞ്ഞു വാ... അന്നേരം നോക്കാം.'

കള്ളന്റെ വായുവിലുള്ള ഗരുഡവൃത്തങ്ങളും കസർത്തുകളും നോക്കി നിന്നപ്പോൾ ഒരപരിചിതത്വവും പൂവിന്റമ്മയെ മൂടിയില്ല. നിഷ്പ്രയാസം അയാൾ ഓടിളക്കി താഴ്ന്നുവരുന്നതും ഉയർന്നുപറക്കുന്നതും മനംനൊന്ത് യാത്രയാവുന്നതും ഉറക്കത്തിലും പകുതിയുണർവിലും പൂവിന്റമ്മ കണ്ടു കൊണ്ടിരുന്നു.

അന്നേക്ക് ഇരുപത്തിയെട്ടാം നാൾ, പൂവിന്റമ്മ കള്ളൻ വരുന്നതും നോക്കിയിരുന്നു. അവളൊരു ചൂടേറ്റു പഴുത്ത വെട്ടിരുമ്പുപോലെ തറയിലി രുന്നു പുകഞ്ഞു. കള്ളൻ പാതിരാത്രിയിൽനിന്നു ഞെട്ടറ്റുവീണ അമാവാ സിയുടെ ഒരു തുണ്ടുപോലെ അവളുടെ മുറിയിലേക്കു പറന്നുവീണു.

പൂവിന്റമ്മ കണ്ണുതുടച്ചുകൊണ്ട് ഉടനെ പറഞ്ഞു.

'വാ... നമുക്ക് മരിക്കാം...'

വീടു മാറിയോ എന്നൊരു നിമിഷം സന്ദേഹിച്ച് കള്ളൻ ഒരു വട്ടം

വലിഞ്ഞ് പുരപ്പുറത്തുപോയി തിരിച്ചിറങ്ങി.

'ഞാനെങ്ങുമില്ല....' അയാളൊരു വാശിക്കുട്ടിയായി.

'എങ്കീ വാ. നമുക്ക് ജീവിക്കാം.' പൂവിന്റമ്മ അയാളുടെ കൈപിടിച്ചു. മറുകൈകൊണ്ട് കുരുക്കിട്ട കയറിൽ പിടിച്ച് പൂവിന്റമ്മയെ നെഞ്ചിലേക്കൊട്ടിച്ചുപിടിച്ച് കള്ളൻ ആ രാത്രിയിലേക്ക് വലിഞ്ഞുകയറി. അയാൾക്ക് സന്തുഷ്ടി തോന്നി. നിലാവിന്റെ ഒരു ഞൊറി അയാൾക്കു മീതെ വീണു.

കള്ളൻ ചുറ്റുമതിലിനു മുകളിൽ അതുവരെയില്ലാതിരുന്ന ശ്രദ്ധയോടെ തന്റെ കളവുമുതൽ വച്ചു. എന്നിട്ടയാൾ താഴെനിന്നു കൈകാട്ടി 'ചാട്... ചാട് ഓമനേ...'

പൂവിന്റമ്മ നീരസം പറഞ്ഞു. 'ഒക്കത്തില്ല.'

കള്ളന് കുസൃതിതോന്നി, അയാളും മതിലിന്മേൽ വലിഞ്ഞുകയറി. 'എന്നാ നമ്മക്കൊന്നിച്ച് രാത്രി വെളുപ്പിക്കാ...' കള്ളൻ സന്തോഷം കൊണ്ട് കുറേശ്ശേ വിറയ്ക്കുന്നുണ്ടായിരുന്നു.

ഉടനെ പൂവിന്റമ്മ അയാളുടെ കറുത്ത കൈ തന്റെ വെളുത്ത വയറിനോടൊട്ടിച്ച് നിർവികാരതയോടെ പറഞ്ഞു. 'എനിക്കിവളെ പെറണം!'

തന്റേതല്ല എന്നുറപ്പുള്ളതിനാൽ കള്ളന് ഉച്ചിയിൽ ഇടിവെട്ടേറ്റ അനുഭവമുണ്ടായി. അയാൾ പൂവിന്റമ്മയുടെ മുടിക്കുത്തിനു കൈ കുരുക്കി.

'ഡീ..!'

കട്ടമുതലുകളുടെ ഉടയോനാണെങ്കിലും അന്നേരം കള്ളൻ മര്യാദകെട്ടവനെപ്പോലെ വിഷണ്ണനായി. മുടിക്കു വലിച്ച് കള്ളൻ തന്നെ താഴെയിടുമെന്നുറപ്പായ നിമിഷത്തിൽ പൂവിന്റമ്മ പിന്നെയും പറഞ്ഞു. 'എനിക്കിവളെ പെറണം. പൂ എന്ന് പേരു വിളിക്കണം.'

ഏതോ ഒരു ഉറക്കമില്ലാത്ത കോഴി കൃത്യസമയത്ത് നീട്ടിക്കൂവി. കള്ളൻ സ്വയമറിയാതെ പൂവിന്റമ്മയെ താഴെയിറക്കി. ദണ്ഡ് പോലുള്ള തന്റെ കൈ പൂവിന്റമ്മയുടെ ഇതൾവിരലുകളിൽ കുടുക്കിയിട്ടിട്ട് നീണ്ടുനിവർന്നു നടന്നു. വീടെത്തുവോളം കള്ളനൊന്നും മിണ്ടിയില്ല. പടി കയറാതെ അയാൾ വീടിനഭിമുഖമായി നിന്നപ്പോൾ പൂവിന്റമ്മ അയാളുടെ നേരെ തിരിഞ്ഞു.

കാട്ടുചെമ്പരത്തിക്കണ്ണുകൾ! കണ്ണുനീർ ചാലിട്ടുനിന്ന തവിട്ടുഷർട്ട് ഒരു കറുപ്പുകടലായി നെഞ്ചിലൊട്ടിപ്പിടിച്ചിരുന്നു. പൂവിന്റമ്മയ്ക്ക് അയാളോട് അലിവു തോന്നി.

'പൂവിന്റപ്പൻ നിങ്ങളല്ല. അയാൾ വരത്തുമില്ല!' ഇത്രയും പറഞ്ഞുകഴിഞ്ഞപ്പോൾ കിട്ടിയ ചെറിയൊരാശ്വാസത്തോടെ പൂവിന്റമ്മ പടിക്കെട്ടിലിരുന്നു. ഒരഗതിയെപ്പോലെ സ്വന്തം വീടിന്റെ തിണ്ണയിൽ കള്ളൻ വയറൊട്ടിച്ചുകിടന്നു.

പുര മുഴുവൻ കട്ടമൊതലുകളായിരുന്നു. വിലകെട്ട ഉരുപ്പടിപോലെ പൂവിന്റമ്മ ചടഞ്ഞിരുന്നു. പൂവിന്റമ്മയെ വീട്ടുകാർ പടിയടച്ച് പിണ്ഡംവച്ച് കാക്കകൾക്ക് എള്ളും ചോറുമൂട്ടി.

കളവുസാധനങ്ങൾ ഉപേക്ഷിക്കുക കള്ളന്റെ പതിവല്ലായിരുന്നു. പൂവിന്റമ്മയുടെ വയർ അനുദിനം കനംവച്ചുവന്നു. കള്ളൻ ദയാലുവായി. തളർച്ചയാറ്റാനായി കള്ളനവൾക്ക് മുത്താറിയും കൂവയും നേർപ്പിച്ചു കാച്ചിക്കൊടുത്തു. കാലുകൾ എണ്ണയിട്ടുഴിഞ്ഞു. കുളിച്ചു വിടർത്തിയിട്ട മുടിയിൽ പുകയുതിർത്തുണക്കി മെടഞ്ഞിട്ടുകൊടുത്തു.

ആരുടെയോ കുഞ്ഞിനെ 'പൂവ്' എന്നു വിളിക്കാനായി കള്ളൻ കാവലിരുന്നു. പൂവിനെ പ്രസവിച്ചപ്പോഴേക്കും പൂവിന്റമ്മ ഭ്രാന്തിന്റെ പടിക്കെട്ടിൽ കാലുകുത്തിയിരുന്നു. ഇരുത്തിയാൽ ഇരുത്തിയിടത്ത്. കിടത്തിയാൽ കിടത്തിയപടി. കുറ്റബോധമോ സങ്കടമോ ഇഴപിരിഞ്ഞ നേർത്ത സ്വരത്തിൽ കരഞ്ഞ്, പൂവിന്റമ്മ കള്ളന്റെ കാലിൽ വീണു മാപ്പിരന്നു, ഒരു നാൾ.

കള്ളൻ അന്നേരം ഉരുക്കുമനുഷ്യനെപ്പോലെ നിന്നു. അല്ലെങ്കിലും തരളവികാരങ്ങൾക്ക് അയാളുടെ ജീവിതത്തിൽ വലിയ സ്ഥാനമൊന്നുമുണ്ടായിരുന്നില്ല. അയാൾക്ക് ഉയരത്തിൽ ചിറകുവിരിക്കുന്ന ഗരുഡനാവണമെന്നു തോന്നി. എന്നാലയാൾക്ക് ചിറ്കനക്കാൻ പോലുമായില്ല. അയാൾ സന്ദേഹിയായി. അനുദിനം പിന്നോക്കം പൊയ്ക്കൊണ്ടിരുന്ന തന്റെ തസ്കരഗുണങ്ങൾ അയാളെ ആധിയിലാഴ്ത്തി. അയാൾ ഭീരുവായി. അങ്ങനെയാണ് കള്ളൻ കെട്ടുംകെട്ടി നഗരയാത്രയ്ക്ക് തയ്യാറെടുത്തത്. പൂവിനോടും പൂവിന്റമ്മയോടും യാത്ര പറയാനാവാതെ, പലപ്പോഴും അയാൾ നാലുകാലിലും ഇഴഞ്ഞും വീടെത്തി. സ്നേഹം, ഉലയിലെ ഉമിത്തീപോലെ എരിഞ്ഞ് മൂർധന്യത്തിലെത്തിയ ഒരു രാത്രിയിൽ കള്ളൻ ഗ്രാമം വിട്ടു.

നഗരരാത്രികളിൽ അയാളുടെ മനോനില തെറ്റി. തൊണ്ടയിലെ ഉപ്പുകെട്ടിൽ ചോറിറങ്ങാതെ കുരുങ്ങിച്ചുറ്റി. കണ്ണിലെ അലമാലയിൽ ആധിയുടെ ഉപ്പുപരലുകൾ തങ്ങി. കള്ളന് നഗരത്തിലെ പൊറുപ്പിൽ മനസ്സുറച്ചില്ല. എങ്കിലും, അടച്ചുറപ്പില്ലാത്ത തന്റെ തൊഴിലിന് കൊളുത്ത് പിടിപ്പിക്കാൻ ഒരു വഴി തടയുമെന്ന് കള്ളൻ ആശ്വസിച്ചു. കള്ളൻ പകലുകളിലെല്ലാം വില കുറഞ്ഞ ലോഡ്ജ്മുറിയുടെ ദുർഗന്ധമുള്ള ആവിയിൽ ബോധം മറഞ്ഞുറങ്ങി. വൈകുന്നേരങ്ങൾക്കപ്പുറം നഗരവീടുകളുടെ മതിലിലൂടെ കാടനൊച്ചിനെപ്പോലെ പതിയെയിഴഞ്ഞു.

പണിതുയർത്തിയ സിമന്റുവീടുകൾക്കെല്ലാം ഒരേ തച്ചനാണെന്ന് അയാൾ കണക്കുകൂട്ടി. അങ്ങനെയിരിക്കെ, തിരക്കിനിടയിലെങ്കിലും ഒറ്റയ്ക്കെന്നു തോന്നിപ്പിക്കുന്ന ഒരു വീട്ടിലേക്ക് കള്ളൻ കടന്നുകയറി.

ലൈറ്റുകളണഞ്ഞ് വീട് കണ്ണടയ്ക്കുന്നതുവരെ അയാൾ ഒടിയനായി പതുങ്ങി.

പാതിരാത്രിയായിട്ട് താഴെ നിലയിലേക്കിറങ്ങി ഒന്നു പരതാമെന്നുറപ്പിച്ച് അയാൾ പൊടിപിടിച്ച നിലത്ത് ആസനസ്ഥനായി. ടിവിയിലെ തുടർപരമ്പരകൾക്കിടയിലൂടെ വന്ന് തുണി ഒരുവിധം കുടഞ്ഞു വിരിച്ചിട്ടിട്ട് ആരോ വേഗത്തിൽ തിരിച്ചുപോയി. പിന്നെ, തണ്ണിമത്തന്റെ ബോളെടുക്കാനായി രണ്ടരവയസ്സുകാരൻ പടിക്കെട്ടുകളിലൂടെ പിച്ചവച്ചു വന്നു. അമ്മ അവനെയെടുത്ത് കിന്നരിച്ച് ഒക്കത്തിരുത്തി താഴേക്കിറങ്ങിപ്പോയി.

കള്ളന്റെ ഓർമയിലേക്ക് പൂവും പൂവിന്റമ്മയും മിന്നി, അയാൾക്ക് നാഴികകൾക്കപ്പുറത്തെ വീട്ടിലേക്ക് പറക്കാൻ തോന്നി. അയാളിലേക്ക് വേവിന്റെ മേഘങ്ങൾ തിങ്ങിക്കൂടി. കണ്ണുനീരിന്റെ ഉള്ളംകൈ നെറുകിലമർത്തിയിട്ട് ഓർമകൾ മടങ്ങി.

കള്ളൻ ജാഗരൂകനായി. പണി തുടങ്ങാനുള്ള ഒരാന്തലിനുവേണ്ടി അയാൾ പേശികൾ ചലിപ്പിച്ചു. പത്തുമണിയോടടുപ്പിച്ച് ഗൃഹനാഥൻ പടിക്കെട്ടുകളിറങ്ങി ഗേറ്റടച്ച് നടന്നുപോകുന്നത് കള്ളൻ കണ്ടു. രാത്രി ഡ്യൂട്ടിക്കാരനായ ഒരു പാവം സെക്യൂരിറ്റിക്കാരനായിരുന്നു അയാൾ. തുടർന്ന്, വലിയ വായിൽ കരയുന്ന കുഞ്ഞിനെയുറക്കാനായി ഗൃഹനാഥ തെക്കുവടക്ക് ഉലാത്തുന്നതും പിന്നീടവർ അർധമയക്കത്തിലാണ്ടു മുങ്ങുന്നതും കള്ളൻ കണ്ടു.

കള്ളൻ ഗോവണിയിറങ്ങി താഴെയെത്തി. തറ, നിലാവിലെ പുഴപോലെ തിളങ്ങി. ഉടനെ കോളിങ്ബെൽ ഒപ്പുവച്ചു. കള്ളൻ വയറിലുരുണ്ടുകയറിയ ഭയവുംകൊണ്ട് തന്റെ പഴയ ഇരിപ്പുസ്ഥാനത്ത് കാലുറപ്പിച്ചു. സുമുഖനായ ഒരു ചെറുപ്പക്കാരൻ വാതിൽ കടന്നുവരുന്നത്, വന്നപടി കുഞ്ഞിന്റമ്മയെ പുണരുന്നത്, അവർ കുഞ്ഞിനെ അയാൾക്ക് ഓമനിക്കാൻ നൽകുന്നത്, അവർ ഒരു പാത്രത്തിൽ പകുത്ത തണുത്ത മധുരം കഴിക്കുന്നത് എല്ലാം കള്ളൻ അവിശ്വസനീയതയോടെ നോക്കിയിരുന്നു. കുഞ്ഞുണർന്നു നിലവിളിച്ചപ്പോൾ കുഞ്ഞിന്റമ്മ കൊഞ്ചിച്ചുപാടി.

ആഗതൻ അന്നേരം കുഞ്ഞിന്റെ നെറ്റിയിൽ ഉടമസ്ഥതാബോധത്തോടെ മുകർന്നശേഷം അതിനെ ആയത്തിൽ കൈത്തൊട്ടിലിലാട്ടി, പിന്നെ, മടിയിലിരുത്തി കൈമുട്ടി. അയാളുടെ ബലിഷ്ഠമായ ഒരു തോളിൽ കുഞ്ഞും മറു തോളിൽ കുഞ്ഞിന്റമ്മയും ചാരിയിരുന്നു. പുലർച്ചെവരെ അവർ ആ ഒരിരുപ്പിരുന്നു. കള്ളനും!

സ്നേഹത്തിന്റെ ഉലകം അർധരാത്രി മുതൽ ആ വീടായിരുന്നു. സെക്യൂരിറ്റിക്കാരൻ തിരിച്ചെത്താൻ മിനിറ്റുകളുള്ളപ്പോൾ ചെറുപ്പക്കാരൻ കണ്ണീരോടെ വീടുവിട്ടു. കുഞ്ഞിന്റമ്മ ഒരുവട്ടംകൂടി കുഞ്ഞിനെ ചുംബിച്ചശേഷം അതിനു പാലുകൊടുത്തു. കണ്ണുനീരും മുലപ്പാലും ചേർന്ന്

അവരുടെ നെഞ്ചുകുതിർന്നു.

കള്ളന്റെ തൊണ്ടയിൽനിന്ന് സങ്കടവും അൻപും തടപൊട്ടിച്ച് മുന്നോട്ടുകുതിച്ചു. ഗരുഡനായി പറന്നുചെന്ന് പൂവിനെ തൊടണമെന്ന് അയാൾക്കുതോന്നി. ഉടനെ, വഴുവഴുത്തൊരു സംശയം ഇടിവാൾച്ചൂടിൽ അയാളുടെ ത്വവല്ലുകളെ പൊള്ളിച്ചു. പകയുടെ മകുടിയൂതിയാണ് അയാൾ പൂവിന്റമ്മയുടെ ഓർമകളിലേക്ക് ഇഴഞ്ഞുകയറിയത്.

മാസങ്ങൾക്കിപ്പുറം നഗരത്തിൽനിന്നു കിട്ടിയ വലിയൊരറിവോടെയാണ് താൻ നാട്ടിലേക്കു മടങ്ങുന്നതെന്ന വൃത്തികെട്ട ചാരിതാർഥ്യം കള്ളനുണ്ടായി. ബസിന്റെ കുലുക്കിയുണർത്തലിൽ മുറിഞ്ഞ ദിവാസ്വപ്നത്തിലുടനീളം തൊണ്ടിസഹിതം പിടികൂടപ്പെട്ട് ഉത്തരംമുട്ടി കരയുന്ന പൂവിന്റമ്മ കയറിവന്നു. തൊണ്ട വരണ്ടുകരയുന്ന പൂവും അയാളെ വന്നു പൊതിഞ്ഞു, ഒരുവേള അയാൾ ബസിൽനിന്ന് ചാടിയിറങ്ങാൻ പോലും ഒരുമ്പെട്ടു.

ബസ് നാട്ടിലെത്തുമ്പോൾ സന്ധ്യ തിരിഞ്ഞിരുന്നു. ഉള്ള സമയം മുഴുവൻ റാക്ക് കുടിച്ച് അയാൾ ഷാപ്പിലിരുന്നു. പലചരക്കുകടക്കാരൻ ആറു മാസത്തെ പറ്റുകിട്ടാത്ത കലിപ്പിൽ കള്ളനെ തള്ളയ്ക്കു വിളിച്ചു. പലിശ കടംകൊടുത്ത ഇട്ടിച്ചൻ മുതലാളി ഗുണ്ടകളെ വിട്ട് അയാളെ വായുവിൽ കുറെനേരം നിർത്തി. അയാൾ കുടിച്ചതൊക്കെയും ഓക്കാനിച്ച് റോഡിൽ വീണു.

ചന്ദ്രനുദിച്ചുപരന്നപ്പോൾ അയാൾ കവുങ്ങുകളിൽ ചാഞ്ചാടിയാടി സ്വന്തം പുരയുടെ വളപ്പിലെത്തി. കവുങ്ങിലേക്ക് വലിഞ്ഞുകയറി. വേതാളവവ്വാലിനെപ്പോലെ കള്ളൻ തലകീഴായിക്കിടന്നു വീടിനെ നോക്കി. മഴക്കാറുണ്ടെന്നു തോന്നി അയാൾക്ക്. ചന്ദ്രൻ മുഖം കാണിച്ചപ്പോൾ അതിൽ പുള്ളിമാനെ അല്ല, പൂവിന്റമ്മയെ കള്ളൻ കണ്ടു. അരിശം അണഞ്ഞുപോകാതിരിക്കാനായി ഓർമകളുടെ ചപ്പിലകളിട്ട് അതിനെ നീറ്റി. അയാൾ കണ്ണും കാതും കൂർപ്പിച്ചു. ഇന്ദ്രിയങ്ങൾ ഏകാഗ്രമാക്കി വച്ചു. ഒട്ടുവിലൊരാൾ ധൃതിയിൽ നടന്നുവന്ന് തന്റെ വീടിന്റെ ഓലവാതിൽ തുറക്കുന്നത് അയാൾ കണ്ടു.

'പൂവിന്റച്ഛൻ....!' കള്ളനുറപ്പിച്ചു. കൈവിട്ട് ഒരൊറ്റക്കുതിപ്പിന് താഴെയെത്തി അയാളുടെ തലയ്ക്കിട്ട് പ്രഹരിക്കാൻ കള്ളനുതോന്നി. ഊറി വന്ന തെറിയുടെ മാലിന്യം അയാൾ കടിച്ചമർത്തി. മരപ്പട്ടിയും മിന്നാമിന്നികളും വെള്ള മൂങ്ങയും സാക്ഷി, കള്ളൻ അരനാഴിക നേരം കവുങ്ങിന്റെ തലപ്പിൽ വ്രണം പഴുത്ത പാമ്പിനെപ്പോലെ ഞെളിഞ്ഞുപിരിഞ്ഞു.

ഉടനെ വീടിന്റെ വാതിൽ തുറക്കപ്പെടുകയും ആഗതൻ നടന്നകലുന്നതും കള്ളൻ കണ്ടു. അയാൾ നിലത്തിറങ്ങാനായവേ, ചൂട്ടും തെളിച്ച് നടവഴിയിറങ്ങി മറ്റൊരുത്തൻ വന്നു. അടികൊണ്ട് തുരപ്പനെപ്പോലെ

കള്ളൻ പിന്നിലേക്കു നഴഞ്ഞു, ആഗതൻ നിശ്ശബ്ദനായി പുരയിലേക്കും.

കുറെ സമയത്തിനിപ്പുറം അയാൾ പുറത്തേക്കിറങ്ങി അകത്തേക്ക് പണമെണ്ണി നൽകി. അകത്താരാണെന്ന് കള്ളൻ ഏന്തിവലിഞ്ഞു നോക്കി. 'കുറഞ്ഞുപോയി പണ'മെന്ന് തർക്കം പറയുന്നത് പൂവിന്റമ്മ തന്നെ! ചെറിയ മയക്കത്തിനിടയിലും കള്ളൻ കാഴ്ചയുടെ മൂർച്ചകൂട്ടി. ആഗതൻ അവളുടെ ഇരുകവിളുകളും ഒരു കൈകൊണ്ട് കൂട്ടിപ്പിടിച്ച് വെടിപ്പല്ലാത്ത വാക്കുകൾ പറഞ്ഞിട്ട് കടന്നുപോയി.

കള്ളൻ പാതിവഴിയിറങ്ങിയ കവുങ്ങിൻതടിയിൽ ചെള്ളുപോലെ തറഞ്ഞിരുന്നുപോയി. മൂന്നാമനും നാലാമനും വന്ന് പറ്റു പറഞ്ഞുപോയതിനുശേഷം പൂവ് തളർന്നുകരയുന്ന ശബ്ദം കേട്ടെന്ന് അയാൾക്കു തോന്നി. കരഞ്ഞുകൊണ്ട് കുഞ്ഞിനെ ശകാരിക്കുന്ന സ്ത്രൈണശബ്ദം അയാളുടെ ചെവിയിൽ ഉരുകിയ മെഴുകുനീരായി ഇറ്റി.

അയാൾ തന്റെ വീടിനെ അവിശ്വസനീയതയോടെ നോക്കി. നടവഴിയിലെ പുൽക്കാട്ടിൽ, ചവിട്ടടിയേറ്റ് രണ്ടായിപ്പകുത്ത് തലമുടിക്കിടയിലെ രേഖപോലെ വഴി വരയ്ക്കപ്പെട്ടിരിക്കുന്നു. മുറ്റത്ത് ബീഡിയും തീപ്പെട്ടിക്കോലുകളും കളംവരച്ച കോലങ്ങൾ, മുൻവശത്തെ പൊട്ടിയ ഓടുകൾ മാറ്റി പുതുക്കിയിരിക്കുന്നു. അയാൾ കണ്ണീർനനവുള്ള കൈയോടെ വാതിലിൽ മുട്ടി

'പൂവിന്റമ്മേ...'

'കേറിപ്പോര്...' ഒരു മറുവിളി കള്ളന്റെ ശബ്ദത്തോടൊപ്പം കണ്ണി ചേർന്നു.

രണ്ടുപേരും മുഖം നോക്കാതെ കഞ്ഞിപ്പാത്രത്തിനു മുന്നിലിരുന്നു. അയാൾ ആദ്യത്തെ തവി കഞ്ഞികോരി വായിലാക്കി. അയാൾക്ക് മാംസം ചുവച്ചു. പകയൊഴിഞ്ഞ് അയാളിൽ സ്നേഹം പുകഞ്ഞു. 'നീയെന്നോട് ക്ഷമിക്കണം...' കള്ളൻ കുറ്റബോധത്തോടെ മുരടനക്കി.

'എന്തര് ചേട്ടാ, പൈസയില്ലേ?' അപരിചിതമായ ശബ്ദം കേട്ടപ്പോൾ കള്ളന് ചെറിയ വെളിവ് വന്നു.

'ഇത് പൂവിന്റമ്മയല്ലല്ലോ....' അയാൾ ലജ്ജാലുവായി.

'വഴി തെറ്റിക്കയറീതാ...' അയാൾ കഞ്ഞി മതിയാക്കി തിരിച്ചിറങ്ങി.

'ഓരോന്ന് വന്നുകേറും മെനക്കെടുത്താനായിട്ട്...!' സ്ത്രീ പുലഭ്യം കുടഞ്ഞു.

കുടലിലെ എരിച്ചിലടങ്ങി. അയാൾ വീണ്ടും കവുങ്ങിൻമണ്ടയിലേക്ക് കയറി. പതിവുകാർ വീടിനെ മൊത്തമായും ചില്ലറയായും ആഹരിക്കുന്നതുകണ്ട് അയാൾക്ക് മനം പുരണ്ടു. പൂവിന്റമ്മയെവിടെപ്പോയി? അയാൾക്ക് അതാണ് അറിയേണ്ടത്! അയാൾക്ക് കരയാൻ തോന്നി. 'അപ്പേടെ മുത്തിരിക്കുഞ്ഞി...' കള്ളൻ വാവിട്ടുവിതുമ്പി.

'ഇവിടുണ്ട്...' രണ്ടു കവുങ്ങിനപ്പുറമുള്ള ചെന്തെങ്ങിന്റെ കുലയ്ക്കു തൊട്ടുതാഴെ നിന്ന് പൂവിന്റമ്മയുടെ ശബ്ദം. 'പറക്കുന്ന പക്ഷികളിൽ ഗരുഡൻ നല്ലൂ...' അവൾ കയറിൽ ശരീരം ബന്ധിച്ച് വട്ടംകറങ്ങി.

'കുറച്ച തിരക്കുണ്ട്. നേരം വെളുപ്പിനെ കാണാം.' അരയിൽ ചുറ്റിക്കെട്ടിയ കയറിൽ കൈയുറപ്പിച്ച് പൂവിനെ തന്നോടുചേർത്തണച്ച് പൂവിന്റമ്മ കവുങ്ങിലേക്ക് ആയത്തിലാടിപ്പിടിച്ചു!

'പറക്കുന്ന പക്ഷികളിൽ ഇവളേ നല്ലൂ...!' കള്ളൻ വരി തിരുത്തി ഉറക്കെപ്പാടി.

പട്ടുനൂലൂഞ്ഞാല കെട്ടീ ഞാൻ!

***ചാ**ർളി* പുറത്തിറങ്ങുമ്പോൾ എനിക്ക് പ്രായം പത്തൊമ്പതാണ്. പൊന്മാറ വല്ലങ്കിവേറലത്തെ പാപ്പാത്തിയുത്സവത്തിന്റെ ആനയോട്ട മത്സരം തുടങ്ങുന്നതിന് ഏതാണ്ട് അര മണിക്കൂർ മുമ്പാണ് ഞങ്ങൾ സിനിമാ ഷോയ്ക്ക് കയറുന്നത്. *ചാർളി*യിലെ മാന്ത്രികതയോ പാട്ടുകളോ അറിഞ്ഞിട്ടല്ല, വെയിലത്തുനിന്ന് മാറി ഒരു ഇരിപ്പിടം കിട്ടാനും കുറച്ച് നേരം ഉറങ്ങാനുമാണ് 'സുർതാളം' തിയേറ്ററിന്റെ ഒന്നാം നമ്പർ സ്ക്രീനിലെ വെളിച്ചത്തിലേക്ക് ഞാൻ കയറിയത്. നരച്ച ഉടുപ്പിൻപോക്കറ്റിലെ ബട്ടനുള്ള ഉള്ളറയിൽ രക്തംപോൽ കിനിഞ്ഞുപടർന്ന പുളിമിഠായിയുണ്ടായിരുന്നു. അതെന്റെ ഉൾക്കുപ്പായങ്ങളെ നനച്ചുകൊണ്ടിരുന്നു.

സിനിമയുടെ ടൈറ്റിൽക്കാർഡ് കഴിഞ്ഞപ്പോൾ ഒഴുകിപ്പടർന്ന പാട്ട്, ഏതോ ഒരു പഴകിയ ഓർമയെ പിടിച്ച് മടിയിലിരുത്തിത്തന്നു. എനിക്കറച്ചു ! ആദ്യമായി ചോരക്കുഞ്ഞിനെ കാണുമ്പോൾ തൊടാനറയ്ക്കുന്ന അപൂർവ്വമമ്മമാരെപ്പോലെ ഞാനതിനെ കുടഞ്ഞു കുതറാൻ ശ്രമിച്ചു. തലയ്ക്കകത്തും ദേഹത്തിനു പുറത്തും പലമട്ടിലുള്ള വേദനയുടെ കുണ്ടുകൾ പൊട്ടിത്തെഴുത്തു.

'മിന്നലിനിടയിലൊരു കരിമുകിലായ്' എന്നൊക്കെയാണ് നായകൻ നായികയെ അഭിസംബോധന ചെയ്യുന്നത്. രസം തോന്നി ! അവൾ പുരികം വിറപ്പിച്ച് അവനോടൊപ്പം നൃത്തം ചെയ്യുന്നു. പ്രണയം ഒരു കൂടിയ തരം മിന്നലേൽക്കലല്ലാതെ മറ്റൊന്നുമല്ലെന്ന് എനിക്കു തോന്നി...

അലിയാത്ത ശിലപോലെയായിരുന്നു അപ്പോൾ മനസ്സ്. അത് മീശപിരിച്ച് കണ്ണുരുട്ടി ഓർമകളെ വിരട്ടിയോടിച്ചു. 'ഞാനും നീയും

ആരുമില്ലാത്ത തെരുവീഥിയാണ്' എന്ന് നായിക സ്വയമഴിഞ്ഞുവീഴുന്ന ഒരു പാട്ടിന്റെ ചരണത്തിൽ വെച്ചാണ് സുന്ദർ അമലിന്റെ സംഗീതം എന്നെ ഉണർത്തിയത്. എന്റെ ഉറക്കം കൂട്ടുംകെട്ടുമെടുത്ത് തിയേറ്റർ വിട്ടു. ചങ്കിലെവിടെയോ ഒരോടം ഉലഞ്ഞു. സിനിമാന്ത്യത്തിൽ നായിക നായകനെ വേർപിരിയുന്ന വൈകാരികരംഗമാണ്. ഏറു കിട്ടിയ നായകണക്കെ അവൾ മുടന്തുന്നു. മോങ്ങുന്നു! മുഖം നിറച്ച് കണ്ണുനീർ! പ്രണയം ഏറുകിട്ടലല്ലാതെ മറ്റൊന്നുമല്ലെന്ന് എനിക്കന്നേരം തോന്നി.

പിൻനിരക്കാരാരോ പുരാതനമായൊരു ഗസൽ മൂളിയിട്ട് *ചാർളി*യിലെ പാട്ടുകളത്രയും കളവുമുതലുകളാണെന്ന് പറയുന്നുണ്ടായിരുന്നു. പാട്ടു കട്ടാൽ ഏതു ജയിലിലാ അടയ്ക്കുക എന്നാലോചിച്ച് തല പുകച്ചാണ് ഞാൻ തിയേറ്റർ വിട്ടത്. അരുമയായൊരു നായ്ക്കുട്ടിയെപ്പോലെ സുന്ദർ അമലിന്റെ ഈണം എന്റെ മടിയിലിരുന്ന് നെഞ്ചോട്ടുരുമ്മി.

രാത്രി, പകലിന്റെ ഉടുപുടവ ഉരിഞ്ഞുകഴിഞ്ഞിരുന്നു. ആ ദിവസത്തോടെ ഞാൻ *ചാർളി*യെ മറന്നു. എന്നാൽ സുന്ദർ അമലിന്റെ പാട്ടുകൾ പ്രേമതല്പങ്ങളിൽ എന്നെയുറക്കി. രാത്രിവേദനകളിലും രക്തരഹിതയുദ്ധങ്ങളിലുമെല്ലാം ഇരുട്ടിൽ കാഴ്ചയുള്ള കൊച്ചുപൂച്ചകളെപ്പോലെ പാട്ടുകൾ കയറിവന്നു.

എന്റെ ഇരുപതും ഇരുപത്തൊന്നും വയസ്സുകളിൽ സുന്ദർ അമലിന്റെ പാട്ടുകളുള്ള സിനിമകൾ ബോക്സോഫീസ് ഹിറ്റുകളാവുകയും അയാളുടെ ഈണങ്ങൾക്ക് അഞ്ചു കരകളിലും ആരാധകരുണ്ടാവുകയും ചെയ്തു. നിഴലിനൊപ്പം ചുവടുവെയ്ക്കുന്ന വില്ലന്റെ ഏകാങ്കനൃത്തത്തിന്റെ പാട്ട്, സകലരെയും കോരിത്തരിപ്പിച്ചു. തെരുവിന്റെ കൊച്ചാൺകുട്ടികൾ കീറിയ നിക്കറുമിട്ട്, വിയർപ്പുടലോടെ ആ പാട്ടിന്റെ മുറുക്കത്തിനൊപ്പം തലകുത്തിച്ചാടി.

ഇരുപത്തിരണ്ടാം വയസ്സിലാണ് ഞാൻ അന്യദേശത്തേക്ക് തീവണ്ടി കയറുന്നത്. ഒരു മാസത്തെ യാത്രയായിരുന്നു. കരാറുകാരന്റെ ചൊടിക്കും മെനയ്ക്കുമനുസരിച്ച് ഒരു പരിഷ്കാരി സ്ത്രീയായി വേഷപ്രച്ഛന്നയായിരുന്നു, ഞാൻ.

എന്റെ വലിയ ശരീരം ആടയാഭരണങ്ങളാൽ നിറഞ്ഞിരുന്നു. നാഗത്തിന്റെ ചുരുളഴികളുള്ള ഒരു വലിയ കാതിൽപൂവ് എന്റെ നഗ്നമായ തോളുകളെ ശല്യപ്പെടുത്തിക്കൊണ്ടിരുന്നു. അതഴിക്കാതെ കിടക്കുമ്പോഴെല്ലാം ഉഗ്രവേഗത്തിൽ വെപ്രാളപ്പെടുന്ന മുതുക്കൻ കൈവിരലുകൾ മുടിയോടൊപ്പം വലിഞ്ഞ് എന്റെ കാതിൽത്തൂന്ന് വലിഞ്ഞുകീറി. ഞാൻ പാർക്കുന്ന മുറികളും എന്നിൽ പാർക്കുന്ന മുറിവുകളും പല മട്ടിലുള്ളവയായിരുന്നു. പല വിസ്തീർണം, പലയാഴം, പല നിറം!

പൊട്ടിപ്പൊളിഞ്ഞ കാതിന്റെ ചരിവ് പച്ചച്ചോരയാൽ നനഞ്ഞിരു

ന്നു. അത് തുന്നിച്ചേർക്കാൻ ശൺമുഖാനന്ദന്റെ പേരിലുള്ള ആശുപത്രിയിൽ വരിചേർന്നു നിൽക്കുമ്പോഴാണ് സുന്ദർ അമലിനെ ഞാനാദ്യമായി നേരിട്ടുകാണുന്നത്.

'കണ്ണിൽനിന്നു നെഞ്ചിലേക്കോ' എന്ന ശരാശരി ഹിറ്റ് ഗാനം തുടയിൽ തട്ടി പാടുന്നൊരു പ്രാകൃതമനുഷ്യനെ ഞാൻ നോക്കിയിരുന്നു. ആ കാലത്ത് അയാളുടെ പാട്ടുകൾ കെട്ടുവിട്ട പട്ടംപോലെ പൊട്ടിയലയുന്നവയായിരുന്നു. ആ പാട്ടുകൾക്ക് പല രാജ്യത്തെ ഉൾഗോത്രവർഗക്കാരുടെ ഈണങ്ങളുടെ ഛായയാണെന്നു വിവാദം കൊഴുത്തിരുന്നു. പോരാത്തതിന് സുന്ദർ അമലിന്റെ പാട്ടുകൾ പാടി ഒരു കരപറ്റിയ ഒന്നു രണ്ടു യുവഗായകർ, അയാളുടെ പാട്ടുകൾ പ്രമാദമായ ഈണങ്ങളുടെ ഓഫ്ബീറ്റാണ് എന്ന് പരസ്യപ്രസ്താവന നടത്തി. സുന്ദർ അമലിന്റെ ശബ്ദത്തിൽ വല്ലാത്തൊരു അപകർഷത ശ്രുതിപിടിച്ചിരുന്നു. തണുപ്പും ചുംബനവും കിട്ടാതെ കറുപ്പാർന്ന നെറ്റിയിലെ തൊലിച്ചുളിവിലൂടെ രാവിലെ തൊട്ട പ്രസാദം മൂക്കിലേക്ക് ഒഴുകിയിറങ്ങുന്നുണ്ടായിരുന്നു.

ആശുപത്രിഗോവണിയുടെ മറുഭാഗത്ത്, മാനസികാരോഗ്യ വകുപ്പിന്റെ പ്രത്യേക പരിപാലനമുറിയുടെ പുറത്താണ് അയാൾ ഇരുന്നത്. പ്രദേശത്തെ പ്രധാന ഡോക്ടർ വാരാന്ത്യത്തിൽ അവിടെ കൗൺസലിങ് നടത്തുന്നുണ്ടെന്ന വൻപരസ്യം നഗരത്തിലുണ്ടായിരുന്നു.

ഗലിയിലെപ്പോഴോ അങ്ങനെയൊരാൾ വന്നത് രണ്ടുവർഷം മുമ്പാണ്. ഞങ്ങളുടെ കണ്ണുനീരിനൊരു തുവാലപോലെ ഒരുവൾ. എത്ര തുടച്ചാലും കുതിരാത്ത ഊടും പാവും പോലുറച്ചവൾ. അവളുടെ മഞ്ഞക്കൽ മൂക്കുത്തിയിലേക്ക് നോക്കിയിരുന്ന് കൂട്ടിത്തുന്നിയ മുറിവുകളുടെ എത്രയെത്ര പൊറ്റകളടർത്തിയിരിക്കുന്നു! വശങ്ങളിലൂടെ ഓർമയുടെ ചലം ഒലിച്ചിറങ്ങി.

ടോക്കൺ നമ്പർ വിളിച്ചപ്പോൾ നോവുകളുടെ മൺപുറ്റിനുള്ളിലെ കഥ പറയാനായി സുന്ദർ അമൽ മുറിക്കുള്ളിലേക്ക് കയറിപ്പോകുന്നതു കണ്ടു. പിഴിഞ്ഞു നിവർന്നൊരു ഉടുമുണ്ടായി അയാൾ പുറത്തേക്കുവന്നു. മുന്നിലുടനെ കണ്ടത് എന്നെയായിരുന്നു. അതുകൊണ്ടാവാം അയാൾ എന്നോട് ചിരിച്ചു. പെരുമഴ കഴിഞ്ഞു വീണുകിട്ടിയ വെയിലിഴപോലെ അയാളെന്നെ നോക്കി.

'സാറിന്റെ പാട്ടുകളെനിക്ക് വളരെയിഷ്ടമാണ്.' മുന്നൊരുക്കങ്ങളില്ലാത്ത ഒരു വാചകം എന്റെ കുറുനാക്കിൽ കുരുങ്ങി പകുതി പുറത്തുവന്നു. ലക്ഷ്യംവിട്ടുപോയ പട്ടം ചില്ലയിലെവിടെയോ കുരുങ്ങിക്കിടക്കുന്നത് കണ്ട കുട്ടിയെപ്പോലെ സുന്ദർ അമൽ എന്റെ വാചകം ശ്രദ്ധിച്ചു.

'അതേയോ..?' അയാൾ വത്സലനായി. അയാളുടെ നിരാശയുടെ മരക്കൊമ്പത്ത് കയറി ഞാനാ പട്ടമെടുത്ത് കൈയിൽക്കൊടുത്തു. 'തിര

നരക്കൈകളെന്റെ കാലടിയിൽ..' എന്ന പാട്ട് അയാൾ പാടിയപ്പോൾ ഈണത്തിന്റെ പരിചയത്തിൽ ആളുകൾ വട്ടംകൂടി. വിപ്ലവഗായികയായ കെ പി ശാന്തമ്മയുടെ 'പടിഞ്ഞാറൻ മാനത്തിരുനടയിൽ...' എന്ന ഗാനം ഈണമൊപ്പിച്ച് ഞാനും പാടി. ദൗർഭാഗ്യവശാൽ രണ്ട് പാട്ടിനും സമാനതകളേറെയായിരുന്നു. ചുറ്റുംകൂടിയ കാണികളെ അത് വല്ലാതെ രസിപ്പിച്ചു. അയാൾ വിളറി വിഷണ്ണനായി.

കാതിൽ തുന്നലിനായി എന്നെ ഡോക്ടർ വിളിച്ചുകൊണ്ടുപോയി. മുറിവുകളൊക്കെ ചേർത്തടയ്ക്കാനാവുന്ന വെറും കീറലുകളാണെന്ന് അന്നെനിക്കു തോന്നി. 'കടലും കാറ്റും കാതിലൊരു തേന്മഴയും' എന്ന പാട്ട് പുറത്തെവിടെയോ നിന്നുവന്ന് ഓപ്പറേഷൻ ടേബിളിനരികിൽ ചുരുണ്ടുകിടന്നു.

ശരീരം ഏഴും ഏഴായിരവുമായി ചിന്തേരിടപ്പെടുന്ന രാത്രികളിൽ പതിഞ്ഞ നടത്തവുമായി വന്ന്, വേദനകളിൽ തേൻ പുരട്ടുന്ന ഒരു നാട്ടുമനുഷ്യനായി സുന്ദർ അമലിന്റെ പാട്ട് എന്റെ ഉയിരിലേക്ക് കയറി.

പിന്നീടെന്നോ പൊട്ടുകടല വിൽക്കുന്ന പയ്യനരികെനിന്ന് കടൽക്കാറ്റിനെ തോൽപിക്കാൻ ദുപ്പട്ട പറത്തുമ്പോഴാണ് ആദ്യമായി സുന്ദർ അമൽ എന്നോട് പ്രണയം പറയുന്നത്. എന്റെ കൈയിലിരുന്ന പൊട്ടുകടലമണികളത്രയും കാറ്റുകൊണ്ടുപോയി മണലിൽ കുടഞ്ഞിട്ടു. അടുത്ത വരവിന് തിരകളതെടുത്ത് കൊറിക്കാൻ കൊണ്ടുപോയി. കണ്ണുനിറഞ്ഞിട്ട് എനിക്ക് പൊറുതിയില്ലാതായി. ഉപ്പിന്റെ ഒരു തരി കൺപോളയിൽ പെട്ടതുപോലെ ഞാൻ അസ്വസ്ഥപ്പെട്ടു. ഞാൻ സുന്ദർ അമലിന്റെ കൈപിടിച്ചു. അയാളെന്റെ വിരലുകൾ ഞെരിച്ചുകൊണ്ട് പതിയെ ചിരിച്ചു.

ഞങ്ങളാദ്യമായി ഒരുമിച്ച് യാത്രചെയ്തത് തണുപ്പുമൂടിയ ഒരു രാജ്യത്തേക്കായിരുന്നു. കിടക്കയിൽ കിടന്നുകൊണ്ടുതന്നെ മഞ്ഞുകട്ടകൾ പൊഴിയുന്നതും, ഇടയ്ക്ക് തലകാണിക്കുന്ന ഒരുണ്ണി സൂര്യൻ അതിനെ ഉരുക്കുന്നതും, മരക്കൊമ്പത്തുനിന്ന് വാത്തപ്പക്ഷികൾ ഒച്ചവയ്ക്കുന്നതും ഞാൻ കണ്ടു. പ്രണയം ഹിമക്കട്ടകളെക്കാൾ മരവിച്ചുപോയിരിക്കുന്നു എന്നെനിക്കു തോന്നി. തോന്നുമ്പോഴൊക്കെ അയാൾ എന്നെ കിടക്കയിലേക്കു വലിച്ചിഴച്ചു കർട്ടനുകൾ വലിച്ചിട്ടു. എന്റെ കണ്ണുകൾ തടിച്ച ചുണ്ടുകളാൽ അമർത്തിയടച്ചു. പിടിവലികളിൽ നിന്നു ബാക്കിയായ ഒരിത്തിരിപ്രേമം എന്റെ ഉയിരിൽ പറ്റിക്കിടന്നു.

വെളിച്ചം കണ്ണിൽ തട്ടുമ്പോഴെല്ലാം ഞാൻ ഉള്ളുരുക്കംപോലെ തീവ്രമായ മഞ്ഞുരുകൽ കണ്ടുകിടന്നു. യാത്രകൾ പലതു നടന്നു. ഓടുന്ന തീവണ്ടിയുടെ ഇരുമ്പുമണമുള്ള തണുപ്പിൽ ഒരുവട്ടം അയാളെന്റെ കണ്ണിണകൾക്കുനേരെ വന്നു, സന്ധ്യയുടെ നോട്ടം മറയ്ക്കാനായവേ ഞാൻ വന്യ

തയോടെ ശ്രുണ്ടിപ്പെട്ടു. കരച്ചിലിൽനിന്ന് നിവരാറാകുമ്പോഴേക്ക് മനസ്സു മടുത്തൊരു തീവണ്ടി ഭക്ഷണപ്പൊതിപോലെ അന്നാദ്യമായി അയാളെന്നെ നിലത്തേക്കെറിഞ്ഞു.

ഓമനിക്കലുകൾക്കിടെയുള്ള മേലുനോവുകൾ എനിക്കു പുത്തരിയല്ലായിരുന്നു. എന്നാൽ സുന്ദർ അമലിന്റെ ആ നീക്കം എന്റെ വാരിയെല്ലുകളിലൊന്നിൽ വിള്ളലുണ്ടാക്കി. അതിനിടയിൽ, പാതിവെണ്ണ പോയൊരു ഹൃദയം അയാളുടെ പാട്ടുകളെപ്പറ്റി മാത്രമോർത്ത് ദീർഘശ്വാസമെടുത്തു, മരവിച്ചൊരു ശരീരവുമായി ഞാനയാൾക്കൊപ്പം ഞങ്ങളുടെ നഗരത്തിൽ ചെന്നിറങ്ങി. തീവണ്ടി മരണവേഗതയിലേക്ക് ഗതി മാറ്റിക്കുതിച്ചുപോയി.

നഗരത്തിന്റെ അഴുക്കുവീഥികളിലേക്ക് മടങ്ങിപ്പോകാൻ എനിക്ക് മടിയൊന്നുമില്ലായിരുന്നു. പൊടുന്നനെ, തിരക്കിൽ ഞാനൊറ്റയായി. അച്ഛനെ കാത്ത് പള്ളിക്കൂടത്തിനു വെളിയിൽ നിൽക്കുന്ന കുട്ടിയുടെ പ്രതീക്ഷയോടെ ഞാൻ നിന്നു. തീവണ്ടികൾ ധൃതിവെച്ചു വന്നു. തെക്കുവടക്ക് ഓടിപ്പോയി. സുന്ദർ അമൽ ആവർത്തനമില്ലാത്ത ഗാനംപോലെ അപ്രത്യക്ഷനായി.

രാത്രി പകുതിയായപ്പോൾ മഴ കനത്തുപെയ്ത് പ്ലാറ്റ്ഫോം നനച്ചു. കുറേനേരം എന്നെ നോക്കിയിരുന്ന ഒരു വൃദ്ധൻ ഇരുട്ടത്തു മാറിനിന്ന് കൈകാട്ടി ക്ഷണിച്ചു. രണ്ടുതരം വിശപ്പുകാരായിരുന്നു ഞങ്ങൾ. വയറു കത്തുന്നുണ്ടായിരുന്നു. അതുകൊണ്ട് രണ്ടു തട്ടുദോശകൾക്കുള്ള നന്ദിസൂചകമായി ഗലിയിലെ ഗ്രീസ് മണക്കുന്ന വർക്ക്ഷോപ്പുനിലത്ത് ഞാനയാൾക്ക് അപ്പമായി.

പഴകിയ വീഞ്ഞുപോലൊരു മനുഷ്യനായിരുന്നു അയാൾ. *ചാർളി*യിലെ വില്ലനെപ്പോലെ ഒന്ന്. കട്ടംകറുപ്പ് ചുണ്ടും നെറ്റിയിലേക്കടർത്തിയിട്ട കട്ടിത്തലമുടിയുമുള്ള വൃദ്ധൻ. പതിവുകാരാരും എന്നോട് സംസാരിക്കാറില്ല. അഥവാ സംസാരിച്ചാൽത്തന്നെ അത് എന്റെ ശരീരത്തിന്റെ മാംസളതയിൽ വീണുചാവാറുണ്ട്. ഇദ്ദേഹമങ്ങനെയായിരുന്നില്ല. പരസ്പരം മടിയിൽ കിടന്നുകൊണ്ട് ഞങ്ങളേറെ സംസാരിച്ചു. എന്നെ അദ്ദേഹം വസ്ത്രങ്ങൾ ഉടുക്കാൻ സഹായിച്ചു. നിർബന്ധിച്ചു കുളിപ്പിച്ചിട്ട് പുറത്തുകൊണ്ടുപോയി ദാൽ തട്ക്കയും പപ്പടവും ആവി പറക്കുന്ന ചോറും വാങ്ങിത്തന്നു. ഞാൻ രണ്ടാവൃത്തി ചോറു വാങ്ങി. അദ്ദേഹം കനിവോടെ, ചൂടുള്ള നെയ്യ് ചോറിൽ പകർന്നു. പാത്രത്തിലെ നെയ്യിനു സമാനമായിരുന്നു ഞാനന്നേരം. ഭക്ഷണശേഷം ഞങ്ങൾ പ്രാവിനു തീറ്റകൊടുക്കാനും കാറ്റുകൊള്ളാനും വേണ്ടി കായലിനരികിലേക്ക് കടന്നു.

അന്നു ഞാൻ അന്തിയുറങ്ങിയത് വർക്ക്ഷോപ്പ് നിലത്തല്ല. വിലകൂടിയ കമ്പളം പുതച്ചിരുന്ന് ഞാൻ നാലുംകൂട്ടി മുറുക്കുകയും അദ്ദേഹത്തി

ന്റെ വിലകുറഞ്ഞ തമാശകൾ കേട്ട് ചിരിക്കുകയും ചെയ്തു. കറുത്ത, തടിച്ച ചുണ്ടുകളുള്ള വൃദ്ധന് കൺതടങ്ങളിൽ വിങ്ങലും ദുർബലമായ ഒറ്റവൃക്കയും അഴുക്കുചാലുകളെ ഓർമിപ്പിക്കുന്ന വായ്നാറ്റവുമുണ്ടായിരുന്നു.

അദ്ദേഹത്തിന്റെ കറുത്ത മാർബിൾ ബംഗ്ലാവിൽ ഞാനുറങ്ങിയെഴുന്നേറ്റ തൊണ്ണൂറാമത്തെ പകലിൽ, പുതുക്കിയ ഫാക്ടറി ആക്ട് നഗരത്തിൽ പ്രാബല്യത്തിലാവുകയും ചരക്കുകൾ കയറ്റിയയയ്ക്കാനാവാതെ വൃദ്ധന്റെ ഫാക്ടറി മുദ്രവെച്ച് സീൽ ചെയ്യപ്പെടുകയും ചെയ്തു. അർധരാത്രിക്കൊക്കെ നിയമങ്ങൾ പുതുക്കപ്പെടുന്ന രാജ്യമായിരുന്നു ഞങ്ങളുടേത്. വൃദ്ധന്റെ മില്ലുകളുടെയും ഹൃദയത്തിന്റെയും പ്രവർത്തനം പൊടുന്നനെ നിലച്ചു.

ദേശം സാമ്പത്തികത്തകർച്ചയിലേക്കാണ് വഴുതുന്നതെന്ന് വാർത്തകൾ അറിയിപ്പു തന്നു. ബംഗ്ലാവിൽ വേലയ്ക്കും കൂലിക്കും നിന്നിരുന്ന മനുഷ്യർ എത്രയുംവേഗം രക്ഷപ്പെടാൻ എനിക്ക് ഉപദേശം തന്നിട്ട് പോകപ്പോകെ ഒഴിഞ്ഞുപോയി. ഞാൻ വൃദ്ധന്റെ കോടിയ മുഖത്തേക്കു നോക്കി. ദാഹിക്കുന്നു എന്ന മട്ടിൽ അദ്ദേഹം തൊണ്ട വിറപ്പിച്ചു. വെള്ളം കൊടുത്തശേഷം ഞാൻ വൃദ്ധന്റെ ദുർഗന്ധം പേറുന്ന വെപ്പുപല്ലുകൾ സോപ്പും ബ്രഷും ഉപയോഗിച്ച് ഉരച്ചു വെടിപ്പാക്കി ചില്ലുകുപ്പിയിലിട്ടുവെച്ചു. അതിൽ ചില പല്ലുകൾ സ്വർണം കെട്ടിച്ചവയായിരുന്നു. ഇടനേരങ്ങളിൽ ഞാനതിന്റെ നേരിയ വിടവിൽ പറ്റിയിരുന്ന അഴുക്കുനൂലുകളെ കൂർത്ത സൂചിയാൽ നീക്കിക്കൊണ്ടിരുന്നു. വൃദ്ധന്റെ ഓമനകളായ, മനുഷ്യരോളം വലിപ്പമുള്ള ബോക്സർ നായകൾ കൂടിനെ പൊടിച്ചുപറത്തുമെന്ന മട്ടിൽ കുരച്ചുചാടി. ഞാൻ ഫ്രീസറിൽ അവശേഷിച്ചിരുന്ന എല്ലും പണ്ടവും ഒരു പാത്രത്തിലാക്കി അവറ്റയ്ക്കു കുടഞ്ഞിട്ടുകൊടുത്തു.

രാത്രിയേറെ വൈകുംവരെ ഞാൻ വൃദ്ധന്റെ അടുത്തിരുന്ന് കണ്ണു തുടച്ചുകൊണ്ടിരുന്നു. ഇടയ്ക്ക് ഫോൺ മുഴങ്ങുകയും ഞൊടിനേരംകൊണ്ട് ഞാനത് കൈക്കലാക്കി സംസാരിച്ചു തുടങ്ങുകയും ചെയ്തു. പണമിടപാടുകളിൽ സ്വാഭാവികമായുണ്ടാകുന്ന അനിയന്ത്രിതമായ തെറിവാക്കുകളുടെ വഴുക്കലുണ്ടായിരുന്നു ഫോണിലെ ശബ്ദങ്ങൾക്ക്.

ഏറെ വൈകിവന്ന ഒരു ഫോൺകോൾ എന്നെ സ്തബ്ധയാക്കിക്കളഞ്ഞു. അതിലൊരു ശബ്ദത്തിനുടമ എന്റെ കാതോരത്ത് രഹസ്യങ്ങൾ പറഞ്ഞവനും ഒരു മധുരപലഹാരം കണക്കെ എന്നെ അല്പാല്പമായി ആഹരിച്ചവനുമാണെന്ന് സംഭാഷണത്തുടക്കംതൊട്ട് എന്റെയുള്ളിൽ കത്തി. ഉടുക്ക് കണക്കെ നെഞ്ചുവിറയ്ക്കാൻ തുടങ്ങി. എന്റെ വിഷാദം കണ്ണിണ വിട്ട് ചുണ്ടിലേക്ക് ഒലിച്ചിറങ്ങി. ഞാൻ വായിൽ വന്ന പുലഭ്യം സുന്ദർ അമലിലേക്കെറിഞ്ഞ്, വൃദ്ധനരികിൽ പോയിക്കിടന്നു കരഞ്ഞു. മൂത്രത്താൽ ദുർഗന്ധംവമിച്ച അയാളുടെ കിടക്കവിരികളിൽത്തന്നെ ഞാൻ ഹതാശയായി കിടന്നു.

കരഞ്ഞുകുതിർന്ന് ഒരുവിധമായപ്പോൾ ഞാൻ കോൾപ്പട്ടികയിൽ നിന്ന് നമ്പർ പരതിയെടുത്ത് സുന്ദർ അമലിനെ തിരിച്ചുവിളിച്ചു. ദിവസങ്ങൾക്കിപ്പുറം 'ധനുമാസചന്ദ്രികപട്ടുനൂലിനുള്ളിൽ..' എന്ന ഗാനം അയാളെനിക്ക് പാടിത്തന്നു. എത്ര ആട്ടിപ്പായിച്ചാലും സ്നേഹത്താൽ ചുരുണ്ടുവളയുന്ന ഒരു നായവാൽ എനിക്കുണ്ടെന്ന് ഞാൻ വിറപൂണ്ടു. എത്ര കുഴലിലിട്ടാലും നിവരാത്ത ഒന്ന്!

ഫോൺ വെച്ചുകഴിഞ്ഞ് ഞാൻ കുറ്റബോധത്തോടെ വൃദ്ധന്റെ പല്ലില്ലാത്ത മോണയിൽ വിരലോടിച്ച് അദ്ദേഹത്തോടൊട്ടിക്കിടന്നു.. രാവിലെ പിടഞ്ഞെഴുന്നേറ്റ് ഞാൻ പട്ടിക്കൂട് നനച്ചു കഴുകി. ബോക്സറുകൾ ഇറച്ചിക്കായി പിൻപറമ്പിലേക്ക് കുതിച്ചുപോയി. വൃദ്ധനെ ഞാൻ ചൂടുവെള്ളത്താൽ വെടിപ്പാക്കി. പരിപ്പും നെയ്യും ചേർത്ത മധുരപലഹാരമാണ് പ്രാതലായി ഒരുക്കിയത്. പല്ലില്ലാത്ത വൃദ്ധന് പറ്റിയ ഒന്ന്! അയാളുടെ നര പടർന്ന താടിയിഴകളിൽ കാടേറിയിരുന്ന തവിട്ടുപേനുകളെ കുടിയൊഴിപ്പിക്കാനായി വേപ്പിലയിട്ട് ഞാൻ വെള്ളം ചൂടാക്കിവെച്ചു. പായലടിഞ്ഞ് പൊടിഞ്ഞുകുത്തി വീഴാറായ കൂരപോലെയായിരുന്നു വൃദ്ധനപ്പോൾ. അയാളുടെ തോലടരുകളിൽ മീൻചെകിളകൾ പോൽ പൂപ്പ് കട്ടപിടിച്ചിരുന്നു. അത് ചൂടുദ്രാവകമുപയോഗിച്ച് വൃത്തിയാക്കുമ്പോൾ; താരത്തിന്റെയും തങ്കക്കിനാവിന്റെയും പാട്ടാണ് ഞാൻ പാടിയത്. പാട്ട് തുടർന്നപ്പോൾ വൃദ്ധനും അദ്ദേഹത്തിന്റെ നായകളും ഒരുപോലെ കോപാകുലരായി. പിന്നെ ഏതോ വേദനയാലുണ്ടാകുന്ന അസാധാരണമായ മൗനം വൃദ്ധനെ മാത്രം അർധമയക്കത്തിലാക്കി.

അതിന്റെ പിറ്റേന്നാണ് സുന്ദർ അമൽ തന്റെ വില മുന്തിയ കാറിൽ വൃദ്ധന്റെ ബംഗ്ലാവിലേക്കു വന്നത്. ശരീരം തളർന്നുപോയ മനുഷ്യൻ പെരുംതീ ഉള്ളിലുലയുന്ന ഉലയാണ്. എന്നോടുള്ള അതിഭയങ്കരമായ വാഞ്ഛയും ഉടമസ്ഥതാബോധവും വൃദ്ധന്റെ ശരീരത്തെ അസ്വസ്ഥപ്പെടുത്തുന്നതു ഞാൻ കണ്ടു. സുന്ദർ അമൽ എന്നെ കിളരമുള്ള മൊറേക്കൺ കണ്ണാടിക്കരികിൽ ചേർത്തുനിർത്തി ചുംബിച്ചു. വൃദ്ധൻ ഞങ്ങളുടെ ആശ്ലേഷവും ശേഷമുള്ള സ്നേഹദംശനങ്ങളും തിരശ്ശീല വീഴുംവരെ കണ്ടു പൊറുക്കാനാവാതെ കണ്ണടച്ചു. വൃദ്ധന്റെ അനിയന്ത്രിതമായി ഇളകുന്ന കണ്ണിണകൾ എന്നെത്തന്നെ ചുറ്റിപ്പറന്നു. ആവിപറക്കുന്ന ചോറും വെണ്ണപോലലിഞ്ഞുപോയ ഞാനും പഴയൊരു തീവണ്ടി സ്റ്റേഷനും ഞാനോർത്തു.

സുന്ദർ അമൽ പോയ ഉടനെ വൃദ്ധന് അതിസാരമിളകി. അദ്ദേഹം ശരീരമുലച്ച് ഛർദിക്കുകയും വയറൊഴിയുകയും ചെയ്തു. കടുത്ത വിഷാദം നിതാന്തമായൊരു കരിമ്പട്ടുപോലെ വൃദ്ധന്റെ കവിളോരത്തിനും കൺതടത്തിനുമിടയിൽ ചുളിഞ്ഞുകിടന്നു. ഞാനന്ന് സുന്ദർ അമൽ കഴിച്ചതിന്റെ

ബാക്കി ബോക്സർ നായകൾക്ക് ഊട്ടുകയും അവറ്റയെ പുറകുവശത്തെ മൺപുറ്റുകൾക്കിടയിലെ ചായ്പ്പിലേക്ക് തുറന്നുവിടുകയുംചെയ്തു.

ഞാൻ വൃദ്ധന്റെ വരണ്ടുറച്ച മോണയിൽ കഴുകിവെടിപ്പാക്കിയ വെപ്പുപല്ലുകൾ ഘടിപ്പിച്ച്, അദ്ദേഹത്തിന് നേർത്തതായി കുറുക്കിയ റാഗി കൊടുത്തു. തരുതരുപ്പായ അത്താഴപ്പങ്ക്, പരാതിയും വൈമനസ്യവും കുശുമ്പുംകൊണ്ട് വൃദ്ധൻ നിരസിച്ചു. എനിക്കെന്റെ നെഞ്ചുപിടഞ്ഞു. ഞാനദ്ദേഹത്തിന്റെ ദുർബലമായ മുതുകിൻകൂടിനുള്ളിലെ കുറുകൽ ചെവിയോർത്തുകിടന്നു. അതുനിലച്ചുപോകുമോ എന്ന ആധിയിൽ ഞാൻ വിയർത്തു.

തലേന്നും പിറ്റേന്നും സുന്ദർ അമൽ വന്നുംപോയുമിരുന്നു. സിനിമയിൽ അയാളുടെ വേരുറച്ചുകഴിഞ്ഞിരുന്നു. മാത്രമല്ല! ഞങ്ങളുടെ രാജ്യത്തിന്റെ സാമ്പത്തികമാന്ദ്യം ഭേദപ്പെട്ടിട്ടുണ്ടായിരുന്നു. വിനോദോപാധികൾക്കായി കൂടുതൽ മനുഷ്യർ നാടകശാലകളും സിനിമാശാലകളും കയറിയിറങ്ങി. അയാളുടെ പുതിയ കുപ്പിയിലെ വീഞ്ഞുപാട്ടുകൾക്ക് ഗലിയിലെ പിള്ളേർ പാടിത്തുള്ളുകയും അയാളുടെ വീടിനു മുന്നിൽ പാപ്പരാസിക്കൂട്ടങ്ങൾ രാപകൽ റോന്തുചുറ്റുകയും ചെയ്തു. പകലിനെ കബളിപ്പിച്ച് സുന്ദർ അമൽ ബംഗ്ലാവിലെത്തിക്കൊണ്ടിരുന്നു.

ഞങ്ങൾ മട്ടുപ്പാവിൽ പ്രാവുകളെ തീറ്റുകയും കനലിൽ ചുട്ട കോഴിത്തുട, വെണ്ണചേർത്ത ഫുൽക്കയോടൊപ്പം കഴിക്കുകയും ചെയ്തു. വൃദ്ധന്റെ രാത്രിചര്യകൾ നിവർത്തിച്ചിട്ട്, മുറിയിൽ സുഗന്ധം പുകച്ചശേഷം ഞാൻ സുന്ദർ അമലിനൊപ്പം നഗ്നയായി നിലാവു കുടിച്ചു. 'സങ്കല്പലോകമിതല്ലേയല്ല...' എന്ന ഹിറ്റ്ഗാനം അയാൾ ഈണമിട്ടത് അങ്ങനെയൊരിക്കലാണ്. കടൽക്കരയിലും ശീതീകരിച്ച മുറികളിലും കോഫിഷോപ്പുകളിലും വെച്ച് അയാൾ പാട്ടൊരുക്കി. പഴയ ഗസലുകളിൽനിന്ന് ഇഴകൾ പിരിച്ചെടുത്ത് അയാൾ പുതിയ പാട്ടുടുപ്പുകളുണ്ടാക്കി.

'ഉണ്ടാവുന്നതല്ല, ഉണ്ടാക്കുന്നതാണ് പാട്ടുകൾ!'

'കണ്ണാളനെന്നെയറിഞ്ഞോ' എന്ന ഗാനം ചിട്ടപ്പെടുത്തുമ്പോൾ സുന്ദർ അമൽ പറഞ്ഞു.

'അപ്പോൾ സ്നേഹമോ?' അയാളുടെ നിരതെറ്റിയ പല്ലുകളിലെ സിഗിരറ്റ്കറയിലേക്കു നോക്കി ഞാൻ ചോദിച്ചു

എനിക്കുത്തരം വേണ്ടായിരുന്നു. ഒരുപക്ഷേ, എനിക്കത് നേരത്തേതന്നെ അറിയാമായിരുന്നു. ഞാനെഴുന്നേറ്റ് വൃദ്ധന്റെയരികിലേക്ക് പോയി. സുന്ദർ അമൽ മുറിയിലേക്കു കടന്നുവന്ന് എന്റെ നീളമില്ലാത്ത മുടിയിടുക്കിൽ വിരലിട്ടുകോർത്ത് എന്നെ വലിച്ചുടുപ്പിച്ചു. കൈയിടുക്കിന്റെ മാംസളതയിൽ മറുകൈകൊണ്ട് നഖം ചേർത്തുവരഞ്ഞിട്ട് എന്നെ നിലത്തേക്കെറിഞ്ഞ് അയാൾ പാട്ട് നിർമ്മിക്കാൻ പോയി.

അന്നു രാത്രി നിലാവു കാണാനായി ടെറസിൽ എത്തിയപ്പോൾ

അയാൾ എന്നെ പ്രാവുകൾക്കൊപ്പം പറത്തുകയും മട്ടപ്പോടെ ഗോവണിയിൽനിന്ന് ഉരുട്ടിവിടുകയുംചെയ്തു. പ്രാവുകൾ ഏതോ കമ്പിയിൽ കാലുകരുങ്ങി ജീവനറ്റ് നിലം പൊത്തി. ഞാനോ? നിലവിട്ട് ഗോവണിച്ചുവട്ടിൽ ബോധശൂന്യയായി. വസ്ത്രത്തെ നനച്ച രക്തം നിലത്തിറങ്ങിപ്പടർന്ന് ഉണങ്ങിയശേഷമാണ് ഞാനുണർന്നത്. തളർച്ചയോടെയാണെങ്കിലും ചെയ്തുതീർക്കാനേറെയുണ്ടെന്ന ഞാനുറപ്പിച്ചു.

തൊലിയിൽ പടർന്ന കറുത്ത രക്തം ഞാൻ ജലംകൊണ്ട് വേഗം കഴുകിയിറക്കി. നിലത്തെ ഉണങ്ങിപ്പറ്റിയ രക്തം; ആദ്യം നേർത്ത ഇരുമ്പുഗന്ധമായും, പിന്നീട് സോപ്പുലായനിയിൽ ചേർന്ന് ഉളുമ്പുഗന്ധമായും, അതുംകഴിഞ്ഞ് കണ്ണുനീർ വീണ് ഗന്ധരഹിതമായും എന്നെ ചുഴ്ന്നു.

സമയം ഉച്ചതിരിഞ്ഞിരുന്നു. വൃദ്ധനുവേണ്ടുന്ന പാലുചേർത്ത പാനീയം തിളപ്പിക്കാൻ അടുപ്പിൽവെയ്ക്കുന്ന നേരത്ത് സുന്ദർ അമലിന്റെ വണ്ടി മുറ്റത്തേക്കെത്തി. പുതിയൊരു പാട്ടിന്റെ പകർത്തൽഭാരമുണ്ടായിരുന്നു അയാളിൽ. എന്നാൽ ഞാനൊരീണത്തിന്റെ ചരണത്തിൽ വീണു ചതഞ്ഞിരുന്നു.

ഹാക്ക് ഇലകൾ ചെറുതായരിഞ്ഞ് എണ്ണയിൽ മൊരിയിച്ചതും, തക്കാളിയും ചെറുപരിപ്പും വേവിച്ച് വറ്റൽമുളക് വറുത്തിട്ട കറിയും ഞാൻ സുന്ദർ അമലിന് വിളമ്പി. വൃദ്ധന്റെ കട്ടിലിലിരുന്ന് ഞാൻ വാതിൽവിടവിലൂടെ സുന്ദർ അമലിനെ കണ്ടുകൊണ്ടിരുന്നു. 'മിന്നലിനിടയിലൊരു കരിമുകിലായ്' എന്ന പാടിക്കൊണ്ട് ഒരു പത്തൊമ്പതുകാരി തന്റെ കാമുകനെ കടാക്ഷിക്കുന്നപോലെ! അയാൾ ഉത്സാഹവാനായി.

വലിയ വീടിന്റെ വിസ്താരത്തിൽ അസ്വസ്ഥപ്പെടുത്തുന്ന ഒരുതരം അരക്ഷിതാവസ്ഥ എന്നെ മൂടി. സുന്ദർ അമൽ ഗസലുകളിൽനിന്ന് ഈണം മോഷ്ടിച്ച പാട്ടുണ്ടാക്കാനായി ധൃതിപ്പെട്ട് കോണി കയറിപ്പോയി. ഞാൻ സാവധാനത്തിൽ കരുക്കൾ നീക്കാനാണ് നിശ്ചയിച്ചത്.

ഞാൻ രുചിയോടെ ഭക്ഷണം കഴിച്ചു. ശുചിയുള്ള ഉടുപ്പുകളണിഞ്ഞു. രാത്രി, നിലാവിന്റെ ദുപ്പട്ടയൂരി ഭൂമിയിലേക്കെറിഞ്ഞിരുന്നു. ഞാൻ മുറ്റത്തേക്കിറങ്ങി വിരൽ ഞൊടിച്ചു, മൺപുറ്റിനപ്പുറത്തുള്ള ചരിവിൽനിന്ന് ബോക്സർ നായകൾ അനുസരണയോടെ ബംഗ്ലാവിനുള്ളിലേക്ക് ഓടിക്കയറി. ഞാൻ വാതിലിന്റെ താഴിട്ടശേഷം മുറ്റത്തിറങ്ങി.

സുന്ദർ അമലിന്റെ പാട്ടിന് അഴകളവുകൾ വന്നുകഴിഞ്ഞിരുന്നു. പഴയൊരു നാട്ടുപാട്ടിന്റെ ചരണത്താൽ ഞാനത് എളുപ്പത്തിൽ പൂർത്തിയാക്കി. ഈ പടുപാട്ടല്ല, സുന്ദർ അമലിന്റെ മരണഗീതമാണ് എനിക്ക് കേൾക്കേണ്ടത്! കാറ്റ് ഇലയനക്കാതെ വന്ന് ചുറ്റിത്തിരിഞ്ഞിട്ടുപോയി. സർവം നിശ്ശബ്ദം!

നേരമേറെ കഴിഞ്ഞപ്പോൾ ഞാൻ ബംഗ്ലാവിനകത്തേക്കു കയറി.

രക്തത്തിൽ ചവിട്ടിയാണ് ഞാൻ മുകൾമുറിയിലേക്കു കടന്നത്. നഗ്നമായ മോണ കാണിച്ച് വൃദ്ധൻ ചത്തുമലച്ചു കിടപ്പുണ്ടായിരുന്നു. എനിക്കു ശ്വാസം മുട്ടി. അദ്ദേഹത്തിന്റെ താഴെവീണ വെപ്പുപല്ലുകൾക്കിടയിൽ പകുതിമാത്രം പറിഞ്ഞുപോന്ന സുന്ദർ അമലിന്റെ ചെവി പച്ചരക്തത്തോടെ ചലിക്കുന്നുണ്ടായിരുന്നു.

ചോരയൊലിക്കുന്ന ഇരുകവിളുകളും കൂട്ടിത്തിരുമ്മിക്കൊണ്ട് സുന്ദർ അമൽ നടന്നടുക്കവേ എന്റെ കഥ ഒരു സിനിമാന്ത്യംപോലെ പൊലിപ്പിക്കാൻ ഞാനുറച്ചു.

പടിക്കെട്ടുകളോടിയിറങ്ങി, ബോക്സർ നായകളൊഴിഞ്ഞ കൂടിനുള്ളിലേക്ക് ഞാൻ കയറി. മാംസം മണത്ത് ഓടിയടുക്കുന്ന അവറ്റകളേയും കാത്ത് ഞാൻ വിവസ്ത്രയായി നാലുകാലിൽ നിന്നു.

ഉദ്ദം

എന്താണ് സംഭവിക്കേണ്ടത് എന്നതിന്റെ വളരെ കൃത്യമായ രൂപരേഖ എന്റെ കൈവശവുമില്ലായിരുന്നു. കെട്ടിടത്തിന്റെ തെക്കേത്തലയ്ക്കലെ പിരിയൻഗോവണിയിറങ്ങി അയാൾ വരുമ്പോൾ തലയ്ക്കടിച്ചു വീഴ്ത്തുക എന്നതായിരുന്നു എനിക്കു കിട്ടിയ നിർദേശം. പടികളുടെ എണ്ണം തിട്ടപ്പെടുത്താൻ ഇന്നലെ അവിടെ പോയപ്പോൾ, മൂന്നാമത്തെയും പതിനേഴാമത്തെയും പടികളിൽ വീണ് കാൽ തട്ടിത്തടയാൻ സാധ്യതയുള്ള വിള്ളലുകൾ കണ്ടു. അവിടെവെച്ച് കാൽതെന്നി ഞാനോ അയാളോ ഒന്നു ശങ്കിച്ചാൽ എന്റെ പരിപാടികളെല്ലാം മുടങ്ങും.

അധികമൊന്നും ആൾസഞ്ചാരമില്ലാത്ത വഴി. അതിന്റെ അങ്ങേയറ്റത്തെ ഇളംമഞ്ഞ പെയിന്റടിച്ച കെട്ടിടം. അതിന്റെ പുറംതൊലി മുക്കാലും ഇളകിയതും പായലുണങ്ങിപ്പിടിച്ചതും. മുറ്റം നിറഞ്ഞ് പടർന്നു നിൽക്കുന്ന ഇരുമ്പകവൃക്ഷം. പ്രധാനഗേറ്റ് കടന്നാൽ ചെറിയൊരു കാർപോർച്ച്. അവിടെയാണ് അയാൾ മുകളിലേക്ക് കയറുമ്പോൾ ഞാൻ മറഞ്ഞുനിൽക്കേണ്ടത്. കൈയിൽ കത്തിയും പലകയും വടിയും പഞ്ഞിയും ക്ളോറോഫോമും. അയാൾ പിരിയൻഗോവണി കയറിത്തുടങ്ങിയാൽ, ഞാൻ എന്റെ ദൗത്യത്തിനു തയ്യാറാകണം. വിരലുറകളും മുഖംമൂടിയും ധരിച്ച്, ഒരു കൊലപാതകിയുടെ അതേ സൂക്ഷ്മമായ അംഗചലനങ്ങളോടെ ഞാൻ രണ്ടാമത്തെ മതിൽമറയ്ക്കരികിൽ നിലയുറപ്പിക്കേണ്ടതായുണ്ട്.

മികച്ച ടൈമിങ്ങിൽ മറ്റാരും കാണാതെ, കൈ ലവലേശം വിറയ്ക്കാതെ എങ്ങനെ ഈ കൃത്യം ചെയ്തുതീർക്കും എന്നത് ഇന്നലെവരെ എനിക്കജ്ഞാതമായിരുന്നു.

സന്ധ്യയോടെ, കൈമൾ മുറിയിലേക്കു പോകുംവഴിക്ക് എന്റെ ലോഡ്ജ്മുറിയുടെ വാതിൽവിടവിലൂടെ ദിയയുടെ കത്ത് മുറിയിലേക്കിട്ടു. ദിയയെ കണ്ടിട്ട് എത്ര നാളായിക്കഴിഞ്ഞു? എനിക്കോർമ്മ വന്നില്ല.

കത്ത് തുറക്കാൻ എന്തോ, എനിക്കപ്പോൾ തോന്നിയില്ല. കിടക്കാൻ പോകുന്നതിനുമുമ്പ് ആ കത്ത് തലയണയ്ക്കടിയിൽ ചേർത്തുവച്ചു. ഉറക്കം വന്നില്ല.

ഒടുവിൽ വീണ്ടുമെഴുന്നേറ്റു. പതുക്കെ അരികുകൾ കീറി ചുളിഞ്ഞ കടലാസുകെട്ട് പുറത്തെടുത്തു.

പ്രിയപ്പെട്ട അച്ഛാ,

അച്ഛന് സുഖമല്ലേ? എത്രനാളായി അമ്മേം ഞങ്ങളേം കാണാൻ വന്നിട്ട്. ഇന്നലെ കുഞ്ഞുവാവയ്ക്ക് ശ്വാസംമുട്ടൽ കൂടി. മുഖമൊക്കെ നീലിച്ച് വയ്യാതായി. അമ്മ എത്ര കഷ്ടപ്പെട്ടിട്ടാണെന്നോ മരുന്നും കഞ്ഞിയുമെല്ലാം ഒപ്പിക്കുന്നത്. അച്ഛന് ഞങ്ങളെ കാണണമെന്നില്ലേ?

ഇന്നലെ അമ്പലത്തിൽ പോകുംവഴിക്ക് പണ്ട് അച്ഛൻ എന്നേം കൊണ്ട് നടക്കാൻ പോകുന്ന ഇടവഴി കണ്ടു, അതു ചെന്നെത്തുന്ന കാറ്റാടിമരത്തിന്റെ ചുവടും. അതിന്റെ ചുറ്റിലുമുള്ള പൊട്ടിപ്പൊളിഞ്ഞ കല്ലിലിരുന്ന് അച്ഛൻ എന്റെ ഉള്ളംകൈയിൽ മിന്നാമിന്നികളെ വെച്ചുതന്ന്, ചെവിയിൽ പതുക്കെ പറയാറില്ലേ, 'കാറ്റാടിമരത്തിന്റെ പാട്ടുകേട്ടുവോ?' എന്ന്. ഇന്നലെയും കാറ്റാടിമരം പാടുന്നതു കേട്ടു.

ഇന്ന് പലവട്ടം അമ്മേടെ മൂക്കിലൂടെ ചോരവന്നു. ഉറക്കം വരാൻവേണ്ടി അമ്മ മൂന്നും നാലും ഗുളികവിഴുങ്ങുന്നതു കാണാം. അച്ഛനെന്നാണ് വരുന്നത്? ഇത്തവണയും പറയാതെ പോയതെന്താണ്? ഒരു മറുപടിയെങ്കിലും ഇടണേ...

സ്നേഹത്തോടെ,
ദിയ

ദിയയ്ക്കോ അവളുടെ അമ്മയ്ക്കോ, ആർക്കാണ് മറുപടി എഴുതേണ്ടതെന്ന് എനിക്കറിയില്ലായിരുന്നു. ദിയയുടെ കത്തിൽ അവളുടെ അമ്മയുടെ രക്തവും കണ്ണീരും ചേർന്ന് പരക്കുന്നതായി ഞാൻ കണ്ടു. മൂക്കിൽക്കൂടി രക്തമൊലിപ്പിച്ച് കൊടുംവേദന തിന്ന് സൈറ പിടഞ്ഞുമലർന്നു വീഴുന്നതു കാണുമ്പോഴൊക്കെ ഞാൻ അപസ്മാരം ബാധിച്ചവനെപ്പോലെ വിറച്ചുപോകും.

ദിയയുടെ സ്കൂൾച്ചെലവും സൈറയുടെ മരുന്നിനുള്ള വകയും എല്ലാം കൂടി ഒത്തുപോകാൻ പ്രയാസമായിത്തുടങ്ങിയിരുന്നു. ചതുപ്പുനിലത്തിലേക്കെന്നതുപോലെ ജീവിതം കൂപ്പുകുത്തിത്തുടങ്ങിയിരുന്നു. ഉറക്കമില്ലാത്ത രാത്രികളോട് എന്റെ നെറ്റിത്തടം ശ്രുണ്ഠിപിടിച്ചുകൊണ്ടേയിരുന്നു. ആരോടും പറയാതെ അന്ന് വീട്ടിൽനിന്നിറങ്ങി.

അക്ഷരത്തെറ്റുകളും അതിലേറെ ജാള്യതയുമുണ്ടായിരുന്ന എന്റെ മടക്കത്തിൽ. അത് സൈറ വായിക്കുകയാണെങ്കിൽ എന്തു കരുതുമെന്ന് എനിക്കറിയില്ലായിരുന്നു. വെള്ളിക്കുരിശുമാലകളും പാതിരാ കുർബാനയും ദിവസേന പോർക്കും വറുത്തരച്ച ബീഫ്കറിയും പരിചയിച്ചുപോന്ന അച്ചായത്തിപ്പെണ്ണ്. ഒരാവേശത്തിന്റെ പേരിൽ മാത്രം എന്റെ കൂടെയിറങ്ങിപ്പോന്നവൾ. എന്നെക്കാളേറെ വിദ്യാസമ്പന്നയും സുന്ദരിയും. ഇതൊക്കെത്തന്നെ വേണ്ടിയിരുന്നില്ല എന്റെ അപകർഷതയ്ക്ക്.

ഭർത്താവിന്റെ അഴുകിപ്പിഞ്ഞിയ ശവശരീരം കണ്ട്, വിറച്ച് പിന്നീടൊരിക്കലും ഉണരാതെ ഉറക്കത്തിലേക്ക് പോയ എന്റെ അമ്മ. രണ്ടു മരണങ്ങൾ. അച്ഛനും അമ്മയും യാത്രപറയാതെ പോകുമ്പോൾ എനിക്ക് പതിമൂന്നു വയസ്സ്. അന്നുമുതൽ വെളിച്ചത്തെ പേടിച്ചുതുടങ്ങി.

വെളുത്ത ലില്ലിപ്പൂക്കളുമായി സൈറയെ പള്ളിവഴിയിൽ കാത്തുനിന്നിടത്തുവെച്ച് എന്റെ കറുത്ത ലോകത്തിലെ ശൂന്യതയിൽ പച്ചപൊടിക്കുന്നതായി ഞാൻ കണ്ടു. പക്ഷേ, ചുവടുകൾ പിഴച്ചു. ആ വെളിച്ചമുള്ള വഴികളെ കണ്ണടച്ച് ഇരുട്ടിന്റേതാക്കി...

ദിയ, കാഴ്ചയിൽ എന്നെപ്പോലെയായിരുന്നു. എന്റെ ദിയ... അവളെ കണ്ടിട്ട് ഇപ്പോൾ ഒരുപാട് നാളാകുന്നു...!

ഈ കൊലപാതകം തെളിവുകളില്ലാതെ നടത്തിയാൽ എനിക്ക് വലിയൊരു തുക തീർച്ചയായും പ്രതിഫലം കിട്ടും. സൈറയുടെ വിലകൂടിയ മരുന്നുകൾ, ചെലവേറിയ ഓപ്പറേഷൻ, എല്ലാം നടക്കും. ഊഷ്മളമായ സ്പർശത്തോടെ ജീവിതം എന്നോടൊട്ടിനിന്നതുപോലെ. എന്നാൽ പിരിയൻ ഗോവണിച്ചുവട്ടിൽ വെച്ച് എന്റെ കൈകൾ വിറച്ചുതുടങ്ങിയാലോ? തുളുമ്പുന്ന കണ്ണുകളോടെ ദിയ എന്നിലേക്ക് ഓടിക്കയറിയാലോ? സ്നേഹശാസനയോടെ എന്റെ കൂട്ടുപുരികത്തിലേക്ക് നോക്കി സൈറ എന്നെ വിലക്കിയാലോ? ഇപ്പോൾ എന്റെ കൈയിൽ മുള്ളാണികൾ അടിച്ചുകയറ്റിയ കനത്ത വടിയുണ്ട്. ഒറ്റയടിക്കുതന്നെ അയാൾ വീഴണം. തല പൊളിഞ്ഞ്... പടിക്കെട്ടുകളിൽ ഒന്നൊന്നായി ഉരുണ്ട്... കട്ടുംചുവപ്പു രക്തമൊഴുക്കി...

ആലോചിക്കുമ്പോൾ എനിക്ക് കുറേശ്ശേ ആവേശം വന്നുതുടങ്ങിയിരുന്നു. ഇനി അയാൾ കെട്ടിടത്തിലേക്കെത്താൻ പതിനഞ്ചു മിനിട്ടുകൾ മാത്രമേയുള്ളൂ. മുകളിലത്തെ മുറിയിൽ അയാളുടെ കുടുംബമായിരിക്കുമോ? എങ്കിൽ എന്താണയാൾ ഒരു വിരുന്നുകാരനെപ്പോലെ വന്നുപോകുന്നത്?

കൈയിൽ വന്നുചേരാനിരിക്കുന്ന പച്ചനോട്ടുകളുടെ മണം എന്നെ ഉന്മത്തനാക്കി. പതുക്കെ, വളരെ പതുക്കെ ഒരു നീലക്കാർ പോർച്ചിലേക്കെത്തുന്നുണ്ട്. ശാന്തനും സുമുഖനുമായ അപരിചിതൻ കൈയിലുള്ള

സഞ്ചിയുമായി മുകളിലേക്കുള്ള പിരിയൻഗോവണി കയറുന്നു. ഞാനിപ്പോൾ രണ്ടാമത്തെ മതിൽമറയിലാണ്.

ഇയാളുടെ അവസാനത്തെ കയറ്റം! ഇനി കയറ്റിറക്കങ്ങളില്ലാത്ത ഒരു യാത്രയിലേക്ക് ഞാനയാളെ തള്ളിവിട്ടും.

എന്റെ നെറ്റിത്തടം വിയർപ്പിൽ കുളിച്ചു. ഉള്ളംകൈയിലെ വടി ഈർപ്പത്താൽ വഴുതി. യുഗങ്ങളോളം ദാഹിച്ച് വലഞ്ഞവന്റേതുപോലെ എന്റെ തൊണ്ടക്കുഴികൾ വെള്ളത്തിനായി നിശ്ശബ്ദമായി മിടിച്ചു. ഞാൻ പടിക്കെട്ടുകളിലേക്കു നോക്കി. അല്പംമുമ്പ് സ്പർശനമേറ്റതിന്റെ ലക്ഷണമേതുമില്ല. എന്റെ ഹൃദയബലം ചോർന്നുതുടങ്ങി.

ക്ഷമയുടെ കെട്ടുകൾ അയഞ്ഞുതുടങ്ങിയപ്പോൾ ഞാൻ പടികൾ കയറി. പതിനേഴാമത്തെ പടിയിൽ എന്റെ വിരൽ മടങ്ങി ചെറുതായി വേദനിച്ചു.

മുകൾനിലയിലെ ഇടനാഴി. അങ്ങേയറ്റത്തെ കണ്ണാടിജനലഴികളിലൂടെ പുറത്ത് വെളിച്ചം കുറഞ്ഞുവരുന്നതായി കണ്ടു. എല്ലാ മുറികളും താഴിട്ടു പൂട്ടിയിരിക്കുന്നു. എന്റെ ശ്വാസത്തിന്റെ പ്രതിധ്വനിപോലും എനിക്ക് അസഹ്യമായി.

വീർപ്പടക്കി ഞാൻ പിരിയൻഗോവണിയിറങ്ങുകയാണ്. കിട്ടേണ്ട പണത്തിന്റെ ചിന്തപോലും എന്നെ അലട്ടുന്നില്ല. കരിനിഴൽ പരന്ന, മങ്ങിയ ഇടനാഴിയും പടിക്കെട്ടുകളും കടന്ന്, ഏതു വിധേനയും എനിക്ക് പുറത്തുകടക്കണമായിരുന്നു...

പെട്ടെന്ന് ആഞ്ഞുപതിച്ച അടിയുടെ ആഘാതത്തിൽ എന്റെ തല കഴുത്തിൽനിന്ന് വേർപെട്ടുപോന്നുവോ? മുള്ളാണി കോർത്തുവലിഞ്ഞ് എന്റെ ശിരസ്സ് കീറി.

പടിക്കെട്ടുകളിൽ എന്റെ കട്ടുംചുവപ്പുരക്തം പരന്നൊലിച്ചു. ഒരു നിലവിളി ഞാൻ മുകൾനിലയിൽനിന്നു കേട്ടു.

ചാവുമേഘങ്ങൾ

ഈ നാടിനെപ്പറ്റി അറിയാത്തവരാരും ഉണ്ടായിരുന്നില്ല. സ്വർണ്ണഖനികളും മഞ്ഞമന്ദാരത്തോപ്പുകളും സുഗന്ധവ്യഞ്ജനങ്ങളും കറുത്ത മധുരമുന്തിരിക്കാടുകളും ഒന്നുമില്ലാതിരുന്നിട്ടും ഈ നാട് പ്രശസ്തമായി. നാട്ടുകാർ അന്യദേശക്കാരുടെ മാത്രമല്ല, ലോകത്തിന്റെയാകെ സംസാരവിഷയമായി. എല്ലാ നാട്ടിലുമുള്ളതുപോലെ കനിവൂട്ടുന്ന അമ്മമാരും കണിശക്കാരായ അച്ഛന്മാരും പൊടിപിടിച്ച മോന്തായം താങ്ങി ലോകത്തെ വെല്ലുവിളിക്കുന്ന പള്ളികളും ഈ നാട്ടിലുമുണ്ടായിരുന്നു. പാട്ടുപാടുന്ന അരുവികളും നീലക്കുയിലുകളും പടുപാട്ടുപോലും പാടാത്ത മലങ്കാക്കയും തേൻകനികൾ തേടി പുൽത്തടങ്ങളിലൂടെ മരത്തിലേക്കോടിക്കയറാൻ പരിശീലിക്കുന്ന കുഞ്ഞുവരയണ്ണാന്മാരും മൈലാഞ്ചിക്കൈയുള്ള സുന്ദരിമാരും ഒക്കെയുള്ള നാട്.

ഒരു പൂവിതൾ കൊഴിച്ചാൽ കേൾക്കുന്ന നിശ്ശബ്ദതയിലേക്ക് ഓരോ രാത്രിയിലും നാട്ടുകാർ കാതോർത്തുകിടന്നു. അപ്പോഴാണ് നിലാവിന്റെ കണങ്ങൾ ആകാശത്തിൽ നിന്നിറങ്ങിവന്ന് മണ്ണിനെ തൊടാറുള്ളത്. മുലപ്പാൽ മണക്കുന്ന കുഞ്ഞുങ്ങൾ മാലാഖമാരെ കണ്ട് ചോരിവാ തുറന്ന് കുടുകുടെ ചിരിക്കുമ്പോൾ, മദഗന്ധം പൊഴിച്ച് കടുംനീലപ്പൂക്കൾ നനഞ്ഞ മണ്ണിൽ വീഴുമായിരുന്നു. നിലാവിന്റെ പാൽനിറത്തിനു മുകളിൽ കടുംപുക മണക്കുന്ന കരിഞ്ചായം കോരിയൊഴിക്കപ്പെട്ടതെപ്പോഴാണെന്ന് നാട്ടുകാരാരും അറിഞ്ഞില്ല. സ്വർഗത്തിൽ നിന്നിറങ്ങി വരുന്ന ഹൂറിമാരെയും പാൽനിലാവിനെയും ചാറുംമഴകളെയും മാത്രമറിഞ്ഞിരുന്ന നാട്ടുകാരെല്ലാം വാ പൊളിച്ച് ആകാശം നോക്കിനിന്നു. ഇരുമ്പൻ ചിറകു

കളുടെ ചെവിതുളയ്ക്കുന്ന ശബ്ദവുമായി ഹെലികോപ്റ്ററുകൾ ഈ നാടിനെ വലംവെയ്ക്കുന്നതെന്തിനാണെന്ന് അവർക്ക് മനസ്സിലായതേയില്ല.

'എല്ലാവരും കിണറൊക്കെ മൂടിവെച്ചോ...' ആരോ കൂവിയാർത്തത് പലരും കേട്ടെന്ന് നടിച്ചില്ല. കിട്ടിയ ഓലയും തകരഷീറ്റുകളുംകൊണ്ട് ചില കിണറൊക്കെ മൂടിയിട്ട് തട്ടം പിടിച്ചുനേരെയാക്കി ഉമ്മമാരും, ചാരം തേച്ച് കഴുകുകയായിരുന്ന കലങ്ങളുപേക്ഷിച്ച് കൗമാരക്കാരികളും ആകാശക്കാഴ്ച കാണാൻ ഒത്തുകൂടി.

തീപ്പൊരി പാറി ശരീരമാകെ വീണതുപോലെയാണ് ആദ്യം എല്ലാവർക്കും തോന്നിയത്. കടുത്ത നീറ്റൽ. ദേഹം കുമളിച്ച് നീരു നിറഞ്ഞു. വൈകുന്നേരമായപ്പോഴാണ് കാൽക്കുഴ വിങ്ങി പനിപിടിച്ച് ഓരോരുത്തരായി ചുരുണ്ടുകൂടാൻ തുടങ്ങിയത്. ചെളിവെള്ളത്തിൽ കുറെയധികം നേരംനിന്ന് പാത്രം മോറിയതുകൊണ്ടാവാം കാലുകടയുന്നതെന്നു കരുതിയ അമ്മമാർ, അലക്കുകല്ലിൽ ഉപ്പൂറ്റിയുരച്ചുകഴുകി.

പിറ്റേന്നും ആകാശക്കാഴ്ച കാണാൻ വാശിപിടിച്ച് ഓടാനൊരുങ്ങിയ മക്കളുടെ ചെവി ഞെരടി അവർ പിറുപിറുത്തു.

'പ്രാണികള് ചാവാനൊള്ള മരുന്നുകൂട്ടാണ്. തൊള്ളേം പൊളിച്ച് നിക്കണ്ടാ..'

പ്രാണികളെ പമ്പകടത്താനുള്ള മരുന്ന് കലക്കാൻ പോയ ആണുങ്ങൾ പിറ്റേന്ന് പണിക്കു പോകാനാവാതെ, കിടക്ക വിട്ടെഴുന്നേൽക്കാതെ കിടന്നു. ശ്വാസം നെഞ്ചിലുടക്കി അവർ മരണവെപ്രാളം കാട്ടി.

അന്നും മണിക്കൂറുകളോളം വലംവെച്ച് യന്ത്രത്തുമ്പി വിശ്രമിക്കാൻ പോകവേ നീലയാമ്പൽപ്പൂക്കൾ കരിഞ്ഞുവീണ കുളങ്ങളിലെല്ലാം മലച്ച കണ്ണുകളുമായി മഞ്ഞമത്സ്യങ്ങൾ ചത്തുപൊന്തി. മാധവൻ, കൊഴുത്ത പായൽ കൈകൊണ്ടുനീക്കി, ചത്ത് കണ്ണുതുറിച്ച മത്സ്യങ്ങളെ കുട്ടയിലാക്കി. വേഗം വീട്ടിലേക്കുചെന്ന് കൗമുദിയമ്മയ്ക്ക് മീൻകൊടുത്തിട്ട് പറഞ്ഞു:

'വേഗം മുളകിട്ട് വറ്റിക്ക്, നന്നായി മസാല തേച്ച് മൊരിച്ചെടുക്കുകേം ചെയ്...'

മീൻചാറില്ലാതെ ഒരു വറ്റും തൊണ്ടവിട്ടിറങ്ങാത്ത മകനെ നോക്കി കൗമുദിയമ്മ ചിരിച്ചു. അടുക്കളച്ചായ്പിനോട് ചേർന്നിരുന്ന് കത്തി മൂർച്ചകൂട്ടാൻ അരകല്ലിൽ തേച്ചുരച്ചു.

'മീൻ പഴുത്താണല്ലോ...' എന്ന് പിറുപിറുത്തുകൊണ്ട് പൊടിഞ്ഞുപോകാതെ മത്സ്യം വൃത്തിയാക്കി, മസാല ഏറെ ചേർത്ത് വെളിച്ചെണ്ണയിൽ മൊരിച്ചുകോരി. കൂർക്കൽ മെഴുക്കുപുരട്ടിയതും കാന്താരിമുളകുടച്ചതും മീൻമൊരിച്ചതും കൂട്ടി മാധവൻ അന്ന് രാത്രി കുറേ ഉണ്ടു. കിടക്കാൻ പായ വിരിക്കുമ്പോൾ മാധവന് വയറെരിഞ്ഞു. നെഞ്ചിൽ എന്തോ ഉടക്കി. കുളത്തിൽ ചത്തുമലച്ചുകിടന്ന ബാക്കി മത്സ്യങ്ങൾ പുഴുത്തു നാറി.

ദുർഗന്ധവുമായി വീശുന്ന കാറ്റിനെതിരെ അരജനാല തുറന്നിട്ട് മാധവൻ ദിവസങ്ങളോളം മച്ചുനോക്കി തളർന്നുകിടന്നു. അപ്പോഴെല്ലാം മത്സ്യത്തിന്റെ അഴുകിയ രുചി അയാൾ തികട്ടിയെടുത്തു.

പഴുത്തളിഞ്ഞ മത്സ്യങ്ങളെ കുട്ടകളിൽ കോരിയെടുത്ത് വലിയ കുഴികുത്തി മൂടുമ്പോഴും വിഷമഴ ശരീരമാകെ നനയിക്കുന്നതായി ചെറുപ്പക്കാരറിഞ്ഞു. മാധവനെ കാണാൻ വരുന്നവരോടെല്ലാം കൗമുദിയമ്മ കണ്ണീർതുടച്ച് സങ്കടം പറഞ്ഞു. ദിവസം കഴിയവെ മെല്ലിച്ചു വരാൻതുടങ്ങിയ അവന്റെ കാലുകളിൽ കൈ ചേർത്തുവെച്ച് കൗമുദിയമ്മ രാവും പകലും തള്ളിനീക്കി.

ഗർഭത്തിന്റെ ഒമ്പതാം മാസം അപസ്മാരമിളകി നര ഛർദിച്ച് അയൽക്കാരി ഭാഗ്യലക്ഷ്മി വീടിന്റെ നടുമുറിയിൽ കുഴഞ്ഞുവീണതറിഞ്ഞപ്പോൾ കൗമുദിയമ്മ കാവിലമ്മയ്ക്ക് ചുറ്റുവിളക്ക് നേർന്നു. കുഞ്ഞിനെയെങ്കിലും ജീവനോടെ കൈയിലെടുത്ത് താരാട്ടാൻ കൊതിച്ച് ബന്ധുക്കളെല്ലാം ആസ്പത്രിവരാന്തയിൽ വട്ടംകൂടി നിന്നു, ഒരാഴ്ചയോളം...

ഭാഗ്യലക്ഷ്മി ജീവൻ തുടിക്കുന്ന ചിത്രം മാത്രമായി വീട്ടുചുവരിലിരുന്ന് തന്റെ കുഞ്ഞിനെ നോക്കിക്കരഞ്ഞു. ഏറെക്കഴിയുംമുമ്പേ കുഞ്ഞിന്റെ കൊഞ്ചൽ കേൾക്കാൻ കൊതിച്ച് അവനെ അരുമയോടെ രണ്ടുകൈയും നീട്ടി ചേർത്തണച്ച് വിളിച്ചുകൊണ്ടുപോയി.

തണുത്ത ശരീരമായി കുഞ്ഞ് വീട്ടുവരാന്തയിൽ ഈച്ചയരിച്ചു കിടന്നു. അവന്റെ വലിയ തലയിലേക്ക് നാട്ടുകാർ കണ്ണുമിഴിച്ചു. പകുതിയടഞ്ഞ അവന്റെ കണ്ണുകളിൽ അത്രയും കാലത്തെ നരകജീവിതത്തിന്റെ ദൈന്യം ലയിച്ചുകിടന്നു. കുഞ്ഞിന്റെ ശരീരം കുളിപ്പിച്ച് പട്ടു പുതപ്പിച്ച് ശവക്കുഴിയിലേക്കെടുക്കുമ്പോൾ കൗമുദിയമ്മ അവന്റെ വലിയ നെറ്റിയിൽ തലോടി. കഴുത്തിൽ മാലയും തളകളും ഇട്ടുകൊടുത്തു. അന്നു രാത്രി മാധവന്റെ കൈ മുഖത്തോടുചേർത്ത് കൗമുദിയമ്മ വാവിട്ടുകരഞ്ഞു. അവർ ജനൽ തുറന്നിട്ട് ഭാഗ്യലക്ഷ്മിയുടെ വീട്ടിലേക്ക് നോക്കി. ആ വീടിന്റെ ചുവരുകളിൽ തട്ടി പ്രതിധ്വനിക്കാൻ ഇനി ഒരു വാവക്കരച്ചിലുമുണ്ടാകില്ല, ഒരിക്കലും. അകത്തെവിടെയോ ഭാഗ്യലക്ഷ്മിയുടെ നര കയറിയ മാതാപിതാക്കൾ ആർക്കുംവേണ്ടാത്ത ജന്മങ്ങളെന്നപോലെ ഉറക്കമില്ലാതെ കിടന്നു.

കൗമുദിയമ്മയുടെ കശുമാവുകൾ പൂക്കുകയും കായ്ക്കുകയും ചെയ്തു. വെയിലും മഴയും മഞ്ഞും കാറ്റും ഇലകളിൽ വരച്ച ചിത്രങ്ങളറിയാതെ കൗമുദിയമ്മ വീട്ടിലൊതുങ്ങിക്കൂടി.

ദിനപത്രത്തിലച്ചടിക്കാൻ പറ്റിയ ഒരു നായയുടെ ചിത്രം തേടി രണ്ടു ഫോട്ടോഗ്രാഫർമാർ കൗമുദിയമ്മയുടെ മുറ്റത്തെത്തി. വേലിക്കരികിൽ ചുരുണ്ടുറങ്ങുന്ന നായയെ തട്ടിയുണർത്തി, അതിന് വൈക്കോൽ

നിറത്തിലുള്ള ബിസ്കറ്റുകൾ ഇട്ടുകൊടുത്തു. നനവിറ്റുന്ന നാവും നീട്ടി ആർത്തിയോടെ നായ അത് തിന്നു. ബിസ്കറ്റുപൊടിയുടെ പൊട്ടുകൾ നാവുകൊണ്ട് നക്കിവടിച്ചു. ഉമ്മറത്ത് പൊട്ടിയ ഒരു മൺകലമല്ലാതെ മറ്റൊന്നും കാണാനാവാത്തതുകൊണ്ട് അകത്തെ ഇരുട്ടിലേക്ക് അവർ ക്യാമറയുംകൊണ്ട് ചെന്നുകയറി. ചുവരിൽ തൂങ്ങുന്ന പൊടിപിടിച്ച സ്കൂൾബാഗും നൂൽവലിഞ്ഞ സോക്സും തടി ഉളുത്ത പഴഞ്ചൻകട്ടിലും ഫ്രെയിമിൽ വരുന്ന പാകത്തിൽ മാധവന്റെ അരികിലിരുന്ന് ഒരു പത്ര ക്കാരൻ എന്തൊക്കെയോ പറഞ്ഞുതുടങ്ങി. മുറിയുടെ ഓരോ മൂലയിലും ക്യാമറ മുഖം കാണിച്ചുകൊണ്ട് നീങ്ങി.

'വിഷപ്പെയ്ത്ത് ഇതാ ഇവിടെവരെ.',

'വിഷമഴ പെയ്തുതോരാതെ.'

'വിഷമഴയിൽ മലനാട് തേങ്ങുന്നു.'

എന്നീ തലക്കെട്ടുകളിൽ ഏതാണ് ഈ ഫീച്ചറിനിണങ്ങുക എന്ന് ചർച്ച ചെയ്തുകൊണ്ട് രണ്ടുപേരും കുറച്ചുനേരം വരാന്തയിലിരുന്നു.

പത്രക്കാർ ക്യാമറ ഒരുക്കി ഓരോ വീടിന്റെ അകത്തളത്തിലും ഫ്ളാഷുകൾ മിന്നിച്ചു. അകമുറികളിൽനിന്ന് കെട്ടിനിന്ന മലത്തിന്റെയും മൂത്രത്തിന്റെയും ഗന്ധം!

ഒരിറ്റു വെള്ളത്തിനായി തൊണ്ടവരണ്ടു പൊട്ടിയിട്ടും കുടിക്കാൻ കഴിയാതെ ഞെരങ്ങി വയർവീർത്തു ചുരുണ്ടുകിടന്ന വൃദ്ധനെ എഴുന്നേൽ പ്പിച്ചിരുത്തി അവർ ഫോട്ടോയെടുത്തു. അയാളുടെ വയറിൽ തെളിഞ്ഞുക ണ്ട കടുംനീലഞരമ്പുകൾ വിറച്ചു. അയാൾ ഒരു വശത്തേക്ക് കുഴഞ്ഞുവീ ണു. ഉടനെ ക്യാമറക്കാർ ആ വീട്ടു വിട്ടിറങ്ങി.

ബിസ്കറ്റ് മണത്ത് അവരോടൊപ്പം നടന്ന് നായ കിതച്ചു. കൗമുദിയ മ്മയുടെ വരാന്തയിൽ ചുരുണ്ടുകൂടാനായി അത് കുതറി. ചെത്തിത്തേക്കാ ത്ത മതിലുകളുള്ള നിലംപൊത്താറായ മൺവീടിന്റെ മുറ്റത്ത് നായയെ നിറുത്തി ബിസ്കറ്റ് എറിഞ്ഞുകൊടുത്ത് പത്രക്കാർ വീട്ടിലേക്ക് നടന്നു.

മുട്ടുവരെ മാത്രമെത്തുന്ന പഴയൊരു നൈറ്റിയുടെ ഇറുക്കത്തിൽ അടു ക്കളയുടെ വാതില്പടിയിൽ കുനിഞ്ഞിരിക്കുകയായിരുന്ന പെൺകുട്ടിയെ രണ്ടുപേരും താങ്ങിപ്പിടിച്ചു നായയുടെ അരുകിലിരുത്തി. പെൺകുട്ടി കാൽമുട്ടുകൾക്കിടയിൽ മുഖമൊളിപ്പിച്ച് കൈവളയത്തിനുള്ളിൽ കാലുക ളൊതുക്കി. ക്യാമറക്കാരൻ പണിപ്പെട്ട് അവളുടെ താടി പിടിച്ചുയർത്തി. 'വേണ്ട... വയ്യാ...' അവൾ മുഖമിളക്കി. ആ ശബ്ദം ആരും കേട്ടില്ല.

ഇളംചുവപ്പ് നിറത്തിൽ പുറത്തേക്കു തൂങ്ങുന്ന നാവ് ആരും കാണാ തിരിക്കാൻ പെൺകുട്ടി മുഖംപൊത്തി. നായയുടെ ഉമിനീരിറ്റുന്ന നാവ് പെൺകുട്ടിയുടെ നാവിനോടൊപ്പം ചേർത്തു കാണിക്കാവുന്ന ഒരു ആം ഗിളിൽനിന്ന് ക്യാമറ പല്ലിളിച്ചു. നായയുടെയും പെൺകുട്ടിയുടെയും മുഖം

വീണ്ടും അടുപ്പിച്ചുവെച്ച് മറ്റൊരു മുഖചിത്രത്തിന്റെ ഹൃദയഹാരിയായ ക്യാപ്ഷനുവേണ്ടി അവർ തലപുകച്ചു.

ചിതൽ പൊഴിഞ്ഞുവീഴുന്ന ആ ഉത്തരത്തിനു ചുവട്ടിൽ പെൺകുട്ടിയെ ഉപേക്ഷിച്ച് പത്രക്കാർ അടുത്ത വീടുകൾ തിരഞ്ഞുപോയി. അവളുടെ കണ്ണുകളിലൂടെ രക്തമൊഴുകി. അവളുടെ ചുണ്ടും നാവും വിളറിവെളുത്തു. പെൺകുട്ടിയുടെ കൈയിലും കാലിലും തിണർത്തുകിടന്ന ചുവന്ന അടയാളങ്ങളിലേക്കും വ്രണങ്ങളിലേക്കും നോക്കി നായ കിതച്ചു. നനവിറ്റുന്ന നാവോടെ അത് അവളുടെ കൈത്തണ്ടയിലെ മുറിവുകളിൽ നക്കിത്തുടങ്ങി. മറുകൈകൊണ്ട് പെൺകുട്ടി കണ്ണുകൾ തുടച്ചു.

നഗരഗന്ധങ്ങൾ

പന്നിക്കൂട്ടുപോലെ നാറുന്ന നഗരത്തെരുവിന്റെ പടിഞ്ഞാറേ മൂലയിലാണ് അയാൾ താമസിക്കുന്നത്. കൃത്യമായി പറഞ്ഞാൽ സ്രാവ് വാ തുറന്നതുപോലെ പൊട്ടിക്കിടക്കുന്ന സ്ലാബിന്റെ നാല്പത്തഞ്ച് ഡിഗ്രി ചരിവിൽ നിന്ന് ഉദ്ദേശം പതിനഞ്ചടി മുകളിലായി ഒരു ഇരുണ്ടമുറിയിൽ. ഇനിയും മുഴുവൻ പണി കഴിയാത്ത ആ കുടുസ്സുമുറിയുടെ താഴെ ഒരു ഇടത്തരം ഹോട്ടലായിരുന്നു. നട്ടുച്ചനേരങ്ങളിൽ മാത്രം ഹോട്ടലിന്റെ പേരെഴുതിയ പലകബോർഡ് പല്ലിളിച്ചു തൂങ്ങിയാടും.

മുറിയിലിരുന്ന് നോക്കിയാൽ അയാൾക്ക് നഗരം മുഴുവൻ കാണാൻ കഴിയുമായിരുന്നു. എന്നാൽ അയാൾ ചെന്നായക്കണ്ണുകളോടെ ശ്രദ്ധിച്ചിരുന്നത് ഒരേയൊരു കാര്യം. കൊമ്പുകൾപോലെ പൊന്തിനിൽക്കുന്ന പൊട്ടിയ സ്ലാബിന്റെ കമ്പികളിൽ കാൽ തട്ടിവീഴുകയോ സാരി കൊളുത്തുമ്പോൾ സംഭ്രമിക്കുകയോ ചെയ്യുന്ന സ്ത്രീകളെ മാത്രം. യുവതികൾ വിജയകരമായി കമ്പികളിലെ കുരുക്കിൽനിന്ന് രക്ഷനേടുമ്പോൾ അയാൾ നിരാശപ്പെട്ടു. എന്നാൽ, രാവിലെ ഓഫീസിലേക്കോ, വൈകിട്ട് വീട്ടിലേക്കോ തിരക്കിട്ടോടുന്ന മധ്യവയസ്കകളായിരുന്നു മിക്കവാറും കമ്പിയിൽ കുരുങ്ങുക. വെപ്രാളപ്പെട്ട് വിയർത്ത് അങ്ങുമിങ്ങും നോക്കുന്ന അവർ അയാളുടെ കണ്ണിന് സംതൃപ്തിയേകുന്ന കാഴ്ചയായിരുന്നു.

അയാളുടെ മുറിയുടെ നാലു ചുവരുകൾക്കും നാലു ഗന്ധമായിരുന്നു. മുൻചുവരിൽ ഹോട്ടലിൽ നിന്നുയരുന്ന കടുക വറുത്ത കപ്പയുടെയും മുളകിട്ട മത്തിയുടെയും മണം. പിൻചുവരിൽ പുകയുടെയും പച്ചമീനിന്റെയും

ഉളുമ്പുനാറ്റം. രണ്ടു വശങ്ങളിലെ ചുവരിനും അയാളുടെ വിയർപ്പിന്റെ പഴഞ്ചൻ ദുർഗന്ധം. ഒരു ചുവരിന്റെ വലത്തേയറ്റത്തെ ചെറുദ്വാരത്തിൽ തിരുകിവച്ച ചന്ദനത്തിരിയിൽനിന്ന് കസ്തൂരിയുടെയോ ചന്ദനത്തിന്റെയോ നനഞ്ഞ സുഗന്ധം പൊങ്ങിവന്നിരുന്നു.

എല്ലാ ഗന്ധവും അയാൾക്ക് ഒരുപോലെയായിരുന്നു. തുരുമ്പിച്ച തകരപ്പെട്ടിയുടെ പിടിയിൽ ടാർപോലെ അഴുക്ക് അള്ളിപ്പിടിച്ചിരുന്നു. അയാളുടെ പ്രാകൃതവേഷവും കുപ്പത്തൊട്ടിയിൽനിന്ന് പെറുക്കിയെടുത്തതുപോലുള്ള സാധനങ്ങളും, അസഹ്യമായി തോന്നിയപ്പോഴാവാം ഹോട്ടലുടമ വാടകപ്പിരിവിന് വന്നപ്പോൾ ദേഷ്യത്തോടെ ഇറങ്ങിപ്പോയത്.

വാടക കൃത്യമായി നൽകുന്നതുകൊണ്ടു മാത്രമാണ് ഹോട്ടലുടമ അയാളെ ആ മുറിയിൽനിന്നിറക്കിവിടാത്തത്. ആഴ്ചയിൽ മൂന്നുനാലു ദിവസം മാത്രം അയാൾ പാർക്കിനു പുറകിലെ തണുത്ത തറയിൽ തുണി വിരിച്ചിരിക്കും. ഇരയെ പിടിക്കാൻ പതുങ്ങുന്നതുപോലെ അയാൾ ചുറ്റും നോക്കും. സ്കൂൾ വിദ്യാർഥിനികൾ സമീപത്തുകൂടെ നടന്നു പോകുമ്പോൾ മാത്രം അയാൾ തൊണ്ടപൊട്ടുമാറ് ഒച്ചയിടും.

'ചെരിപ്പ് നന്നാക്കാനുണ്ടോ...? ചെരിപ്പ്, ബ്യാഗ്... കൊട... എല്ലാം നന്നാക്കും.'

എല്ലാവരും ശ്രദ്ധിച്ചെന്നു തോന്നിയാൽ മാത്രം ചിലമ്പിച്ച ശബ്ദത്തിലുള്ള ആ 'നിലവിളി' ശാന്തമാകും. ഉടനെ കറുത്ത ബ്രഷ് പെട്ടിയിൽനിന്ന് പുറത്തെടുത്ത് തടിയിലുരസും. കുറേ ചെരുപ്പുകൾ ഉടുമുണ്ടുകൊണ്ട് തുടച്ച് നിരത്തിവെയ്ക്കും. വാസ്സലിൽ തിളങ്ങുന്ന ഉളിക്കത്തിയെടുത്ത് ഒരു വശത്തുവെക്കും. ചെരുപ്പിട്ട ആരെങ്കിലും തന്റെ നേരെ വരുന്നതു കണ്ടാലുടനെ അടുത്തുവെച്ചിരിക്കുന്ന ഏതെങ്കിലും പൊട്ടച്ചെരുപ്പെടുത്ത് മിനുക്കാനാരംഭിക്കും.

സായാഹ്നത്തിരക്കൊഴിഞ്ഞ് നഗരത്തിലെ ആദ്യവിളക്കു തെളിയുമ്പോൾ അയാൾ നാണയങ്ങളും തന്റെ സാധനങ്ങളും പെറുക്കിക്കൂട്ടും. ബസ് സ്റ്റാന്റിന്റെ വലതുവശത്തുള്ള തട്ടുകടയിൽനിന്ന് അയാൾ ഉള്ളിവടയും ദോശയും വാരിവലിച്ചു തിന്നും. ഒരു കവർ നിറയെ പൊരിക്കടല വാങ്ങി സഞ്ചിയിൽ തിരുകും. തന്റെ താമസസ്ഥലത്തെ ഹോട്ടലിൽ തിരക്കൊഴിയുന്നതും കാത്ത് വലിയ പരസ്യബോർഡിലെ വെളുത്ത സുന്ദരിയെ നോക്കി എന്തൊക്കെയോ പിറുപിറുക്കും. വാൾപോസ്റ്ററിലെ സുന്ദരിമാർക്കൊക്കെ അയാളെ നന്നായറിയാം. നഗരവിളക്കുകൾ മഞ്ഞച്ചിരി വിതറുന്ന രാത്രിയിൽ ആടിയാടി അയാൾ ഹോട്ടലിനു മുന്നിലെത്തും.

ഹോട്ടലുടമ പോരുകാളയെപ്പോലെ അയാളെ കുനിഞ്ഞുനോക്കും. ഒട്ടും ശ്രദ്ധിക്കാതെ അയാൾ മരപ്പടികൾ പതുക്കെ കയറിത്തുടങ്ങും.

പൊട്ടിയ മരപ്പടികൾ കിറുകിറെ അമർത്തി പ്രതിഷേധിക്കും. അപ്പോള യാൾ പണ്ടുകേട്ട നാടോടിക്കഥയിലെ വേഷം മാറിയ രാജാവാണെന്നു സങ്കല്പിക്കും. പിൻവിളി കേൾക്കാതെ ലക്ഷ്യത്തിലെത്തിയ ധീരൻ. താനൊരു കുതിരപ്പുറത്താണെന്ന പോലെ കുതിച്ചുചാടി അയാൾ മുറിയി ലെത്തും.

പ്ലാസ്റ്റിക് കട്ടിലിനോടു ചേർന്ന് ചരിഞ്ഞിരിക്കുന്ന മുക്കാലൻ കസേ രയുടെ കമ്പിയിൽ ഞാത്തിയിരുന്ന പൊടിപിടിച്ച പഴയ ഫോട്ടോയിൽ അയാൾ നോക്കിനിൽക്കും. വിരിഞ്ഞുനിൽക്കുന്ന ചുമന്ന കാശിത്തുമ്പപ്പൂ ച്ചെടി പോലെ, തലയിൽ റിബണും കെട്ടിനിൽക്കുന്ന ഒരു പെൺകുട്ടി. മഴയുള്ള ഏതോ ഒരു ദിവസമാണ് അവൾ അയാളെ വിട്ടുപോയത്. കുറേ ദിവസത്തെ പട്ടിണിക്കുശേഷം ആർത്തിയോടെ പൊരിക്കടല വാരി ത്തിന്നുമ്പോൾ അവൾ പെട്ടെന്ന് ശ്വാസം കിട്ടാതെ പിടഞ്ഞു. നനഞ്ഞ തറയിൽ സന്ധ്യമയങ്ങുന്ന നേരത്ത് വായിൽ നിറയെ പൊരിക്കടലയു മായി കണ്ണുകൾ തുറിച്ച് അവൾ ബ്രഷുകൾക്കും ചെരിപ്പുകൾക്കുമിടയിൽ മറിഞ്ഞുവീണു.

ദഹിപ്പിക്കാനായി അവളുടെ ശവം പൊതുശ്മശാനത്തിലേക്കെടുത്ത പ്പോൾ അയാൾ അവളുടെ വായിൽനിന്ന് പൊരിക്കടല തോണ്ടിപ്പുറത്തി ട്ടു. അവളെ മഴവെള്ളത്തിൽ കുളിപ്പിച്ചു. കൂട്ടിയിട്ട ചകിരിത്തൊണ്ടുകൾക്കു മുകളിൽ തളർന്ന കാശിത്തുമ്പത്തണ്ടുപോലെ അവൾ കിടന്നു. തീ ആളി പ്പടർന്നപ്പോൾ അയാൾക്ക് വറുത്ത പൊരിക്കടലയുടെ വാസനയാണ് അനുഭവപ്പെട്ടത്.

മുഷിഞ്ഞ മുണ്ടുകൊണ്ട് അവളുടെ ഫോട്ടോ അമർത്തിത്തുടയ്ക്കു മ്പോൾ അയാളുടെ കരച്ചിൽപോലെ പുറത്ത് മഴപെയ്യു.

സഞ്ചിയിൽനിന്ന് പൊരിക്കടലയെടുത്ത് കസേരയിൽ വെയ്ക്കു മ്പോൾ മഴയായിരുന്നിട്ടും അയാൾ വിയർത്തൊലിച്ചു. ചായം തേച്ചതു പോലെ പുകയും കരിയും ഒട്ടിപ്പിടിച്ചിരുന്ന മതിലിന്റെ വിടവിലൂടെ കറുത്ത കുഴമ്പുവെള്ളം ഇറ്റുവീണു. അത്, അവളെ താനെഴുതിക്കാറുള്ള കൺമഷിയാണെന്നയാൾക്കു തോന്നി. മുട്ടുകുത്തിയിരുന്ന് മോതിരവി രൽകൊണ്ട് അയാളതു തൊട്ടു. പതുക്കെ ഫോട്ടോയെടുത്ത് അവളെ കണ്ണെഴുതിച്ചു. ആരോരുമില്ലാതെ വഴിയിൽ നിന്നുകിട്ടിയ അവളെ ആദ്യ മായി കണ്ണെഴുതിച്ചത് അയാളായിരുന്നല്ലോ!

അന്ന് രാത്രി മുഴുവൻ മഴ എന്തോ പിറുപിറുത്ത് ഭ്രാന്തമായി കരഞ്ഞു കൊണ്ടിരുന്നു. പിറ്റേന്ന് ഹോട്ടൽ തുറന്നില്ല. സ്രാവിന്റെ തലയുള്ള സ്ലാബ് തുറന്നുകിടന്നു. കൊമ്പുപോലെ പൊന്തിനിന്ന കമ്പിയിൽ, കരികൊണ്ട്

വികൃതമാക്കിയ ഒരു പെൺകുട്ടിയുടെ ഫോട്ടോ തൂങ്ങിക്കിടന്നിരുന്നു.

തെരുവിന്റെ നെഞ്ചിൽ മലിനജലം നിറഞ്ഞൊഴുകി കെട്ടിനിന്നു. അതിൽ പൊരിക്കടല പൊങ്ങിക്കിടന്നിരുന്നു.

അന്ന് പൊതുശ്മശാനത്തിൽ ദഹിപ്പിക്കാൻ കൊണ്ടുവന്ന അനാഥ ശവത്തിന്റെ വായിൽ പൊരിക്കടലയുണ്ടായിരുന്നു. മോതിരവിരലിൽ കറുത്ത പാടുമുണ്ടായിരുന്നു.

അയാളെ ദഹിപ്പിച്ച് ദിവസങ്ങൾ കഴിഞ്ഞിട്ടും നഗരക്കാറ്റിന് പൊരിക്കടലയുടെ ഗന്ധമായിരുന്നു...

ചിറകുള്ള ചങ്ങലകൾ

പുഴുത്തുനാറുന്ന കഴുതയുടെ ശരീരം ഓടയിൽ കിടന്നിട്ട് ഒരാഴ്ചയിലേറെയായിരിക്കുന്നു. കാക്കയും പരുന്തും കൊത്തി അതിന്റെ അസ്ഥികൾവരെ പുറത്തുകാണുന്നുണ്ട്. ആദ്യമൊക്കെ കടന്നുപോകുന്നവർ മുഖം പൊത്തി ഓക്കാനമമർത്തി നെറ്റിചുളിച്ചിരുന്നു. പിന്നെപ്പിന്നെ വേഗതയുടെ തിരക്കിന്റെ നിമിഷങ്ങളിലലിഞ്ഞ് ഏതു കാഴ്ചയും സ്ഥിരംകാഴ്ചയുടെ പട്ടികയിലേക്കെടുക്കാനുള്ള പരുവത്തിലായി മാറുന്നു എല്ലാവരും. ഈ ഞാനും. ഇത് വലിയ നഗരമല്ലേ?!

'കഴുത, പുഴുക്കുന്നതിനുമുമ്പ് ആരുടേതായിരുന്നുവോ എന്തോ?' കഴുതയ്ക്കു പകരം മനുഷ്യനായിരുന്നെങ്കിലും ഞാനിതു ചോദിച്ചേനെ.

ഞാനിന്നലെ കണ്ടതാണ്. ശരിക്കും കണ്ടതാണ്. ഈ ചെറിയ ഗലിയിൽ ഒരുവശം ഇടിച്ചു തെറിച്ചുവീണ കറുകറുത്ത താടിമീശയുള്ള ചെറുപ്പക്കാരൻ...പിമ്പേ ചീറിവന്ന ഏതോ മരണവണ്ടി അവന്റെ കാര്യം തീർപ്പാക്കിയതാണ്. 'ചലോ... ചലോ...' എന്നു പുലമ്പി വെളുത്തുതുടുത്ത കവിളും കൈയും വിറപ്പിച്ച് റിക്ഷയിലിരുന്ന പ്രൗഢയുവതി തിടുക്കം കാട്ടിയപ്പോൾ, ആ ചെറുപ്പക്കാരനെ നിർദയം വലിച്ച് വശത്തേക്കിട്ട് വണ്ടിക്കാരൻ റിക്ഷയോടിച്ചുപോയി.

ജനപ്രളയം ഓടിയോടിപ്പോയി. ചോരയിൽ കുളിച്ച് എത്ര നേരമാണ് അവനവിടെ കിടന്നത്! ഹൃദയമില്ലാത്ത നഗരമുഖത്തിന്റെ കണ്ണിൽ നോട്ടത്തിന്റെ തീക്കൊള്ളിയാഴ്ത്തി ചിരിക്കാനാണ് എനിക്ക് കഴിഞ്ഞത്.

എനിക്കിവിടെനിന്നു പുറത്തിറങ്ങാനാവില്ല. പുറത്തുനിന്ന് എന്റെ

മുറി പൂട്ടി എന്റെ സ്വാതന്ത്ര്യം വിരലിട്ടു കറക്കി അയാൾ രാവിലെയിറങ്ങും. അതൊരുതരത്തിൽ നല്ലതുതന്നെ! സുരക്ഷിതത്വം ഒരു പൂട്ടിയ താക്കോലിനും കുറ്റിക്കും കതകിനും തരാനാവുമെങ്കിൽ വളരെ നല്ലത്.

അരണ്ട വെളിച്ചമുള്ള മുറിയിൽ, വരണ്ട മനസ്സോടെ നോട്ടുകളെണ്ണി വാങ്ങി, അയാളുടെ കൂടെ എന്നെയിറക്കിവിടുമ്പോൾ എന്തു സുരക്ഷിതത്വമാവും അച്ഛൻ മുന്നിൽ കണ്ടിരിക്കുക!! എന്റെ കൈപിടിച്ച് വലിച്ചിഴച്ച് അയാൾ കൊണ്ടുപോകുമ്പോൾ പിന്നിൽ തേങ്ങലമർത്തിക്കരഞ്ഞത് അമ്മയായിരുന്നോ...? അല്ല, അത് ഒറ്റക്കതകിന്റെ വിജാഗിരി അമർന്നടഞ്ഞതിന്റെ ഞരക്കമായിരുന്നു.

അല്ലെങ്കിൽ, വിൽക്കപ്പെടാതിരിക്കാൻ എന്തുന്യായം, ആരോടാണ് ഞാൻ പറയുന്നത്? എന്റെ അറിവിൽ ആ ആഴ്ചയിൽ വിൽക്കപ്പെടുന്ന പത്താമത്തെ പെൺകുട്ടിയായിരുന്നു ഞാൻ!

ഓടയ്ക്കരികിൽ കളിക്കുന്ന ചെമ്പൻമുടിക്കാരിക്കുഞ്ഞിന്റെ കാലൊന്നു തെറ്റിയാൽത്തന്നെ ഓടിയിറങ്ങുന്ന മനസ്സുള്ള ഞാനെങ്ങനെ എന്നെ വിശ്വസിച്ച് ഒറ്റയ്ക്ക് ഒരു പകൽ മുഴുവൻ മുറിയിലിരിക്കും? അയാളുടെ പോക്കറ്റിൽ പതുങ്ങുന്ന വെള്ളിത്താക്കോലിലാണ് എന്റെ പകൽസുരക്ഷിതത്വവും അസ്വാതന്ത്ര്യവും, നാളത്തെ ജീവിതം തന്നെയും.

ചെറുപ്പക്കാരന്റെ രക്തക്കുഴലുകൾ ഒഴിഞ്ഞ് ചുരുങ്ങിത്തുടങ്ങുമ്പോഴാണ് തലപ്പാവുകാരൻ അയാളെ വണ്ടിയിലേക്കു വലിച്ചിട്ട് പാഞ്ഞുപോയത്. എനിക്കു കാണാം, ദൂരെ, വെളുപ്പുകലർന്ന നീലനിറത്തിൽ കുളിച്ച സൂപ്പർ സ്പെഷ്യാലിറ്റി ആശുപത്രി. അതിന്റെ മുറ്റത്ത് അയാളുടെ വണ്ടി നിൽക്കുന്നു. എനിക്ക് ഊഹിക്കാം, പാതി രക്തത്തിൽ കുതിർന്ന ആ ചെറുപ്പക്കാരൻ അത്യാഹിതവിഭാഗത്തിലെ മരണത്തണുപ്പും ഡെറ്റോൾ മണവുമുള്ള മുറിയിൽ ജീവിതം പ്രാണനോടൊട്ടിച്ച് ശ്വാസം കഴിക്കാൻ ശ്രമിക്കുന്നത്. തലപ്പാവുകാരൻ പഞ്ചാബി ആരായിരിക്കാം? ആവോ; ആർക്കറിയാം!

പേരാലിന്റെ വടുക്കൾ പറ്റിയ നീളൻകൈകൾപോലെ ആ ചെറുപ്പക്കാരന്റെ മനസ്സിലേക്ക്, എന്റെ മനസ്സ് ചെന്നെത്തട്ടെയെന്നും ആലില മർമ്മരം പ്രാർഥനയായി അവനിൽ പതിയട്ടെയെന്നും ഇലയനക്കങ്ങൾ സാന്ത്വനമായി തഴുകട്ടെയെന്നും കണ്ണടച്ചുപിടിച്ചു ഞാൻ പ്രാർഥിച്ചു.

അവന്റെ രക്തം കറുത്തുകുറുകി വഴിയരികിൽ ഉണങ്ങിക്കിടന്നു. ഏതോ യന്ത്രക്കളിപ്പാട്ടമോടിച്ച്, ഗലി കളിയിടമാക്കുന്ന കറുത്ത ചെക്കൻ, രക്തക്കറയോടടുത്തപ്പോൾ എന്റെ ചങ്ക് നിർത്താതെ ഇളകി. കളിവണ്ടിയുടെ ചക്രത്തിൽ പുരണ്ട രക്തം എന്താണെന്നറിയാതെ അതിലൊന്നു വിരൽതൊട്ട്, നിലത്തൊന്നുരച്ച് അവൻ വിരൽ മൂക്കിനോടടുപ്പിച്ചു. വിരലുകൾക്കുള്ളിലിരുന്ന് വലിഞ്ഞ രക്തം കറുത്ത പൈജാമ

യിൽ തേച്ച് അവൻ വീണ്ടും വണ്ടിയോടിച്ചു തുടങ്ങി. പിന്നെ ഞാനെങ്ങനെ പുറത്തേക്കോടി എന്നാർക്കുമറിയില്ല. ഏതു വഴിയിലൂടെ രക്ഷപ്പെട്ടു? എനിക്കുമറിയില്ല! പറക്കുകയായിരുന്നു, പക്ഷിയെപ്പോലെ.

ആശുപത്രിച്ചൂരുള്ള തണുത്ത കാറ്റിൽ ബോധമറ്റു കിടക്കുന്ന ചെറുപ്പക്കാരനെയും നോക്കി ഞാനിരിക്കുമ്പോൾ, അയാൾ വെള്ളിത്താക്കോലിട്ട് എന്റെ മുറി തുറക്കുന്ന നേരമായിരുന്നു. അകത്ത്, എന്നെ കാണാതെ അയാളാദ്യമെന്താണ് ചെയ്യുകയാവോ?

ചെറുപ്പക്കാരന്റെ താടിയും പകുതി വശത്തെ മുടിയും മുറിച്ചുമാറ്റിയിരിക്കുന്നു. താടിയെല്ല് തകർന്നതിനാലാവണം അവന്റെ കണ്ണുകൾക്കു മാത്രമേ സംസാരിക്കാൻ കഴിയുന്നുള്ളൂ. മൂക്കിനുള്ളിൽ ഇപ്പോഴും ചോര ഉണങ്ങിപ്പിടിച്ചിരിക്കുന്നു.

തളർന്നു തൂങ്ങിയ കൈയും കാലും നോക്കി, പൊട്ടിത്തകർന്നു പോയ ഇടത്തെ താടിയെല്ലിനു താഴെയുള്ള കറുത്ത മറുകിലൊന്നു തൊട്ട്, ആരോടും യാത്രപറയാതെ പുറത്തിറങ്ങി.

ദൂരെ, ഒരു തീവണ്ടിത്താളം മുറുകുന്നതുകേട്ട് നിലതെറ്റി, പടിയിറങ്ങുമ്പോൾ ഇടതുകാലിന്റെ പെരുവിരൽ മടങ്ങി... നഖം നെടുകേ ചീന്തി, ചോര തെറിച്ചു.

പടികളിലും വരാന്തയിലും മുറ്റത്തും പെരുവഴിയിലും ചോരപ്പാടുകളവശേഷിപ്പിച്ച് ഞാൻ ഓടുകയാണ്. പുറകെ വെള്ളിത്താക്കോലും പൂട്ടും ചങ്ങലയുമായി അയാൾ ഓടി വരുന്നുണ്ട്. അയാൾ... എന്നെ... പിന്തുടരുന്നുണ്ട്.

ഇല്ല. ഇനി ഞാൻ അയാളുടെ വീട്ടുവേല ചെയ്യുകയില്ല. ദ്രോഹിയാണയാൾ. ദുഷ്ടമൃഗത്തിന്റെ മണമാണയാൾക്ക്. മൃഗങ്ങൾപോലും ഉപേക്ഷിച്ചതിനാലാവാം അയാൾ മനുഷ്യന്റെ വേഷമിട്ടത്!

നഗരത്തിന്റെ തിരക്കിലൂടെ ഞാനോടുകയാണ്. പിന്നിൽ താക്കോൽക്കൂട്ടങ്ങൾ കിലുങ്ങുന്നു.!

മരണദൂത്

ട്രെയിൻ, സ്റ്റേഷൻ വിടുന്നതിനുമുമ്പ് കുഞ്ഞുണരരുത് എന്ന് ഞാനാഗ്രഹിച്ചു. അവൾ നല്ല ഉറക്കമായിരുന്നു. ഇടയ്ക്കിടെ ചുണ്ടുകൾ മാത്രം ചലിപ്പിച്ച് ചിരിക്കുകയും വിഷാദിക്കുകയും ചെയ്തു. നേരിയ കുറുകലോടെ അവളുടെ കുഞ്ഞുനെഞ്ചിൽ ശ്വാസം ഉടക്കി. കഴുത്തിൽ നീലഞരമ്പു തെളിയുന്ന വിറയലോടെ കുഞ്ഞ് പ്രാണവായു വലിച്ചെടുത്തു. ഏതോ സ്വപ്നത്തിന്റെ നിഴലിൽ അവൾ ഉറക്കംവിടാതെ ചുരുണ്ടുകിടന്നു.

എനിക്കിവളെ കിട്ടുന്നതിനും ഒരുകൊല്ലം മുമ്പ് എന്റെ വിവാഹം കഴിഞ്ഞതായിരുന്നു. അഞ്ചക്ക ശമ്പളപ്പെരുക്കത്തിൽ ജീവിതം ഒട്ടിച്ചുവെച്ച ബിസിനസ്മാന്യനായ ഭർത്താവ്. ഇളക്കത്താലിയും സ്വർണ്ണപ്പാദസരവും കൊടുത്ത് മകളെ കെട്ടിച്ചയയ്ക്കാനാവാതെപോയ ജാനുവമ്മയുടെനേരെ ഭാഗ്യത്തിരി നീട്ടിയതുപോലെയായിരുന്നു ആ ബന്ധം. എന്റെ കണ്ണഴകും മുടിയഴകും ചൊടിയഴകും മാത്രം മതിയായിരുന്നു ആ വിവാഹമുറയ്ക്കാൻ.

വിവാഹം കഴിഞ്ഞ് ദിവസങ്ങൾ കഴിയുംമുമ്പേ ജോലിത്തിരക്ക് പറഞ്ഞ് അയാൾ പോകാൻ തിടുക്കംകൂട്ടി. നഗരത്തിരക്ക് പറഞ്ഞ്, നാട്ടിൻപുറത്തുകാരിയെ മെല്ലെമെല്ലെ ഒഴിവാക്കിക്കിട്ടാൻ അയാൾക്ക് പ്രയാസപ്പെടേണ്ടി വന്നില്ല. 'വരുന്നുണ്ട്, ഉടനെ' എന്നു മാത്രമെങ്കിലും കുറിച്ച ഒരു കത്തിനുവേണ്ടി ഞാൻ കാത്തിരുന്നു, മാസങ്ങളോളം.! ഉടനെയല്ല, ഇനിയൊരിക്കലും ഭർത്താവ് വന്നുപോകരുതേയെന്ന്, നിരാശയിൽ ഉടലെടുത്ത വാക്കുകളോടെ ഞാൻ പ്രാകി.

എന്റെ അമ്മ എപ്പോഴും വ്യസനിച്ചു. ആകെ സ്വരുക്കൂട്ടിയ പത്തു

സെന്റും, ഞാനറിയാതെ അമ്മ അയാളുടെ പേരിലാക്കിക്കൊടുത്തിരു ന്നു. മരുമകൻ അപ്രതീക്ഷിതമായി വന്നുകയറിയേക്കാം എന്ന് അമ്മ കരുതി. അടുക്കളയിൽ ഉണങ്ങിയ ഇറച്ചിയും ഉറിയിൽ മസാലക്കൂട്ടും മരിക്കുംവരെ അമ്മ കരുതിവെച്ചിരുന്നു.

കല്യാണപ്രായമുറയ്ക്കുംമുമ്പ് പെൺമക്കളെ വിവാഹം കഴിപ്പിച്ചിട്ടും, അമ്മ മരണക്കട്ടിലിലും അസ്വസ്ഥപ്പെട്ടു, പകുതി തുറന്നുകിടന്ന കണ്ണു കൾ, അമ്മയുടെ അവസാനകിടപ്പിലും എന്നെ ഭയപ്പെടുത്തി.

അമ്മയോടു ചേർന്നിരുന്ന് ഒരുപാടു കരയാൻ എനിക്കു കഴിയില്ലാ യിരുന്നു. എന്റെ ഭർത്താവിനെപ്പറ്റിയുള്ള അന്വേഷണത്തിന് എല്ലാവരും വ്യഗ്രതപ്പെട്ടു. ഇതെല്ലാം കേട്ടുകേട്ട് സഹികെട്ടാണ്, ഒടുവിൽ ഭർത്താ വിന്റെ ജോലിസ്ഥലത്തേക്ക് വല്യച്ഛൻ എന്നെ ട്രെയിൻ കയറ്റിയത്. കൂടെ വന്നാൽ വന്നുപെട്ടേക്കാവുന്ന തൊന്തരവുകളെ വല്യച്ഛൻ തന്ത്രപൂർ വം ഒഴിവാക്കി. പട്ടണവിവരങ്ങൾ ഓർത്തെടുത്ത് വല്യച്ഛൻ, എനിക്കു പോകേണ്ട വഴിയും ചെന്നുചേരേണ്ട സ്ഥലവും കണ്ടെത്തി. എന്നെ യാ ത്രയാക്കാൻ സ്റ്റേഷനോളം വരികകൂടി ചെയ്തു!

ആദ്യമായി ട്രെയിനിൽ കയറുന്നതിന്റെ അങ്കലാപ്പ് എന്റെ ചങ്കിൽ പിടച്ചു. വിയർപ്പു തുടച്ചും, വീഴാതെ തത്രപ്പെട്ടും ഞാൻ ട്രെയിനിൽ ഒരു ദിവസം കഴിച്ചുകൂട്ടി. ഓടിയകലുന്ന ജനൽക്കാഴ്ചകളിലേക്ക് ഞാൻ മതിമറന്ന് ഊളിയിട്ടു. എന്റെ ചപലത മറ്റു യാത്രക്കാർക്ക് നല്ലൊരു നേ രംപോക്കായിരുന്നു.

ട്രെയിൻ ചെന്നെത്തുന്ന അവസാന സ്റ്റേഷനിലായിരുന്നു എനിക്കി റങ്ങേണ്ടത്. തുണിസഞ്ചിയും ജിജ്ഞാസയും മുറുകെപ്പിടിച്ച് ഞാൻ പ്രധാ നകവാടം കടന്നു.

ഏതോ ടാക്സിക്കാരൻ എന്നെ ആനയിച്ചു വണ്ടിയിൽ കയറ്റി, അയാ ളുടെ ഭാഷപോലെ, ആ പുതിയ ലോകവും എനിക്ക് അപരിചിതമായിരു ന്നു. കുറച്ചു നേരത്തിനുശേഷം ശൃംഗാരം ചുവയ്ക്കുന്ന ശബ്ദത്തിൽ അയാ ളെന്റെ കൈ ഞെരിച്ചു. എന്റെ ഉടൽ കത്തി. ഉശിരോടെ ഞാനയാളുടെ ചെകിട് പുകച്ചു. ഉടനടി പുറത്തേക്കു കുതിച്ചു.

തെരുവിലൂടെ ഭയപ്പെട്ട് കൂനിക്കൂടി നടക്കുമ്പോൾ എനിക്കൊരു യാചകിമട്ട് വന്നതുപോലെ തോന്നി. ഭർത്താവിനെ കാണാനുള്ള ആഗ്രഹം, അത്ര ചെറുതാണെങ്കിൽ പോലും എന്റെ ഹൃദയത്തിൽ മായാതെ പതിഞ്ഞു കിടപ്പുണ്ടാകുമെന്ന് ആ നിമിഷംവരെ ഞാൻ കരുതിയിരുന്നതേയില്ല.

വെയിൽ ഉച്ചിയിൽ കത്തിത്തുടങ്ങിയിരുന്നു. റബ്ബർ ചെരുപ്പിന്റെ തു ന്നിച്ചേർത്ത അരികുകൾ വേർപെട്ടു പോകുമെന്ന് ഞാൻ ഭയപ്പെട്ടു. വിണ്ടു കീറിത്തുടങ്ങിയ ആകാശത്തിനു കീഴെനിന്ന് ഭർത്താവിന്റെ സ്ഥലപ്പേര് കുറിച്ചിട്ട ഇളംനീലക്കടലാസ് ഞാൻ വീണ്ടും വീണ്ടും വിടർത്തിനോക്കി.

പലരെയും പലവുരു കാണിച്ചും മടക്കിയും നിവർത്തിയും അത് പിഞ്ഞിപ്പോകാറായിരുന്നു.

ഇരുട്ട് വീഴുംമുമ്പ് എനിക്ക് ഭർത്താവിനെ കാണേണ്ടതുണ്ടായിരുന്നു. ഈ ചിന്ത എന്റെ ശ്വാസനാളത്തെ ഞെരുക്കി. ഇരുട്ട് പരന്നുതുടങ്ങവേ, കരയിൽ പിടയ്ക്കുന്ന മീൻപോലെ എന്റെ നെഞ്ചകം വിറച്ചു. റെയിൽവേ സ്റ്റേഷനിലേക്കുള്ള വഴിയും ഞാൻ മറന്നിരുന്നു. അല്ലെങ്കിലും, നഗരത്തിരക്കിന്റെ ബഹളപ്പെരുക്കത്തിൽ എനിക്ക് തലകറങ്ങിത്തുടങ്ങിയിരുന്നു. തീവണ്ടിയുടെ നീണ്ടകരച്ചിൽ അടുത്തെവിടെയോ റെയിൽവേ സ്റ്റേഷനുണ്ടെന്ന് വിളിച്ചറിയിച്ചു. ധൃതിപ്പെട്ട് ഞാൻ നടന്നു തുടങ്ങി.

ഒരുപാട് സ്ത്രീകൾ കുളിച്ചുമാറുകയും ഉറക്കച്ചടവിൽ തൂങ്ങിനിൽക്കുകയും ചെയ്യുന്ന മുറിയിലേക്കാണ് ഞാൻ ചെന്നുകയറിയത്. ചളിയും നിറം കെട്ട വെള്ളവും കെട്ടിക്കിടന്ന മുറിയുടെ അരികിലേക്ക് ഞാൻ ഒന്നേ നോക്കിയുള്ളൂ. കനച്ച പൂപ്പൽമണം! ഓക്കാനം ഞാൻ തൊണ്ടയിലൊതുക്കി. തരിപ്പോടെ ചുറ്റുംനോക്കി. അസ്വസ്ഥതകളോടെയുള്ള ഉറക്കം, ശീലമായി മാറാൻ അതിൽപിന്നെ എനിക്കേറെ സമയം വേണ്ടിവന്നില്ല.

കടൽക്കരയിലോ തെരുവുവക്കിലോ ഹോട്ടൽവരാന്തകളിലോ വച്ച് ഒരിക്കലെങ്കിലും എന്റെ ഭർത്താവിനെ കാണാമെന്ന പ്രതീക്ഷ ഉള്ളിൽ വരണ്ടുപോകാതെ കിടന്നു. തിരക്കൊഴിഞ്ഞ ടെലിഫോൺ ബൂത്തുകളിൽനിന്ന്, നാട്ടിലേക്കുള്ള നമ്പറിൽ വിരലമർത്തി ഞാൻ വല്യച്ഛനെ വിളിച്ചു. 'ഞാൻ തിരിച്ചു പോരുകയാണ്' എന്ന് പലവുരു പറഞ്ഞിട്ടും മറുതലയ്ക്കൽനിന്ന് പ്രതികരണമുണ്ടായിരുന്നില്ല. അതിൽപിന്നെ ഞാൻ വല്യച്ഛനെ വിളിക്കാൻ ശ്രമിച്ചില്ല.

മടക്കയാത്രയ്ക്കായി സ്റ്റേഷൻകവാടം കടക്കുന്നതിനുമുമ്പ് ഞാൻ പലവട്ടം തിരിഞ്ഞുനോക്കി. ആ നോട്ടത്തിൽ എന്റെ അവസാനത്തെ പ്രതീക്ഷയും തണുത്തുറഞ്ഞിരുന്നു. പുറപ്പെടാനൊരുങ്ങുന്ന ട്രെയിനിന്റെ നീട്ടിയ വിളി എന്റെ ഹൃദയവിളിയോടു ചേർന്നുനിന്നു.

കറുത്ത്, ചെളിപിടിച്ച സാരി, വെള്ളവും എണ്ണയും കണ്ടിട്ട് ദിവസങ്ങളായ ചെമ്പൻമുടി, മുഷിഞ്ഞുകീറിയ പഴന്തുണിസഞ്ചി... ഇവയിലേക്കെല്ലാം ട്രെയിനിലുള്ളവർ നോക്കിത്തുടങ്ങി. എന്നാൽ, രാകിമൂർച്ചപ്പെടുത്തിയ നോട്ടവും ലോകത്തെ കൂസാത്ത മുഖവും പണിതുവെച്ച് ഞാൻ യാത്രയിൽ ആണ്ടുമുങ്ങി.

ആളൊഴിഞ്ഞപ്പോൾ വണ്ടിയുടെ താളത്തിനൊപ്പം കിടന്നുറങ്ങി. ചിന്തകളും കാഴ്ചകളും തീവണ്ടിയനക്കത്തിന്റെ അതേ ശബ്ദത്തിൽ എന്റെ കാതിൽ വന്നുനിരന്നു.

ചെറിയ കുറുകലും വിതുമ്പലും കേട്ട് ഞാൻ തിരിഞ്ഞുകിടന്നു. ഇളം പച്ചത്തുണിയിൽ നനഞ്ഞ്, കണ്ണുതുറക്കാനാവാത്ത പെൺകുഞ്ഞ് എന്റെ

യരികിൽ കിടന്നു കരച്ചിൽ തുടങ്ങുമ്പോൾ, എനിക്ക് അന്നത്തെയും, പിന്നെ എന്നത്തേയും ഉറക്കം നഷ്ടപ്പെട്ടു. കൈയിലെടുക്കാനൊരുങ്ങുമ്പോൾ അവൾ എന്നെ കുറച്ചുകൂടി പറ്റിക്കിടന്നു. തീവണ്ടി നിശ്ചലമായിട്ട് നിമിഷങ്ങളേറെയായിരുന്നു. ഉടനെ കുഞ്ഞിനെയും പഴന്തുണിക്കെട്ടിനെയും രണ്ടുകൈകളിലുമെടുത്ത് ഞാൻ തീവണ്ടിയിൽ നിന്നു പുറത്തിറങ്ങി. ചോരമണക്കുന്ന പെൺകുഞ്ഞ് കരയാൻ പറ്റാത്തത്രയും ദുർബലയായിരുന്നു.

കുഞ്ഞ് വെള്ളവെളിച്ചത്തിൽ കണ്ണുതുറക്കാതെ ചുണ്ട് വിറപ്പിച്ച് കിതയ്ക്കുമ്പോഴാണ് വല്യച്ഛൻ മുറിയിലേക്കു കയറിവന്നത്. പോയതിലും ധൃതിയിൽ നീയിങ്ങെത്തിയല്ലോ എന്ന് വല്യച്ഛന്റെ മുഖം പരാതിപ്പെട്ടു. വല്യച്ഛൻ കുഞ്ഞിന്റെ മുഖത്തേക്കു നോക്കിയിട്ട് പുരികമുയർത്തി. നിവർന്ന നെറ്റിചുളിച്ച്, കണ്ണുരുട്ടി രൂക്ഷമായി നോക്കി. പിന്നീട് കണ്ട മുഖങ്ങൾക്കെല്ലാം വല്യച്ഛന്റെ മുഖച്ഛായയായിരുന്നു.

പലരും ദേഷ്യംകൊണ്ട് പുലമ്പുകയും അസഹ്യതയോടെ എന്റെ നേർക്കടുക്കുകയും ചെയ്തു. ഒരിക്കൽപ്പോലും എന്റെ ഭർത്താവിനെപ്പറ്റിയറിയാൻ ആരും താൽപ്പര്യപ്പെട്ടുകണ്ടില്ല. കുഞ്ഞിന്റെ കരച്ചിൽ കീറിമുറിച്ച രാത്രികളുടെ ഇരുളിൽ ചെവിപൊട്ടുന്ന ശകാരവായ്പിൽ വല്യമ്മ എന്നെ പ്രാകി.

ഒരിക്കലെങ്കിലും ആ പെൺകുഞ്ഞിനെ ഉപേക്ഷിച്ചുകളയാൻ എന്റെ മനസ്സ് പാകപ്പെട്ടില്ല. നീണ്ട കരച്ചിലിനൊടുവിൽ അവൾ ചിരിച്ചുതുടങ്ങുമ്പോൾ, കൂടെ ചിരിച്ച് എന്റെ കവിളുകൾ വേദനിച്ചു. അത്യപൂർവമായി അന്നുമാത്രം ഒരു പുന്നാരിക്കലിന്റെ താളത്തിൽ, കുഞ്ഞ് നനുത്ത കൈവിരൽകൊണ്ട് എന്റെ മുഖം തലോടി. രാത്രിയിൽ പെയ്തമഴയിൽ, വല്യച്ഛന്റെ ഇടിവെട്ടുന്ന സ്വരം വേറിട്ടുകേട്ടു. കുഞ്ഞ് ഉറക്കം ഞെട്ടി ഉറക്കെ കരഞ്ഞു.

എന്റെ ഇടതുകവിളടച്ച് ഒരടി തന്നശേഷം അമർത്തിച്ചവിട്ടി വല്യച്ഛൻ പടികടക്കുമ്പോൾ, വല്യമ്മ പാത്രത്തിലെ ബാക്കിവന്ന പാൽ മറിച്ചുകളഞ്ഞ്, കിടക്കാൻ പായ വിരിച്ചു.

രാത്രിയിൽ ഒരിക്കൽപ്പോലും പിന്നെ കുഞ്ഞ് കരഞ്ഞില്ല. എന്റെ നിസ്സഹായതയിലേക്കു നോക്കി, അവൾ ശാന്തയായി കിടന്നുതന്നു. പുറത്ത് പതുക്കെ തട്ടിയപ്പോൾ അവൾ എന്റെ മനസ്സറിഞ്ഞതുപോലെ അവ്യക്തമായി തളർന്നുചിരിച്ചു.

എന്റെ കണ്ണു നനയിക്കാതിരിക്കാനായി അവൾ ട്രെയിൻ വിടുവോളം കരഞ്ഞില്ല. താരതമ്യേന ആളൊഴിഞ്ഞ അവസാനബോഗികളിലൊന്നിൽ പൊളിഞ്ഞുതുടങ്ങിയ നീലസീറ്റിനോടു ചേർന്ന് ഞാൻ അവളെ കിടത്തി. പുതപ്പിച്ചതും ഉമ്മവെച്ചതും ട്രെയിനിൽ നിന്നിറങ്ങി

യതും കലുക്കത്തോടെ ട്രെയിൻ കാഴ്ചയിൽനിന്നു മാഞ്ഞുപോകുന്നതും എനിക്കനുഭവപ്പെട്ടില്ല.

പൊടുന്നനെ മരവിച്ച കാലുകൾ മുന്നോട്ട് വലിച്ച് ആയാസപ്പെട്ട് അകലെയെങ്ങോ മറഞ്ഞുപോകുന്ന തീവണ്ടിയുടെ പുറകെ ആധി തുപ്പുന്ന പുകവണ്ടിപോലെ ഞാനോടാൻ തുടങ്ങി. അട്ടത്തട്ടുത്തുവരുന്ന ഹുങ്കാരവും കറുത്ത പുകയും, കണ്ണിൽ കനൽ വീഴ്ത്തി. ഇടയ്ക്കിടെ, പാളങ്ങൾ വേർപെടുകയും കൂടിച്ചേരുകയും ചെയ്തു.

'വരുന്നുണ്ട്, ഉടനെ' എന്ന് ദൂത് പറഞ്ഞ് ഒരു നഗരക്കത്ത് പിറ്റേന്നു പറന്നുവന്നു. വാങ്ങാനാളില്ലാതെ മടക്കത്തപാലിൽ അത് തിരിച്ചയയ്ക്കപ്പെട്ടു.

ജലായനം

തിളങ്ങി ഒഴുകുന്ന പുഴ. ദൂരക്കാഴ്ചയായി രണ്ടുമൂന്ന് വഞ്ചികൾ ഇളകുന്നു. അക്കരെ ഇക്കരെയുള്ള കടത്തിനായി മറ്റു രണ്ടു തോണികൾ ഇങ്ങേക്കടവിൽ കെട്ടിയിരിക്കുന്നു. നെറ്റിപ്പട്ടം അഴിച്ചുവെച്ചെങ്കിലും ആനച്ചന്തത്തോടെ ഗജവീരന്മാർ മൂന്നെണ്ണം പുഴയിൽ അലസമായി കിടക്കുന്നു. തുമ്പിക്കൈയിലും കാലിലും പുറത്തും തൊണ്ടുകൊണ്ട് തേച്ചുരച്ച് വൃത്തിയാക്കുന്ന പണിയിൽ വ്യാപൃതരായ ചിലർ മൂളിപ്പാട്ടുപാടുന്നുണ്ട്. ഇവരുടെ പരിഹാസം മുഴങ്ങുന്ന പൊട്ടിച്ചിരിയിലേക്ക് കടന്നുവരുന്നത് ദിനേശനാണ്.

'ഈ പൊഴേലെ വെള്ളം മുക്കിത്തന്നെ, എന്നാപ്പിന്നെ വണ്ടിയോടിക്കാലോ...! ഇപ്പഴേ കുറേ മുക്കിപ്പാർന്നു വെക്കാം... ന്താ...? എല്ലാരും കൊണ്ടോയാൽ തീർന്നുപോയെങ്കിലോ...!'

പലപല സ്വരത്തിൽ അവർ പറഞ്ഞുചിരിച്ചതെല്ലാം കേട്ടെങ്കിലും ദിനേശന് മറുപടി വന്നില്ല.

അവൻ പുഴയിലിറങ്ങി, കൈയും കാലും മുഖവും കഴുകുന്നു. വായിലേക്ക് വെള്ളമൊഴിച്ച് രണ്ടുമൂന്നു തവണയായി പുറത്തേക്കു തുപ്പുന്നു. പതുക്കെ, തന്റെ സൈക്കിൾ കടവിലേക്കു കൊണ്ടുവന്ന് വെള്ളമൊഴിച്ചു കഴുകിമിനുക്കി. പിന്നെ മുഖത്തൊരു ഭാവഭേദമില്ലാതെ വീണ്ടും നിരത്തിലേക്ക്.

'സ്കൂളിലൊന്നും പോക്കില്ല. പഠിക്കാൻ മണ്ടനാ...'

'മണ്ട പഠിപ്പിലല്ലെങ്കിലും, മറ്റു പലേതിലുമാ...'

നിരത്തിലും സ്കൂൾമുറ്റത്തും പുഴക്കടവിലും അവന്റെ സൈക്കി

ളിനെ രൂപഭാവഭേദങ്ങളോടെ കണ്ടവരാണ് കടവിലുണ്ടായിരുന്നവർ പലരും.

'ചെലപ്പോ മുന്നിൽ ചക്രങ്ങള് മൂന്ന്, പിന്നിൽ ചിറകുപോലെ രണ്ടു ചക്രങ്ങള്..'

'ഇന്നാള് കണ്ടപ്പോ സൈക്കിളേയല്ലായിരുന്നു. രണ്ടു ചക്രങ്ങൾ മാത്രം. ഇടവഴിയില് കുത്തിയിരുന്ന് ഓരോ ആണിയും സ്കൂവും പിടിപ്പിച്ച് നന്നാക്കുന്നത് കണ്ടു...'

'അഴിക്കലും പണിയലും പുതുക്കലും തന്നെ... പിന്നെ... എന്നും കുളിപ്പിക്കലും...'

'സ്ക്കൂളിലെ മാഷ് പറഞ്ഞത്രേ പഠിത്തത്തിലല്ലേലും ഓൻ മിടുക്കനാകുമെന്ന്...'

'കുണ്ടാമണ്ടിപ്പണിയിലെ മിടുക്കായിരിക്കും...!'

മറ്റൊരു വലിയ ചിരിയിലൂടെ സംസാരം മറ്റു വിഷയങ്ങളിലേക്ക് വഴിവെട്ടി മാറിപ്പോയി.

ദിനേശൻ സൈക്കിളുരുട്ടി നടക്കുകയാണ്. നട്ടുച്ച. വെയിലിന് തീ. സ്കൂൾ വാതിലിലെത്തിയപ്പോൾ വെറുതെ ഒന്നുനിന്നു. ക്ലാസുമുറി ഇവിടെ നിന്നാൽ കാണാം. ഉച്ചക്കഞ്ഞിക്കു മണിയടിക്കാൻ കുറച്ചുസമയം മാത്രം. കഞ്ഞിയും പയറും!!! കൊതിയോടെ അടുക്കളപ്പുരയിലേക്കു നോക്കി. പിന്നെ, ചിമ്മിനിയിലൂടെ പൊങ്ങിപ്പറക്കുന്ന വെളുത്ത പുകയിലേക്കും. നടന്നു... പതുക്കെ നടന്നു... വെയിൽച്ചൂടിൽ ഉള്ളുരുകാതെ.

നേരേ ചെന്നത് വർക്ക്ഷോപ്പിലേക്ക്...

കരിപിടിച്ച ഒറ്റമുറി. വർക്ക്ഷോപ്പുകാരൻ സൈമൺ വണ്ടിക്കടിയിൽനിന്ന് തലചരിച്ചു നോക്കി. അയാളുടെ മൂക്കിൻതുമ്പിലെ കണ്ണടയിലൂടെ കണ്ട മഞ്ഞിച്ച കണ്ണുകളിൽ ചോദ്യഭാവം.

'പണി പഠിക്കാൻ വന്നതാ...?'

സൈമൺ വണ്ടിക്കീഴിൽനിന്ന് നിരങ്ങിയിറങ്ങി. കണ്ണുകളിലെ സംശയം വിടാതെ ദിനേശനെ അടിമുടി നോക്കി. റിപ്പയറിനു കൊണ്ടുവന്ന ഏതോ പഴഞ്ചൻവണ്ടി കണ്ടതുപോലെ സൈമൺ ചുണ്ടത്ത് പുച്ഛം മിന്നിച്ചു.

'തൽക്കാലം നീ പണി പഠിക്കണ്ട. വല്ലതും പിടിക്കാൻ ഇവിടെ നിന്നാ മതി. ദാ... ഈ കമ്പിപിടി...'

കൂട്ടിയിട്ട കറുത്ത പണിസാധനങ്ങളിൽനിന്ന് ദിനേശൻ സ്പാനർ തപ്പിയെടുക്കുന്ന തിരക്കിലാണ്. സൈമൺ വണ്ടിയുടെ അടിയിൽ മുഖം പൂഴ്ത്തി എന്തൊക്കെയോ പുലമ്പുന്നു.

'നീയല്ലേടാ വെള്ളംകൊണ്ട് വണ്ടിയോടിക്കുന്ന വിദ്വാൻ...?' കരി ഓയിലിന്റെ അയവിൽ ദിനേശന് കൈയിലെ സ്പാനർ വഴുക്കി.

'ങ്ഉം...'

'ഈ വണ്ടിയും ഓടിക്കുമോ? പണ്ടേതോ സായിപ്പ് കളഞ്ഞിട്ടു പോയ വണ്ടിയാ... ഇത്തിരി തുരുമ്പുണ്ട്. എഞ്ചിനൊക്കെ ഞാൻ മാറ്റി. ഇതിലോട്ടൊന്ന് നിന്റെ വെള്ളമൊഴിക്ക്... കാണട്ടെ...' സൈമണിന്റെ പുച്ഛം ദിനേശനെ നോവിച്ചു.

'എല്ലാരും കളിയാക്കിയതാ... പക്ഷേ, എനിക്കറിയാം... എന്റെ വെള്ളംകൊണ്ട് ഏതു വണ്ടിയും ഓടും...'

വീട്ടിലേക്കോടിക്കയറി തിരിച്ചിറങ്ങുമ്പോൾ സന്ധ്യാനാമം ചൊല്ലേണ്ട നേരത്ത് എങ്ങോട്ടാണ്? എന്ന് മൗനമായി ചോദിക്കുന്ന, അമ്മയുടെ മുഖം. നീണ്ട ബെല്ലടിയോടെ ദിനേശൻ സൈക്കിളിൽ കയറി ആഞ്ഞുചവിട്ടി.

സൈമൺ വർക്ഷോപ്പിന്റെ മുന്നിൽ അക്ഷമയോടെ തോർത്തു വീശി ഇരിക്കുന്നു.

'വേഗമാകട്ടെ, കടപൂട്ടി എനിക്കങ്ങ് പോകണം. മറ്റ് വണ്ടിയേലൊന്നും നിന്റെ മരുന്നൊഴിക്കാനുള്ള ചങ്കുറപ്പില്ല. പൊന്നു മോനെ...' സൈമണിന്റെ സംസാരത്തിൽ റാക്കിന്റെ മണം.

ദിനേശൻ കന്നാസിൽനിന്ന് വെള്ളം പകർന്നു.

'ഇത് വെറും വെള്ളമല്ല്യോടാ... പച്ചവെള്ളം... പൊഴേന്നങ്ങ് മുക്കിയതാ... ല്ല്യോ...? ഇതൊഴിച്ചാലേ... വണ്ടി പറക്കും...!!!'

'സ്റ്റാർട്ടുചെയ്തുനോക്ക്...' ദിനേശന്റെ ചെറിയ ശബ്ദം. സൈമൺ ഡ്രൈവിങ് സീറ്റിൽ. ദിനേശൻ നോക്കിനിൽക്കുന്നു.

'കേറെടാ മോനേ... ഇതെങ്ങാനും പറന്നാ... എനിക്കൊരു കൂട്ടു വേണ്ടായോ?! ചാവുമ്പം നീയെങ്കിലും കൂട്ടുവാ...'

രണ്ടുമൂന്നു തവണ മടിച്ചാണെങ്കിലും വലിയൊരു തുമ്മലോടെ വണ്ടി സ്റ്റാർട്ടായി.

സൈമണിന്റെ തൊണ്ട വരണ്ടു. കാല് ക്ലച്ചിൽ നിന്നകന്നു. വണ്ടി മുന്നോട്ട്... ഗിയറുകൾ മാറ്റിമാറ്റി അവർ ഇടവഴിയിലൂടെ കയറി, നിരത്തു ചുറ്റി വീണ്ടും വർക്ഷോപ്പിലെത്തി.

'മോനേ... ഇത് തലേടെ കെട്ടറങ്ങാത്തതുകൊണ്ട് സൈമണ് തോന്നണതല്ലല്ലോ?'

ദിനേശന്റെ അല്ലെന്ന തലയാട്ടൽ.

'നീയെന്റെ മുത്താണെടാ... സൈമൺച്ചായന്റെ മുത്ത്.' സൈമൺ ആടിയുലഞ്ഞ് ആർത്തുചിരിച്ചു പാടിത്തുടങ്ങിയപ്പോൾ ദിനേശൻ പതുക്കെ സൈക്കിളുമെടുത്ത് വീട്ടിലേക്ക്.

അമ്മ വിളമ്പിയ കഞ്ഞി ആറിത്തണുത്ത് അടുക്കളത്തറയിൽ. ദിനേശൻ വന്നതറിഞ്ഞിട്ടും കണ്ണുതുറക്കാതെ അമ്മ കിടക്കുന്നു. അനിയത്തി കണ്ണുതുറന്ന് ചേട്ടനെ നോക്കി, തിരിഞ്ഞുകിടന്ന് ഉറങ്ങാൻ തുടങ്ങുന്നു.

ദിനേശന് മടുപ്പിന്റെ നിമിഷങ്ങൾ.

'അമ്മേ... സൈമൺച്ചായനെ ഞാൻ നമ്മടെ മരുന്നൊഴിച്ച് വണ്ടിയോടിച്ചു കാണിച്ചു... വർക്ഷോപ്പിലെനിക്കിനി പണികിട്ടും...'

'കഞ്ഞികുടിച്ചിട്ട് ഉറങ്ങ്. മിനിയെ ഉണർത്തരുത്. നാളെ അവൾക്ക് പരീക്ഷയുള്ളതാ' അമ്മയുടെ നീരസം.

ദിനേശൻ കിടന്നു. കഞ്ഞികുടിക്കാതെ കിടന്നു. ഉറക്കം വന്നില്ല. സായ്പ്പിന്റെ വണ്ടി മുരളുകയും ചീറിപ്പായുകയും ചെയ്തു. വർക്ഷോപ്പിലെ പണി. ദിവസവും കൂലി. ദിനേശന്റെ സ്വപ്നം. വെയിൽ വീണു. സ്വപ്നം മുറിഞ്ഞു.

ചായപോലും കുടിക്കാതെ ദിനേശൻ വർക്ഷോപ്പിലേക്ക്. 'സൈമൺച്ചായന് പറഞ്ഞു താടാ... വെള്ളത്തീ ചേർക്കുന്ന മരുന്ന്. നീയെവിടുന്നു പഠിച്ചതാ?'

ദിനേശൻ ആലോചനയിലാണ്. രഹസ്യം! തന്റെ മാത്രം രഹസ്യം!! ഇടവഴിയിലൂടെ നടക്കുമ്പോൾ രഹസ്യമായി എന്നും നോക്കുന്ന ഔഷധച്ചെടികൾ... കറുത്ത മണ്ണും ധാതുക്കളുമലിഞ്ഞ പുഴയുടെ അങ്ങേയോരത്തെ പുളിക്കുന്ന ജലം... രാത്രിയേറെ വൈകി താൻ ഊറ്റിയെടുക്കുന്ന മരുന്ന്. രഹസ്യജലമാണ്. പച്ചവെള്ളം തന്നെയെന്നു തോന്നിക്കുന്ന മരുന്നുജലം!

'പറയ്... ദിനേശാ... സൈമൺച്ചായൻ ചായ വാങ്ങിത്തരാം.'

ചായമാത്രമല്ല. ദോശയും ചട്ടിണിയും ചൂടൻവടയും. പിന്നെ, കായപ്പം രണ്ടെണ്ണം പൊതിഞ്ഞു കൈയിൽക്കൊടുത്ത് സൈമൺ പറ ഞ്ഞു.

'ദിനേശാ... നമ്മടെ വർഷാപ്പിനു ഗുണമല്ലേ... പറയ് മോനേ...'

'ഞാൻ നാളെ വരാം...' ദിനേശൻ വീണ്ടും സൈക്കിളിൽ കയറി വീട്ടിലേക്ക്.

കന്നാസിൽ മരുന്നുജലം നിറച്ച് രാവിലെ വർക്ഷോപ്പിലെത്തി ദിനേശൻ.

'നിന്നെ കാണാൻ വന്നതാ. നിന്റെ മരുന്നിനെപ്പറ്റി കേട്ടു വന്നവരാ. സൈമൺച്ചായന് പരിചയമുള്ളോരാ... മോനിരിക്ക്...'

രണ്ടുപേർ. മിനുത്ത ഷർട്ടിലും പരിമളത്തിലും ഒതുങ്ങാത്ത പട്ടണപ്പെരുമ. സംശയത്തോടെ ദിനേശനെയും സൈക്കിളിലേക്കും കന്നാസിലേക്കും നോക്കി, രണ്ടുപേരിലൊരാൾ സൈമണിന്റെ ചെവിയിൽ എന്തോ പറയുന്നു.

'നിന്റെ മരുന്നൊഴിക്ക്... അവര്ടെ വണ്ടിയിലൊഴിക്ക്... പറപ്പിച്ച കാണിക്ക്... മോനേ...'

ദിനേശൻ കന്നാസെടുത്ത് നീട്ടി. സൈമൺ അഭിമാനത്തോടെ മരുന്നൊഴിക്കുന്നു. വണ്ടി സ്റ്റാർട്ടായി.

വീണ്ടും മൂന്നു മുഖങ്ങളിലും അത്ഭുതം... തമ്മിൽ തമ്മിൽ പറയുന്ന രഹസ്യം... മുഖം പകർത്തുന്ന ആംഗ്യങ്ങൾ...

എല്ലാവരും വണ്ടിയിൽ കയറി. വെള്ളമൊഴിച്ച് ഓടുന്ന വണ്ടി, ദിനേശന്റെ മരുന്ന്... നാട്ടിലൂടെ നിർത്താതെ ഓടുന്ന മിനുത്ത പട്ടണവണ്ടി...

അത്ഭുതത്തോടെ ദിനേശനെ നാട് ഉറ്റുനോക്കി.

ദിനേശൻ... ദിനേശൻ....!!

അടുത്തുതന്നെ അവൻ പട്ടണത്തിൽ പോവും. വലിയ പണി. നിറയെ സമ്പത്ത്. പുതിയ വീട്. ചിരിക്കുന്ന മുഖങ്ങൾ.

ദിനേശന് അന്ന് ഉറക്കംവന്നില്ല. അമ്മയും മിനിയും ഉറങ്ങാതെ കൂട്ടുകിടന്നു.

ദിനേശൻ ചെറിയ മയക്കത്തിൽ സ്വപ്നംകണ്ടു. ഔഷധച്ചെടികൾ വന്യമായ ഗന്ധംപരത്തി തന്റെ നടവഴിയിലാകെ നിറഞ്ഞ്... പൂത്ത്....

പുഴയോരം...! രാത്രിയിൽ കുപ്പിവളത്തിളക്കത്തോടെ നിലാവത്ത് പുഴ ചിണുങ്ങി. ദിനേശൻ വെള്ളം കോരിക്കുടിച്ചു. പുഴയോരത്തെ വേരുകളാഴ്ന്ന് മണ്ണിന്റെ നീരിലലിഞ്ഞുചേർന്ന പുളിപ്പ്... തന്റെ മരുന്നിന്റെ പ്രാണൻ.

പുഴവക്കത്തുനിന്ന്, രേവതി നിറഞ്ഞ കണ്ണുകളോടെ യാത്രപറയുന്നു. കരിമഷിയുടെ ഗന്ധം. തരിവളകൾ ചിതറിത്തെറിക്കുന്ന ശബ്ദം കേട്ടതുപോലെ...! ദിനേശൻ ഒന്നുഞെട്ടി. പിന്നെയുറങ്ങിയില്ല... പിന്നെയും അവ്യക്തസുന്ദരമായ ശബ്ദങ്ങൾ.

യാത്രപറയണം. നാടിനോടും മഴയോടും എന്റെമാത്രം പുഴയോടും... കാൽകഴുകി കയറുമ്പോൾ പുഴ കരഞ്ഞു. വാശിയോടെ കാലിൽ ചുറ്റി 'പോകരുതേ' എന്നു കണ്ണുനിറച്ചു. ദിനേശൻ ആർദ്രമായ മനസ്സോടെ പടവിൽ കയറി. മൗനം...

പിന്നെയും പുഴ വലിയൊരു സങ്കടച്ചുഴിയായി പടവിൽ തലയടിച്ച് ഒഴുകിത്തുടങ്ങി. ദിനേശൻ യാത്ര പറയാനൊരുങ്ങി.

ഇടവഴിയിൽ വച്ച് സ്കൂളിലെ മാഷ് തോളിൽത്തട്ടി. 'മിടുക്കനാവണം...'

പുഴക്കടവിൽ കളിയാക്കിയവരുടെയെല്ലാം സന്തോഷത്തോടെയുള്ള നോട്ടം. 'പോയ് വാ.. '

ദിനേശൻ വലിയ ബാഗ് തോളിൽവച്ച് നടന്നു. വണ്ടിയിൽ കയറി. വണ്ടി സ്റ്റാർട്ടായി. സൈമൺച്ചായനും ദിനേശനും പട്ടണത്തിലേക്ക്...

നാട് പുറകിലേക്ക് മറയുന്നു. ഇടവഴിയിലെ കാട്ടുചെടികൾ പഴുത്ത വിഷക്കായകൾ പൊഴിച്ചു. വണ്ടി നീങ്ങി. ദിനേശന് തൊണ്ടയിൽ കണ്ണുനീർ തടഞ്ഞു. അവൻ കരഞ്ഞില്ല.

അവന്റെ സ്വപ്നം... വീട്, മിനി, അമ്മ... പണയത്തിലിരിക്കുന്ന വസ്തു തിരികെയെടുത്ത്, അച്ഛനു് മുറ്റത്ത് ഒരു അസ്ഥിത്തറ, മടങ്ങിവരവിന് അത് പണിയണം... ദിനേശന്റെ ചിന്തകൾ ഉണർന്നു.

പുഴ... വലിയ രഹസ്യമൊളിച്ചുവെച്ച് കണ്ണിറുക്കി. ഓരോ മഴയിലും നിറവിന്റെ ഉറവയായി... കര കവിഞ്ഞൊഴുകി. പുഴ നിറഞ്ഞും മെലിഞ്ഞും ഒഴുകി...

കടവിൽ ദിനേശൻ വന്നില്ല. പുഴയിലിറങ്ങിയില്ല.

പുളിപ്പുള്ള ജലം കൈക്കുമ്പിളിൽ കോരിക്കുടിച്ചില്ല. ഇടവഴി കാട്ടു പിടിച്ചു കനത്തു. ദിനേശൻ പോയി ഏഴാമത്തെ മഴക്കാലത്ത് ഇടവഴിയും കാട്ടും ആരോ വെട്ടിവെളുപ്പിച്ചു.

മഴ കനത്ത ഒരുദിവസം ചോർന്നൊലിക്കുന്ന കൂരയിൽക്കിടന്ന് അമ്മ പതുക്കെ ഞെരങ്ങി...

'ദിനേശനെത്തിയോ... കഞ്ഞി വിളമ്പാറായോ മോനെ...?!'

ചായം തേച്ച ചന്തങ്ങൾ

മേരിച്ചിറ്റ ഉടുത്തൊരുങ്ങി വന്നപ്പോൾ സുമിതയാണ് പറഞ്ഞത് ചിറ്റയെ കാണാനിപ്പോൾ ഒരാനച്ചന്തമുണ്ടെന്ന്. ലുക്കൻപളുങ്കുമൂക്കത്തിയിൽ തിളങ്ങിയ മുഖം നിമിഷംകൊണ്ടു കെട്ടു.

'ഒരാനച്ചന്ത' ത്തിലെ 'ആന' യിലെ 'ആ...' യുടെ ദീർഘം ഇത്തിരി കൂടിപ്പോയില്ലേന്ന് മൃദുല വിരൽഞൊടിപ്പിലൂടെ എന്നോട് ചോദിച്ചുകഴിഞ്ഞിരുന്നു. അല്ലെങ്കിലും പതിയിരുന്ന് വാക്കുകളെറിയുന്നവളല്ല സുമിത. ഈയടുത്തൊന്നുമല്ല, കഴിഞ്ഞാഴ്ചയോ മറ്റോ ആണ് സാലിയങ്കിളിനോട് ഈ മട്ടിൽ സുമിത വാക്കുയർത്തിയത്. അതു കഴിഞ്ഞിട്ടിപ്പോൾ ദിവസമെത്രയായി...? നീയൊന്നെണ്ണിനോക്കിയേ... എന്നു ഞാൻ സുമിതയുടെ പക്ഷംപിടിച്ചു.

മേരി, നിമിഷങ്ങൾകൊണ്ട് മുറിയിൽ കയറി ഉടുത്തതെല്ലാം മാറി വന്ന് സോഫയിലിരുന്നു. മൃദുലയുടെ വിരലുകളിൽ സുമിതയെ പിടിപ്പിച്ച് ഞാൻ പതുങ്ങിപ്പതുങ്ങി മുറിയിലേക്ക് നഴഞ്ഞു. വിചാരിച്ചതിലും അപ്പുറത്തോ ഇപ്പുറത്തോ അല്ല കാര്യങ്ങളുടെ കിടപ്പ്. മെറൂൺനിറത്തിൽ, സ്വർണക്കസവു വെച്ച, ചതുരക്കണ്ണാടികൾ വശങ്ങളിൽ നിന്നു തൂങ്ങുന്ന നീളൻസാരി കട്ടിലിലാകെ പരന്നുകിടന്നിരുന്നു. വളകളെല്ലാം പലവിധത്തിൽ, പലതരത്തിൽ പൊട്ടിയും പൊട്ടാതെയും നിലത്താകെ...! നെറ്റിച്ചുറ്റിൽനിന്ന് പൂമ്പാറ്റസ്ലൈഡ് അഴിച്ചുമാറ്റിയിട്ടേയില്ല. അതിനിടയിൽ നാലഞ്ചു ചുരുണ്ട മുടിയിഴകളും. 'മേരിച്ചിറ്റയുടെ ഉച്ചിയിൽ നിന്നെത്ര മുടി പോയിക്കാണും വാവേ...' എന്നുപറഞ്ഞു വേണമിനി സുമിതയോട് അവൾ പറഞ്ഞ 'ആ...' യിലെ പരിഹാസം മനസ്സിലാക്കിക്കൊടുക്കാൻ.

മുറിയിൽനിന്ന് സോഫയിലേക്ക് എത്തിനോക്കാൻ ശ്രമിക്കേവേ ഫ്രോക്കിൻതുമ്പ് വായിൽ തിരുകിത്തള്ളി സുമിത വന്ന് സാരിയിൽ തൂങ്ങി.

മേരിച്ചിറ്റയെ ആനയെന്നു വിളിച്ചതെന്തിനാ? എന്നാണോ ചോദി ച്ചുതുടങ്ങേണ്ടതെന്ന് ഒന്നാലോചിച്ചു. 'നമ്മുടെ മേരിച്ചിറ്റയല്ലേ...? സുന്ദരി യല്ലേ...?' എന്ന മട്ടിൽ ഞാൻ സുമിതയുടെ മുടി കോതിക്കൊണ്ട് പറഞ്ഞു തുടങ്ങി.

'അതിനെന്താണ്? ആന കൂട്ടല്ലേ? ഇന്നലേംകൂടി ചിറ്റേടെ പൊറ ത്തിരുന്നല്ലേ ഞാൻ ആന കളിച്ചത്...!' ഇത്രയും പറഞ്ഞ് സുമിത ഓടി പ്പോയത് മേരിയും കേട്ടുകാണും.

അടുക്കളയിൽ അമ്മ 'എല്ലാം നിന്റിഷ്ടത്തിനായ്ക്കോട്ടെ...' എന്ന് മേ രിയോടാവും പറയുന്നത്. ഇപ്പോൾ, 'ഇനി കല്യാണം വേണ്ട...' എന്ന പതിവുപല്ലവിയിൽത്തന്നെ ശ്രുതിപിടിക്കും, മേരി.

അമ്മിയിൽ തേങ്ങയരച്ചുകൊണ്ട് കിതയ്ക്കുന്ന സ്വരത്തിൽ മേരി യോട് പതുക്കെയെന്തോ ഏതോ പറയുന്നത് വീട്ടുജോലിക്കാരി ജാനു വാണ്. അവൾക്ക് മേരിയുടെ ഭക്ഷണച്ചിട്ടയിൽ മാത്രമല്ല ശ്രദ്ധ!

കോൺവെന്റ് സ്കൂളിൽ ചേർന്നന്നു തുടങ്ങിയിരുന്ന മേരിയുടെ നില തെറ്റൽ. അരയിലെ ബെൽറ്റെത്തുകില്ല, സോക്സ് ഇറുകിപ്പറ്റിക്കിടക്കും, ഷൂസിനുള്ളിൽ വിരലുകൾ വിങ്ങും, ടൈക്ക് നീളമില്ല, ബാഗിന് വലുപ്പം പോരാ എന്നിങ്ങനെ പരാതിപ്പട്ടിക നീട്ടി ഓരോ വെക്കേഷൻകഴിയലി ലും മേരി മുറിയിലടച്ചിരിപ്പു തുടങ്ങും.

അതിനിടയിലാണ് തന്റെ മെനു, രണ്ടു തവി ചോറും വെജിറ്റബിൾ കറിയും എന്നതിൽനിന്ന്, പകുതിമുറിച്ച ചപ്പാത്തിയും വേവിക്കാത്ത പച്ചക്കറിയും എന്നാക്കി മേരി മാറ്റിയത്. അതോടെ 'പന്നിവാലെ' ന്ന് ഇതിനകംതന്നെ സ്കൂളിൽ പേരുകിട്ടിയ മേരിയുടെ ചുരുണ്ട ഇത്തിരിമുടി വല്ലാതെ കൊഴിഞ്ഞുതുടങ്ങി. പരന്ന പുറത്ത് അതങ്ങനെ കുട്ടിപ്പാമ്പു പോലെ തലപൊക്കിക്കിടന്നു. അതിനു താഴെയുള്ള അതിവിശാലമായ ചുമലിൽ മാർക്കറ്റിലുള്ള എത്ര വലിയ സ്കൂൾബാഗിട്ടാലും അത് തീപ്പെട്ടി പ്പുരുവംപോലെ തോന്നിക്കുമല്ലോ. സോക്സിന്റെ കാര്യത്തിലും ഈയ വസ്ഥ തന്നെയായിരുന്നു. ഏറ്റവും വലിയ സോക്സു വാങ്ങി ഞാനും അമ്മയുംകൂടി എത്രയാണ് വലിച്ചുപിടിച്ചത്. എന്നിട്ടാണത് മേരിക്കു കൊടുത്തത്. എന്നിട്ടും മേരിയുടെ വെളുത്ത കാലിൽ ആ സോക്സ് ചുവപ്പു വരകൾ വരഞ്ഞു.

അമ്മയും ഞാനും കൂടി പലവട്ടം കോൺവെന്റിൽ ചെന്ന് മദറിനെ കണ്ടിരുന്നു. 'പോയെന്നു കരുതിയ കുഞ്ഞാണ്. ജനിച്ചുതൊട്ട് മരുന്നു

കൾ, ഇഞ്ചക്ഷൻ... അതാവുമെന്റെ കുഞ്ഞിങ്ങനെ...' അമ്മയുടെ കണ്ണുകളും മദറിന്റെ കണ്ണുകളും ഒന്നിച്ചുപെയ്തു.

'കുട്ടിയാന', 'പന്നിവാൽ', 'സിമന്റുഭരണി', 'ഉരുണ്ടടയ്ക്ക' എന്നിങ്ങനെ മേരി എന്നെ പറഞ്ഞുകേൾപ്പിച്ച വട്ടപ്പേരുകളെല്ലാം മുമ്പിൽ നിരത്തി, ഒരു പ്രതിവിധിക്കായി ഞാൻ മദറിനെ നോക്കിയിരുന്നു..

'എത്ര വാർണിങ് കൊടുത്താലും ഒരു വികൃതിച്ചെക്കനെങ്കിലും കാണുമല്ലോ... കളിയാക്കാൻ! കുട്ടികൾക്കതൊരു രസമല്ലേ...? ശ്രദ്ധയിൽ പെട്ടാൽ ഞാൻ ആക്ഷനെടുക്കാം...'

ഈ രസമെല്ലാം എന്റെ മേരിയുടെ ചങ്കാണ് കുത്തിക്കീറുന്നതെന്ന് ഞാൻ പറഞ്ഞില്ല എന്നേയുള്ളൂ. അമ്മ എന്റെ തോളിൽ ചാരിക്കിടപ്പായിരുന്നു, വീടെത്തുവോളം,

അങ്ങനെയങ്ങനെ, സ്കൂളാറു മാസം വീടാറു മാസം എന്നമട്ടിൽ മേരി കൗമാരത്തെ ഒഴുക്കിവിട്ടു. നനുത്ത രോമങ്ങൾ ചാഞ്ഞുകിടന്ന കവിളോരങ്ങളിൽ പൊന്തിയ റോസ്മുഖക്കുരുക്കളെല്ലാം സ്കെയിലുകൊണ്ട് വടിച്ച്, മേരി ആരോടൊക്കെയോ പകതീർത്തു. ഇടയ്ക്കിടയ്ക്ക്, പയറുപൊടി തേനിൽ ചാലിച്ച്, പഴുത്ത കുരുക്കളിൽ ഞാൻ പുരട്ടിക്കൊടുക്കവേ, മേരി ഭിത്തിയിൽ തറച്ച തന്റെ കുട്ടിക്കാലമുഖത്തു നോക്കിയിരുന്നു ചിന്തിച്ചത് എന്താകുമാവോ?

സ്വന്തം പേരിലുമുണ്ടായിരുന്നു മേരിക്കു പ്രതിഷേധം. ഈ ഹിന്ദുവീട്ടിലെങ്ങനെയൊരു അച്ചായത്തിപ്പേരെന്ന് മേരി ഇടയ്ക്കിടയ്ക്ക് ശുണ്ഠിപിടിക്കും. അച്ഛനമ്മപ്പേരുകളുടെ സങ്കലനമായിരുന്നു മേരി. മേനോൻ, ഗൗരി എന്ന പേരുകളുടെ ആദ്യമുറിയും അവസാനമുറിയും ചേർത്തുവച്ചത്, ഏതോ ജ്യോത്സ്യന്റെ വാക്കുകേട്ടാണ്. മേരിയുടെ കൂടെ 'മേനോൻ' എന്ന വാലുകൂടി ചേർത്തുകിട്ടിയപ്പോൾ മേരിക്ക് ശരിക്കും വെളിവു നശിച്ചു. 'മേരിമേനോൻ എന്ന സങ്കരയിനത്തിന് പേരുകേട്ട മാത്രയിൽ ശ്രദ്ധകിട്ടും, കണ്ടാൽ പിന്നെ പറയുകയേ വേണ്ട...' എന്നതായിരുന്നു അവളുടെ വിഷമം.

എന്റെ ജീവിതം ഭാഗ്യങ്ങളിൽ പിടിമുറുക്കിത്തുടങ്ങിയപ്പോഴും മേരിയുടേത് ഭീതിദമായ നിശ്ചലാവസ്ഥയിലുടക്കി നിന്നു. എനിക്കു കൂട്ടായി ആദ്യം അമിത്തും, പിന്നീട് മൃദുലയും സുമിതയും വന്നു. ചേച്ചിയുടെ മക്കൾടെ പേര് താൻതന്നെയിടുമെന്നത് മേരിയുടെ ജീവിതത്തിൽ ആദ്യമായി സാധിച്ച വാശികളിലൊന്ന്. ഇഷ്ടമില്ലാത്ത പേരുംപേറി ഇനിയെത്ര നാളവൾ നടക്കണമെന്ന് കനിവുതോന്നി, അമ്മ ഇഷ്ടത്തോടെ അതിനു സമ്മതിച്ചത്, പണ്ട് താനിട്ട മേരിപ്പേരിലെ കുറ്റബോധം കൊണ്ടാവണം.

മേരിയുടെ പേരിടലിലുമുണ്ടായിരുന്നു ഇത്തിരി കൗതുകം. ശബ്ദതാരാവലി നെടുങ്ങനെ നിർത്തി, കുഞ്ഞിവാവയുടെ വിരലുകൾ പിടിച്ച്,

കണ്ണുകളടച്ച് എത്തിച്ചേരുന്ന വാക്കിന്റെ ആദ്യക്ഷരത്തിലായിരുന്നു 'മൃദുല'യും 'സുമിത'യും പിറന്നത്.

മേരിയുടെ വയസ്സ് നിശ്ശബ്ദമായി പടികയറിത്തുടങ്ങുമ്പോൾ മൃദുലയും സുമിതയും പിറകെയുണ്ടായിരുന്നു. അവർ പിറന്നാൾക്കുട്ടികളാകുമ്പോഴാണ് മേരിയെപ്പറ്റി എന്റെ ഉള്ളുനീറിയത്. 'നിന്റെ സ്ഥാനത്തൊരുനാൾ മേരിയായിരുന്നു... ഇതേ ചീപ്പ്, ഇതേ പൗഡർ, ഇതേ നുണക്കുഴിക്കവിൾ' എന്നെല്ലാം മൃദുലയോടാണ് കഴിഞ്ഞ പിറന്നാളിന് ഞാൻ പറഞ്ഞത്.

മേരിയുടെ കാര്യത്തിലെ നിരാശ ഏറിയും കുറഞ്ഞും അമിത്തിനെയും പിടികൂടിയിരുന്നു. ഓരോ വരവിലും കുഞ്ഞുങ്ങളുടെ പരാതിപറച്ചിലുകളെക്കാൾ അമിത്ത് ശ്രദ്ധവെച്ചത് അനിയത്തിയെച്ചൊല്ലിയുള്ള എന്റെ ഉൽക്കണ്ഠകളായിരുന്നു.

വരുന്ന കല്യാണാലോചനകളെല്ലാം തള്ളിത്തെന്നിയങ്ങു പോയിരുന്നു, ആദ്യമൊക്കെ. പിന്നെ സ്ത്രീധനപ്പെരുക്കം തുടങ്ങിയപ്പോൾ ഏതു കണ്ണിനും മേരിയെ പിടിക്കുമെന്ന അവസ്ഥവരെയായിരുന്നു.

ഒന്നൊരുങ്ങിനോക്കിയാൽ മേരിക്കൊരു സ്വയം വിശ്വാസമാകുമെന്ന് അമ്മയാണ് പറഞ്ഞത്. മെറൂൺപട്ടും നീലക്കല്ലുള്ള നെറ്റിച്ചുറ്റിയും നീളൻമൂക്കുത്തിയും ഞാനാണ് മേരിക്കുവേണ്ടി നോക്കിയെടുത്തത്. 'വെള്ളമുത്തുകളുള്ള സ്വർണവളകൾക്കിടയിൽ നീലയും കാപ്പിബ്രൗൺ വളകളും ഇടകലർത്തിയാലെന്തു ഭംഗിയായിരിക്കും ചിറ്റേ...' എന്ന് മൃദുല വളകളെടുക്കുമ്പോൾ പറഞ്ഞത് ഞാനും കേട്ടതായിരുന്നു.

ഒരുങ്ങി വന്നപ്പോൾ സുമിതയായിട്ടുതന്നെ മേരിയെ ചൊടിപ്പിച്ചു. ആനയുടെയും തുന്നൽക്കാരന്റെയും കഥപറഞ്ഞ് മേരിയും സുമിതയും ചിരിച്ചു മലർക്കുന്നതും കുറച്ചുകഴിഞ്ഞ് സുമിത മേരിയുടെ പുറത്തിരിക്കുന്നതും കുറച്ചുകൂടിക്കഴിഞ്ഞ് രണ്ടുപേരും തറയിലെ തണുപ്പിൽ പറ്റിക്കിടക്കുന്നതുമെല്ലാം, ഇന്നലെ ഞാനും മൃദുലയും അമ്മയും കണ്ടതാണ്. ഇതിപ്പോൾ മേരിക്ക് ആരോടാവും ഈ പിണക്കം എന്നറിയാൻ പറ്റിയതുമില്ല.

അമ്മയും ഞാനും മേരിയുടെ മറ്റൊരു 'മുറിയിലിരുപ്പ്' ഭാവനയിൽ കണ്ടു തുടങ്ങിയിരുന്നു. ഇതിനകംതന്നെ. അമിത്ത് വീണ്ടുമൊരു വിവാഹാലോചനയുമായി വന്നെത്തുന്ന കോളിങ്ബെൽശബ്ദത്തിന്റെ ഞെട്ടലും ഞങ്ങളൂഹിക്കുന്നുണ്ടായിരുന്നു.

'എത്രയെന്നു പറഞ്ഞാണമ്മേ ഇനി മേരിയെയൊന്ന് പഴയപടിയാക്കുക...' കോൺവെന്റ് സ്കൂളിലെ കൗമാരക്കാരി, മേരിയിലിനിയും ശ്വാസംകിട്ടാതെ വലിഞ്ഞുപിടയുന്നുണ്ടെന്ന് ഞാൻ കരുതിയത് തെറ്റല്ല.

മേരിയെ, ചതുരക്കണ്ണാടിയും കസവുമെല്ലാമുള്ള മെറൂൺസാരി ചുറ്റിക്കാൻ മുറ്റമടിക്കൽ നിർത്തി ജാനു ഉത്സാഹത്തോടെ വന്നു. ഇത്തിരിയധികം മധുരമിട്ട പാൽച്ചായയും ചൊകചൊകന്ന ജിലേബിയും പെണ്ണുകാണലുകാരന്റെ മുഖത്ത് മധുരം പകർന്നില്ലെന്നു തോന്നി.

മേരിക്ക് ഇനിയും ഒറ്റയ്ക്കു കഴിയേണ്ടിവരുമെന്ന് ഉറപ്പിക്കാൻ അയാളുടെ വീട്ടിലെത്തിയ ശേഷമുള്ള ഫോൺകോളിന്റെ ശബ്ദം മാത്രം മതിയായിരുന്നു.

കല്യാണപ്പകിട്ടുള്ള ആനച്ചന്തത്തിൽ മേരിയെ ഇനി കാണാൻ പറ്റുകേയില്ലെന്ന് ഞാനും അമ്മയും മൃദുലയും അപ്പോഴേ ഉറപ്പിച്ചിരുന്നു. 'ജനിച്ചപ്പഴേ തീർന്നാൽ മതിയാരുന്നു...' എന്ന് അമ്മ തലയിൽ കൈ വച്ച് പ്രാകിയത് ആ നിമിഷത്തിന്റെ നിരാശയിൽ മാത്രമായിരുന്നു. എന്തോ, അതുകേട്ടിട്ടും മേരി കരഞ്ഞില്ല. മുറിയടച്ചിരുന്നതുമില്ല.

ഇന്ന്, വേലക്കാരി ജാനുവിന്റെ കൈപിടിച്ച് മേരി ഇരുട്ടിലൂടെ എവിടേക്കോ ഓടിപ്പോയെന്ന് വിശ്വസിക്കാനാവാതെയാണ് ഞാൻ. എന്നെക്കാളേറെ മേരിയുടെ മനസ്സ് ജാനുവാണ് കാത്തുസൂക്ഷിച്ചതെന്നോ? ജാനു അണിയിച്ചൊരുക്കുമ്പോഴാണ് മേരി കൂടുതൽ സുന്ദരിയാകുന്നതെന്നോ? ജാനുവിന്റെ സാരിത്തുമ്പാണ് മേരിയുടെ കണ്ണീരിൽ കൂടുതൽ കുതിർന്നതെന്നോ?

എനിക്കറിയില്ല.!

എന്നിൽ നിന്ന്, അമ്മയിൽ നിന്ന്, ഈ വീട്ടിൽ നിന്നുതന്നെ ഓടിയകലുമ്പോൾ മേരി പിന്തിരിഞ്ഞു നോക്കിയിരിക്കുമോ? 'ദീർഘ'മേതുമില്ലാത്ത 'ആനച്ചന്ത'മുള്ളൊരു ജീവിതം മുന്നിൽക്കണ്ട് പിൻനോട്ടമില്ലാതെയാവും മേരി പോയിരിക്കുക എന്നെനിക്കിപ്പോൾ തോന്നുന്നു.

മഴയിലേക്കിറങ്ങിപ്പോയ മകൾ

കണ്ണുനീരില്ലാത്ത കരച്ചിൽ പുതച്ച് അവൾ മരവിച്ചുകിടന്നു. അവളുടെ കൺതടങ്ങളിലൂടെ ചാലിട്ട രക്തം അയാളുടെ ജീവിതത്തിന്റെ അവസാനമിടിപ്പിനു മീതെ ഇറ്റുവീണു. ഇടത്തെ കണ്ണിനും പുരികത്തിനു മിടയിൽ തെളിയാതെ കിടന്ന തവിട്ടുമറുകിനു ചുറ്റും ചതഞ്ഞുപോയിരുന്നു. താടിയെല്ല് തകർന്നുപോയ അവളുടെ ചെറിയ മുഖം ചോര വാർന്നു വിളറിപ്പോയിരുന്നു. ഡെറ്റോൾ മണക്കുന്ന വരാന്തയിലേക്കിറങ്ങുന്നതിനു മുമ്പ് അവളുടെ വാടിപ്പോയ വിരലുകളിൽ മുഖമമർത്തി അയാൾ കരഞ്ഞു. പുറത്തു തന്നെ കാത്തുനിന്ന കണ്ണുകളിലേക്ക് നോക്കാൻ അയാൾ അശക്തനായിരുന്നു.

'നമ്മുടെ കുട്ടിക്ക് സുഖമാകും...' അയാൾ പിറുപിറുത്തു.

'നിങ്ങള് കണ്ടോ...? എന്നെയുംകൂടി ഒന്നു കാണിക്കാമോ...?'

'അവൾക്ക് വേഗം ഭേദമാവും...'

'എന്റെ മോളിതുവരെ ഒന്നും കഴിച്ചിട്ടില്ല...'

'ങ്ഉം..'

'വൈകുന്നേരം മുറിയിലേക്കു മാറ്റുമോ...?'

'മ്..'

പൊട്ടിപ്രവഹിക്കും മുമ്പ് ചാരം വമിച്ച് ഉള്ളുരുകുന്ന അഗ്നിപർവതം പോലെ അയാൾ ഭാര്യയുടെ കണ്ണുനീരിലേക്കു നോക്കാതെയിരുന്നു.

മഴവില്ല് കുടപിടിച്ച ഒരു ചെറിയ വീടും, വള്ളിച്ചെടികൾ പടർന്നു കയറിയ പൂവാകയുള്ള ഒരു മുറ്റവുമാണ് അയാളുടെ മനസ്സിൽനിറയെ. പൂത്തുനിൽക്കുന്ന തുമ്പപ്പൂച്ചെടിപോലെ ഒരു പെൺകുട്ടി. അടുക്കടുക്കായി

ഞൊറികളിട്ട മന്ദാരത്തിന്റെ നിറമുള്ള കുഞ്ഞുപാവാടയിലേക്ക് അവൾ വാകപ്പൂവുകൾ പെറുക്കിക്കൂട്ടുകയാണ്. വെളുത്ത മുത്തുകൾ തൂവുംപോലെ അവൾ ചിരിച്ചു. നീലക്കല്ലുകൾ അലുക്കിട്ട അവളുടെ ലോലാക്കുകൾ ഇള കിച്ചിരിച്ചു.

ആശുപത്രിജനാലയിലൂടെ ശവഗന്ധവുമായി വീശിയ കാറ്റിനഭിമു ഖമായി ഇരിക്കെ അയാളും എന്തിനോ ചിരിച്ചു. കണ്ണുനീരൊഴുക്കാനും ആശ്വസിപ്പിക്കാനുമായി ചുറ്റിലുമാരൊക്കെയോ തിരക്കുകൂട്ടുകയാണ്. പത്രത്തിലും ടി വി യിലുമൊക്കെ വാർത്ത വന്നിരിക്കുന്നുവെന്ന് അയൽ മുറിക്കാരാരോ നടന്നുപോകുമ്പോൾ പതുക്കെ പറയുന്നത് അയാൾ കേട്ടു.

കാഴ്ചകളുടെ കണ്ണഞ്ചിപ്പിക്കുന്ന വെളിച്ചത്തിൽ അയാൾ പതുക്കെ കണ്ണുകളടച്ചു. പണ്ടെന്നോ... നടുവിരലിന്റെ നഖത്തിനടുത്ത് കത്തി കൊണ്ട് ഒന്നു പോറിയതേയുള്ളൂ, അപ്പോഴേക്കും വലിയ വെച്ചുകെട്ട ലുമായി കട്ടിലിൽ വയ്യായ്ക നടിച്ച് അച്ഛനെ കാത്തുകിടന്ന പെൺകുട്ടിയാ ണ്, മകൾ. അവളെ ചേർത്തുറക്കിയ അയാളുടെ നെഞ്ചുരുകി. അവളുടെ വിരൽപിടിച്ചു നടത്തിക്കുകയാണെന്നതുപോലെ അയാൾ പാദസരക്കി ലുക്കം കേട്ടു.

മകളുടെ അമ്മയെ കാര്യമായൊന്നും അറിയിച്ചില്ല. ട്രെയിനിൽ നിന്നിറങ്ങുമ്പോൾ ചെറുതായൊന്ന് വഴുതിവീണു. അത്രമാത്രം പറഞ്ഞു. ചുറ്റിലുമുള്ള അടക്കിപ്പിടിച്ച സംസാരങ്ങളൊന്നും ഭാര്യ കുറച്ചുനേരത്തേ ക്കെങ്കിലും കേൾക്കാതിരിക്കട്ടെ എന്നയാൾ ആശിച്ചു.

എന്നാൽ അച്ഛനറിയാം, എല്ലാമറിയാം. കടുംചുവപ്പുരക്തത്തിൽ പിടഞ്ഞ മകളെ ആശുപത്രിയിലേക്കെടുക്കുമ്പോൾ അച്ഛൻ അവളുടെ ചു ണ്ടുകൾ പറഞ്ഞത് കേട്ടു... 'ഒറ്റക്കണ്ണുള്ള ഒരാൾ...!' പിന്നെ മകൾ ഏതോ കറുത്ത സ്വപ്നത്തിന്റെ കയങ്ങളിലേക്ക് ആണ്ടാണ്ടു മറഞ്ഞു.

മകളുടെ നിലവിളി തീവണ്ടിത്താളത്തിനോട് ലയിച്ചതും ഒറ്റക്കണ്ണ നായ ഒരുവന്റെ കനത്ത കൈപ്പത്തി അവളുടെ ചുണ്ടുകളെ അമർത്തിയട ച്ചതും, കരച്ചിലും രക്തവും അവളുടെ ശ്വാസകോശത്തിലേക്ക് ആഴ്ന്നിറങ്ങി പ്പോയതും, ഇരുമ്പുമണക്കുന്ന റെയിൽപാളത്തിന്റെ പ്രകമ്പനം അവളുടെ ശരീരത്തെ വിറപ്പിച്ചതും, കൈവിരലുകൾ ഒടിഞ്ഞുള്ളങ്ങിയതും, പിന്നെ... കരിങ്കല്ലിന്റെ മുനകൾ അവളുടെ മുഖം ചതയ്ക്കുന്നതും തച്ചുടയ്ക്കുന്നതും...! ഓർ ക്കവേ അച്ഛന് നില കിട്ടിയില്ല. ഐ സി യൂണിറ്റിന്റെ കണ്ണാടിവാതിലി നുതാഴെ അയാൾ കുനിഞ്ഞിരുന്ന് ആർത്തുകരഞ്ഞു.

ആരുടെ പ്രാർഥനയാണെന്നറിയില്ല. മകൾ ജീവിതത്തിലേക്കു തിരിച്ചുവരാൻ കുതറി. മരുന്നുകളോടൊക്കെ മകളുടെ ശരീരം പ്രതികരി ച്ചു. ഉറങ്ങാത്ത നഗരത്തെ നോക്കി രാത്രികളോളം ഉണർന്നിരിക്കവേ, മകൾ മരിച്ചുപോകാൻ അച്ഛൻ അതിക്രൂരമായി പ്രാർഥിച്ചു.

മകളെ ഒന്നു കാണാൻ തിരക്കുകൂട്ടുന്ന ആൾക്കൂട്ടത്തിനെ അച്ഛൻ ഭയപ്പെട്ടു. ഇനി അവൾക്ക് പേരും മുഖവും വിലാസവും ഉണ്ടാവുകയില്ല. കൊട്ടുംപീഡനത്തിനിരയായെങ്കിലും അത്ഭുതകരമായി ജീവിതത്തിലേക്കു മടങ്ങിവന്ന ശരീരം മാത്രമാകുമവൾ. ജീവന്റെ മിടിപ്പ് അവളിലവശേഷിക്കുന്നു എന്നുമാത്രം. ഒരിക്കലെങ്കിലും അവൾ എഴുന്നേൽക്കുമെന്നോ ജീവിതത്തെ പുണരുമെന്നോ അച്ഛനെന്നല്ല, ആർക്കും ഉറപ്പില്ല. എങ്കിലും ഒരു കിളിക്കുഞ്ഞിനെപ്പോലെ അവളെ കൈകളാൽ പുതപ്പിച്ച് അച്ഛൻ വീട്ടിലേക്ക് കൊണ്ടുപോയി. ലോകം തോരാചോദ്യങ്ങളായി വന്ന് മകളെ ബന്ധിച്ചു.

മഴമേഘങ്ങളിരുണ്ടുകൂടിയ ആ രാത്രി വീടുറങ്ങുമ്പോൾ അച്ഛൻ മകളുടെ അടുത്തെത്തി. കണ്ണുകളിൽ കരച്ചിലൊളിപ്പിച്ച അവൾ ശൂന്യത നോക്കിക്കിടന്നു. ജനലിൽ തട്ടി പുറത്ത് മഴ വരവറിയിച്ചു.

'ആ തീവണ്ടിയാത്രയിൽ നിന്നോടൊപ്പം ഞാനും ഉണ്ടായിരുന്നു. നീയതറിഞ്ഞില്ല... ഞാനും...' അച്ഛന്റെ ശബ്ദം ചിതറി.

മകളുടെ കണ്ണുകൾ പതുക്കെ ഇളകി. അച്ഛന്റെ വിറയ്ക്കുന്ന നെറ്റിത്തടം നോക്കി അവൾ കണ്ണടച്ചുതുറന്നു.

'ഇറങ്ങേണ്ട സ്റ്റേഷനടുത്തതുകാരണം ട്രെയിനിന്റെ വാതിലിനടുത്തു ചെന്നുനിന്നത് അച്ഛനാണ്... കാറ്റിലലിഞ്ഞ് അകന്നുപോകുന്ന ഒരു നിലവിളി കേട്ടതും അച്ഛനാണ്... എടുത്തെറിയപ്പെട്ടതുപോലെ രണ്ടുപേർ ട്രെയിനിൽനിന്നു വീഴുന്നത് കണ്ടതുമാണ്...' പറഞ്ഞു നിർത്തുമ്പോൾ അച്ഛൻ ശ്വാസം കിട്ടാതെ തളർന്നു.

'മറ്റുള്ളവർ ആരൊക്കെയോ പറഞ്ഞു, പോയിനോക്കാമെന്നും ചെയിൻ വലിച്ച് ട്രെയിൻ നിർത്താമെന്നുമൊക്കെ... പക്ഷേ പിറ്റേന്നു നിന്റെ വിവാഹനിശ്ചയമായിരുന്നല്ലോ മോളേ... തിരക്കിട്ട് വീടെത്താൻ ഞാൻ വ്യഗ്രതപ്പെട്ടു. ഞാൻ... ഞാനാണവരെ വിലക്കിയത്...'

അച്ഛന്റെ കഴുത്തിലെ ഞരമ്പുകൾ മിടിച്ചു. ഒരായുസ്സിന്റെ സങ്കടം പ്രതിഫലിപ്പിക്കുംപോലെ മകളുടെ ചുണ്ടുകൾ കോടി.

'പക്ഷേ, അച്ഛൻ സ്വപ്നത്തിലെങ്കിലുമോർക്കാതെ പോയല്ലോ കുഞ്ഞേ... അത് നീയായിരിക്കുമെന്ന്...' പറഞ്ഞുനിർത്തിയതും മകളുടെ ശരീരം നിശ്ചലമായി. പുറത്ത് മഴ കണ്ണുകൾ തിരുമ്മിയടച്ചു.

അടുക്കളത്തടവ്

സദാനന്ദൻ പൊട്ടിത്തീർന്ന വാണം കണക്കെ മാവിൽനിന്നു വീഴുമ്പോൾ, ഭാർഗവി അലക്കുകല്ലിനരികിലായിരുന്നു. മാംസം കുറുക്കിയ ഒരഗ്നിചഷകം നിലംപതിക്കുംപോലെ! വീഴ്ചയുടെ ഊക്കിൽ ചുറ്റുപാടുമുള്ള കരിയിലകൾ ഭയന്നുപറന്നോടി. 'പീലിക്കുഞ്ഞേ...മാങ്ങാ...മാങ്ങാ...' എന്നു മോങ്ങിപ്പറഞ്ഞു. ഭാർഗവി അലക്കുനിർത്തി, സർഫ്എക്സലിന്റെ കൊട്ടംപത നൈറ്റിയിൽ തുടച്ചുകൊണ്ട് ഓടിച്ചെന്ന് പീലിയെ പരതി.

'ഇവിടിരി..' പീലിയുടെ മാങ്ങാച്ചുന പൊള്ളിച്ച വായിൽനിന്ന് ഊർന്നുവീഴാറായ കരച്ചിലിനെ ഒന്നു കൈകൊട്ടിക്കൊഞ്ചിച്ചിട്ട്, ചൂടാറ്റിവെച്ചിരുന്ന ഈന്തുംപൊടിയിലിത്തിരി തേങ്ങാചേർത്ത് ഒരുരുള കുഞ്ഞിന് കൊടുത്തു. പിന്നീടവൾ കുഞ്ഞിനെയും ഒക്കത്തേറ്റി ധൃതിയിൽ സദാനന്ദന്റെ അടുത്തേക്ക് ഓടിയെത്തി.

സദാനന്ദൻ ഊണുകഴിക്കാനായി ഇലവെട്ടാൻ പറമ്പിലേക്കിറങ്ങിയതായിരുന്നു. ഒട്ടുമുക്കാലും കാക്കക്കാഷ്ഠത്തിന്റെ വെൺപതയുള്ള മുരടിച്ച ഇലകളാണ്. നാലാംകണ്ടിയിൽ നല്ല ഇളംപച്ചയിലകളുണ്ട്. അത് പറിക്കണം. ഇല കൊടുത്തിട്ട് ഇഞ്ച പതപ്പിച്ചൊന്നുകുളിക്കണം. ഭാർഗവി വമ്പയറും ചെമ്മീനും ജിലിംബിക്കയുമിട്ട് ചട്ടി ചുറ്റിക്കുന്നതു കണ്ടുകൊണ്ടാണ് അടുക്കളപ്പുറത്തുനിന്ന് അയാളിറങ്ങിയത്. ഉണ്ണണം ഉറങ്ങണം എന്നിങ്ങനെ ലളിതചിന്തകളിലാണ് സദാനന്ദന്റെ കറക്കമെപ്പോഴും!

താഴെ നിരത്തിലേക്ക് ശിഖരങ്ങൾ മുടിപോലുതിർത്തിട്ട് കുറ്റിയാട്ടൂർ മാവ് നില്പുണ്ട്. മാവിന്റെ വിരലുകളിലാകെ പീലിക്കുഞ്ഞിന്റെ മുഖ

ത്തിന്റത്ര വട്ടത്തിൽ മാങ്ങകൾ! വാഴയില വെട്ടുംമുമ്പ് കുറച്ച മാങ്ങകൾ തറയിലെത്തിക്കണം. കൈയിലെ മജ്ജയൊക്കെ ഉടഞ്ഞതിനാലാവണം, സദാനന്ദൻ ഒറ്റക്കണ്ണടച്ചും രണ്ടു കണ്ണിറുക്കിയും എറിഞ്ഞുവീഴ്ത്താൻ നോക്കിയ മാങ്ങകൾ, ചൊടിയോടെ മുകളിൽത്തന്നെ തലയാട്ടിക്കൊണ്ടുനിന്നു.

സദാനന്ദന്റെ നെറ്റിയിൽ ചെന്നിക്കുത്ത് ചെറിയൊരു വെള്ളിടി മിന്നിച്ചു. തല പെരുത്തുതുടങ്ങിയപ്പോൾ അയാൾ വെകിളിയായി. വയർ നേരിയ വിശപ്പറിയിച്ചുമുരണ്ടു. പറമ്പിലങ്ങിങ്ങുവീണ ചിതൽതിന്ന മടലും മരക്കൊമ്പുകളും അയാൾ വരിഞ്ഞടുപ്പിച്ചുകെട്ടി. കാതൽത്തടി അടർന്നകന്ന ഒരു വൃക്ഷശാഖ വെട്ടിമിനുക്കി നീട്ടിക്കെട്ടി. അത് തറയിൽനിന്നുയർത്തുമ്പോൾ സദാനന്ദൻ വളഞ്ഞുമുന്നോട്ടാഞ്ഞു. അയാളുടെ കാലിടറി.

ആമാശയം അന്നത്തിനായി ആർപ്പിട്ടുതുടങ്ങിയിരുന്നു. സദാനന്ദന് തിരക്കായി. തോട്ടിയുടെ അറ്റത്ത് തുരുമ്പിച്ച ഒരു ലോഹപാളി അയാൾ കെട്ടിയുറപ്പിച്ചു. തോട്ടി ആകാശത്തേക്കുയർന്നു. അതിൽ തൂങ്ങിയാടിയ ലോഹക്കഷണം, സർക്കസ്റിങ്ങിലെ പെണ്ണിനെപ്പോലെ കിടന്നുകറങ്ങി. കെട്ടുറച്ചിട്ടില്ല! വയ്യായ്മ സദാനന്ദന്റെ നടുവിന് കുത്തിക്കയറി. അയാൾ തോട്ടി മതിലൊതുക്കിനു ചാരിവെച്ചു.

ഒരാവശ്യവുമുണ്ടായിട്ടല്ല; എങ്കിലും അടുത്തുള്ളൊരു കുള്ളൻമരത്തിൽ വെരുകിനെപ്പോലെ അയാൾ പിടിച്ചുകയറി. അവിടെനിന്ന് അടുത്ത മരത്തിലേക്ക് വലിഞ്ഞു. മാവിന്റെ നെഞ്ചിൽ കഠാരപോൽ എഴുന്നുനിൽക്കുന്ന ഒരു കുറ്റിച്ചില്ലയിലേക്ക് അയാൾ കാലുകൾ കവച്ചുവെച്ചു കയറിപ്പറ്റി. മറ്റൊരു കൊമ്പിലേക്ക് പിടിക്കാൻ അയാൾ കാലുകൾ കവച്ചു. അതിനിടെ കാൽമടമ്പ് ബാലൻസ് ചെയ്യുകയും, കുത്തിവെച്ച തോട്ടി പൊക്കിയെടുക്കുകയും ചെയ്യുമ്പോൾ, ആകാശത്തിലേക്ക് ഉയർന്നുയർന്നു പോകുന്ന വൃക്ഷത്തലപ്പും ഇലയും മാങ്ങകളും സദാനന്ദൻ കാണുകയുണ്ടായി. പീലിക്കുഞ്ഞിനുള്ള മാങ്ങകളെയുംകൊണ്ടാണ് തോട്ടിയുടെ സർക്കസ്കത്തി അധോഗമിക്കാൻ പോവുന്നത്.

ഒന്ന്, രണ്ട്, മൂന്ന്...! മാങ്ങകൾ ചറപറ നിലംപറ്റി.

'പോരാ...പോരാ...!' സദാനന്ദൻ ഹർഷോന്മാദിയായി.

അയാൾ കനത്തൊരു മാങ്ങ തോട്ടിവായയിൽ കൊളുത്തിവലിക്കാൻ ശ്രമിച്ചു. ഒരുഗ്രശബ്ദത്തോടെ അയാളുടെ പാറിപ്പിഞ്ഞിയ തലമുടിക്ക് തീപിടിച്ചു. അയാൾ മുഖമടച്ചാണ് നിലത്തുവീണത്.

വീഴ്ചകൾ മരണത്തിന്റെ ഭാഗമെന്നാണല്ലോ പറയാറ്. ഉയിർപ്പുകളാണല്ലോ ജീവത്വത്തിന്റെ തെളിവ്! അതുകൊണ്ടാവണം സദാനന്ദൻ ഒന്നെഴുന്നേറ്റു. തലയിൽ പന്തം കത്തുന്നൊരു ഭൂതംകണക്കെ അയാൾ

രണ്ടടിവെച്ചു. പിന്നെ അതിന്റെ കണ്ണുകൾ ചലനമറ്റു. ഭൂതം മലച്ചുവീഴുന്നതാണ് ഭാർഗവി ഓടിച്ചെല്ലുമ്പോൾ കാണുന്നത്.

വളവുതിരിഞ്ഞുവന്ന ഒരു കാറിനു വട്ടംചാടി നാട്ടുകാർ, അതു നിർത്തിച്ചു, ഉയ്യാരത്തോടെ സദാനന്ദനെ അതിലേക്ക് തള്ളിക്കയറ്റി. എണ്ണയും വിയർപ്പും, ഈമ്പും ഈളയുമൊലിക്കുന്ന കുഞ്ഞും, നിലയില്ലാത്ത ഒരാന്തലും മാത്രമായിരുന്നു അപ്പോൾ ഭാർഗവി. പകുതിവെന്ത ഇറച്ചിയുടെ വല്ലാത്തൊരു വാസന ആ വാഹനത്തിൽ ജലവൃത്തംപോലെ നിർത്താതെ കറങ്ങിക്കൊണ്ടിരുന്നു.

ആശുപത്രിവക്കിൽ പാതിജീവനാർന്ന സദാനന്ദനെയും, നിർമ്മമയായി ഉറഞ്ഞുപോയ ഭാർഗവിയെയും പീലിയെയും ഇറക്കിയിട്ട് വണ്ടി നിർത്താതെ സ്ഥലം കാലിയാക്കി . അത്യാഹിതവിഭാഗത്തിലെ ഇരുമ്പുതണുപ്പുള്ള സ്ട്രെച്ചർ വന്ന് സദാനന്ദനെ വലിച്ചുകൊണ്ടുപോയി.

ഭാർഗവി നിലത്താണിരുന്നത്. താളിയുരച്ചു കഴുകാൻ പാകത്തിൽ പുലർച്ചെയെപ്പോഴോ കുടുന്നനെ നല്ലെണ്ണ തേച്ച് തലയിൽ നാട്ടിയ ഉച്ചിക്കെട്ട്. കക്ഷം അരിപ്പപോലെയായ ഒരു നരച്ച നൈറ്റി. കൈകളിൽ, രാവിലെ കറിക്കായി നുള്ളിപ്പൊളിച്ച ചെമ്മീനിന്റെ ചൂര്. കുറുക്ക് നക്കിയും കുടിച്ചും മുട്ടിലിഴഞ്ഞും നടന്ന പീലിക്കുഞ്ഞിന്റെ വിഹാരവഴികളുടെ ഭൂപടം ശരീരമാകെ! പിന്നെ, സദാനന്ദന്റെ നെറ്റിയിൽ നിന്നുരുണ്ടുവീണ രക്തക്കട്ടകൾ. അയാളുടെ വിശന്ന ആമാശയത്തിൽ നിന്നു പതഞ്ഞു വായിലൂടെ, അവളുടെ നെഞ്ചിലേക്ക് ഊറിയ അമ്ലനീര്! നാറുന്നൊരു മാലിന്യവണ്ടി അടുത്തേക്കുവന്നതുപോലെ ആളുകൾ ഭാർഗവിയെ ജുഗുപ്സയോടെ നോക്കി.

നെറ്റിയിലേക്കിറങ്ങുന്ന എണ്ണ, ഭാർഗവിയുടെ ചെവിക്കല്ലിൽ വേദനയുടെ കുടുക്കിട്ടുമുറുക്കി. മൂക്കിലേക്ക് ജലദോഷത്തിന്റെ ഒരു തെറ്റാലിയേറ് വന്നുതട്ടി. സദാനന്ദൻ ഉടനടി ശസ്ത്രക്രിയയ്ക്കു വിധേയനാകുന്നതുകൊണ്ട്, കുഞ്ഞിനെ ഒക്കത്തുവെച്ചുംകൊണ്ട് മരുന്നുകുറിപ്പുകൾ കൈപ്പറ്റുകയും മുൻകൂർ അടയ്ക്കേണ്ട പണത്തെച്ചൊല്ലി ഭാർഗവി ആധിപിടിക്കുകയും ചെയ്തു.

ആകുലതയുടെ അടുപ്പിലൂതാൻ അനിശ്ചിതത്വത്തോളം നല്ലൊരു ഊത്തുകുഴൽ വേറൊന്നില്ലല്ലോ! അപരിചിതഭാഷ പറയുന്ന വെളുത്ത കുപ്പായക്കാരോട് ഭാർഗവി കൈവിറച്ചുകൊണ്ടു തൊഴുതു. പീലിക്കുഞ്ഞ് അവളുടെ വിയർക്കുന്ന തോളെല്ലിന്റെ ചായ്പ്പിൽ നനവിൽ കുതിർന്നുറക്കമായിക്കഴിഞ്ഞിരുന്നു. ഒന്നിലധികം കടലാസുകളിൽ ഒപ്പിട്ടുകൊടുത്തിട്ട് ഭാർഗവി ഒന്നിരിക്കാൻ ഭാവിക്കവേ, രണ്ടു ചെറുപ്പക്കാർ വന്ന്, സദാനന്ദന്റെ ശസ്ത്രക്രിയയ്ക്കുവേണ്ട രക്തം ശരിയാക്കുന്നതിനുള്ള തയ്യാറെടുപ്പുകളെപ്പറ്റി പറഞ്ഞു. അവളവരെ നന്ദിയോടെ നോക്കുക മാത്രം ചെയ്തു.

സദാനന്ദന്റെ ഒടിഞ്ഞുനുറുങ്ങിയ അസ്ഥികൾ സ്റ്റീൽക്കമ്പികളിട്ടു നിരയൊപ്പിച്ചുനിർത്തപ്പെടുകയും, കഴുത്തിൽ കോളർ ഘടിപ്പിക്കപ്പെടുകയും ചെയ്യപ്പെട്ടു. ഹൃദയം അനിയന്ത്രിതമായി വിറപ്പിച്ചുകൊണ്ടിരുന്ന വിദ്യുച്ഛക്തികിരണങ്ങളിൽനിന്ന് കരകയറാൻ ഒരാണ്ടിലേക്കുള്ള മരുന്നുമുറകളാണ് എഴുതപ്പെട്ടത്.

കാൽവിറയോടെയാണ് അയാൾ വീടെത്തിയത്. സദാനന്ദൻ മങ്ങിയ ആകാശത്തേക്ക് നോക്കി. നിലയില്ലാതെ വഴുക്കുന്ന അരക്ഷിതമായൊരു നിലവിളി, അയാളുടെ നാവിൽനിന്നിറങ്ങി ഭയന്നുചൂളിയ പൂച്ചയെപ്പോലെ പതുങ്ങിനിന്നു. ഊന്നുവടിയെക്കാൾ ഉറപ്പിൽ അരികിൽനിന്ന ഭാർഗവി അതിനെയെടുത്തോമനിച്ചു. അവളുടെ തോളിൽ വല്ലാത്തൊരു ഭാരത്തോടെ ഊന്നി സദാനന്ദൻ വീടുകയറി.

വടിച്ചുകളഞ്ഞ തലമുടികളെപ്രതി അയാൾ നിത്യം സങ്കടം പറഞ്ഞു. ഭാർഗവി ദിവസേന അയാളുടെ മുറിയടിച്ചുവാരി. അണുനാശിനി ലായനിയാൽ തറ തുടച്ചു. പുൽത്തൈലം ഭിത്തികളിൽ കുടഞ്ഞു. അയാൾക്കിഷ്ടപ്പെട്ട കഞ്ഞിയും ചേമ്പുപുഴുക്കും നൽകി. അയാളുടെ ഉച്ചയുറക്കനേരങ്ങളിൽ പീലിക്കുഞ്ഞിനെ മുറിയിലേക്കുവിടാതെ, അവളെയും ഒക്കത്തേറ്റി അത്താഴമുണ്ടാക്കുകയും വിറകൊതുക്കുകയും ചെയ്തു. വേദന കടുത്ത് ഉറങ്ങാനാവാതെ കിടക്കുമ്പോൾ, ഭാർഗവി അയാളെ നെഞ്ചോടടുക്കുന്ന തൊട്ടിലായി.

രോഗാതുരത മനുഷ്യരിലേല്പിക്കുന്ന മൗനത്തിന്റെ ദുർലഭമായ ചില വെളിപാടുകളുണ്ട്. ആകയാൽ, വേദന നിമിത്തം മനുഷ്യർ സ്നാനപ്പെട്ടുമെന്നു ഭാർഗവി കരുതി. കാട്ടാളൻ കവിയായി മാറുമെന്നും! ചെയ്ത പാപത്തിന്റെ കുമ്പസാരങ്ങളായി വല്ലാതെ ദൃശ്യപ്പെട്ടുന്നവയായിരുന്നു അയാളുടെ നിറയുന്ന കണ്ണുകൾ.

സദാനന്ദന്റെ ദുഃശാഠ്യങ്ങൾക്കു കാട്ടുമരങ്ങളുടെ കാതൽത്തടിയോളം ആഴമുണ്ടായിരുന്നു. അയാളുമൊത്ത് യാത്രതുടങ്ങിയ ആദ്യദിവസങ്ങളിൽത്തന്നെ തല തകർന്നുപോയൊരു ഉരഗംപോലെ ഭാർഗവി വീടിനെ പൊത്തിപ്പിടിച്ചുനടന്നു. പകുതിമരിക്കുക എന്നാലെന്തെന്നു ഭാർഗവിക്ക് അന്നോളം അപരിചിതമായിരുന്നു. ഒടിഞ്ഞ കാലോടെ ഒരു പൂച്ചപ്പെണ്ണ് പായൽത്തിണ്ണയിലിഴഞ്ഞു വന്നിരുന്ന് കിതപ്പോടെ എച്ചിൽ നക്കുന്നതു കണ്ടപ്പോൾ അവൾക്ക് കണ്ണിൽ ഞരമ്പ് പിടഞ്ഞു. വാൽചതഞ്ഞ ഒരു പല്ലി, ഇറുക്കുവാൽ ഒടിഞ്ഞൊരു തേൾ, പിൻകാലുകൾ തേമ്പി നിലത്തുറയ്ക്കാത്ത കുാവ്! ഉലകം ഒന്നിച്ചുനിന്ന് ഇനിയുള്ള ജീവിതത്തിനു മാർഗരേഖകൾ ചമയ്ക്കുംപോലെ.

ഭാർഗവിയുടെ പുസ്തകങ്ങളും സ്വപ്നയാനങ്ങളും ഗതിമുട്ടി. മുടിമെടയലും വ്യായാമവും നിലച്ചു. വീട് ഒരു കുഞ്ഞിനെയെന്നവണ്ണം വാവിട്ടു

കരഞ്ഞു. സീൽക്കാരത്തോടെ സദാനന്ദകല്പനകൾ വീടകം മുട്ടിനടന്നു. 'ചായ...ചായ' എന്ന് പുലരുംമുമ്പ് കൂവുന്ന സദാനന്ദനെ നോക്കി പൂവങ്കോഴികൾ നിശ്ശബ്ദം ഉലാത്തി. അച്ഛന്റെ മുറിച്ച മുറിയാണ് സദാനന്ദനെന്ന് അമ്മച്ചി വാത്സല്യം ചൊരിഞ്ഞു. 'വാശി കേറിയാൽ പിന്നെയവന് പ്രാന്താണ്!' എന്നൊക്കെ അഭിമാനംപറഞ്ഞു.

മുളകരച്ചുകൊണ്ടിരിക്കുന്ന ഭാർഗവിക്ക് അമ്മിക്കുട്ടി കിണറ്റിലിടാനും, അരപ്പെട്ടുത്ത് സദാനന്ദന് കണ്ണെഴുതിക്കാനും ഭ്രാന്ത് മുട്ടി. അതടക്കിവെച്ചുകൊണ്ട് കല്ലിലുള്ളത് പാത്രത്തിലേക്ക് വടിച്ചിട്ടിട്ട് കഴുകിവെടിപ്പാക്കി. മീനുകൾ തിരശ്ചീനമായി വരഞ്ഞു ചട്ടിയിലിട്ട് തിളപ്പിച്ചു. ദുഃശാഠ്യം വഹിക്കുന്നവനല്ലല്ലോ, സഹിക്കുന്നവർക്കാണല്ലോ ക്ലേശം!

ഒരർഥത്തിൽ പറഞ്ഞാൽ, അദൃശ്യമായ ഒരു വലക്കൂട് ഭാർഗവിക്കുചുറ്റും പണികഴിക്കപ്പെട്ടുകഴിഞ്ഞിരുന്നു. മനുഷ്യശരീരത്തെ തടവിലിടാം, ഉയിരിനെയാകില്ല എന്നൊക്കെ പറയുന്നതുതന്നെ ഭോഷ്കാണ്! കടലിന്നിടുക്കിൽ പുറ്റുകളാൽ തടവിലാക്കപ്പെട്ട ആ പെൺമത്സ്യം കാലാന്തരേ കടലിനെയാകെ മറന്നുപോയി. പുറ്റുകൾ ജലചക്രവാതത്താൽ പൊടിഞ്ഞും ഒലിച്ചും പോയിട്ടും; ആ ക്ഷുദ്രജീവി കല്പിതവൃത്തത്തിൽ തലപെരുക്കുംവിധം ആന്ദോളനം തുടർന്നുപോന്നു.

പറമ്പിൽ ഒരു കുറ്റിച്ചൂലിനൊപ്പം ഭാർഗവി ബോധം മറഞ്ഞുവീണൊരു പകലിനൊടുവിൽ സദാനന്ദൻ അത്താഴപ്പട്ടിണി കിടന്നതിന് അമ്മച്ചി ദണ്ണംപറഞ്ഞു. ഭാർഗവിക്ക് ഒഴിയാത്ത ക്ഷീണംതോന്നി. പകൽവെയിൽ പല്ലുതെളിച്ചു ചിരിച്ചുകൊണ്ട് ഭാർഗവിയെ വടംകെട്ടി വലിച്ചു കിണറ്റുകരയിലെത്തിച്ചു. കോരുംതോറും ആഴംകൂട്ടുന്ന കിണർ ഭാർഗവിയെ തന്നിലേക്ക് ക്ഷണിച്ചു. തുണി വഹിക്കാൻ തയ്യാറായി നെഞ്ചുവിരിച്ചു നീണ്ടുകിടന്ന അയക്കയർ ഭാർഗവിയെ കടാക്ഷിച്ചു. കഴിഞ്ഞ പകലിലെപ്പോഴോ വെന്തുകരിഞ്ഞു പുളിച്ചുപോയ എന്തോ ഭോജ്യവസ്തു ദുർഗന്ധമുള്ള വായപൊളിച്ച് ഭാർഗവിയെ വിളിച്ചു. ഏതോ നീണ്ടയാത്രയ്ക്കുള്ള ആദ്യത്തെ പടി ഭാർഗവി വെച്ചുകഴിഞ്ഞിരുന്നു.

'നല്ല മരുന്ന്, വിശ്രമം, ഭക്ഷണം, മനഃസമാധാനം.. ഇതൊക്കെയാണിനി ഭാർഗവിക്കു വേണ്ടത്.' ആശുപത്രിത്തണപ്പിലിരുന്നു ഡോക്ടറെ കേൾക്കുമ്പോൾ സദാനന്ദൻ അലസനായി.

'ചുറ്റുപാടുകളൊന്നും അത്ര വെടിപ്പല്ല'. അയാൾ നീരസപ്പെട്ടു.

'മതിയായ ചികിത്സകൊടുക്കാതെ പിന്നെ?' ഡോക്ടർക്ക് അത്തരം ആളുകളെ കൈകാര്യംചെയ്തു ശീലമുണ്ടായിരുന്നു.

'ഞങ്ങൾക്ക് അത്രയ്ക്ക് ആസ്തിയൊന്നുമില്ല സാറേ..' അമ്മച്ചി നെറ്റി കണ്ണുകൾക്കു മുകളിലേക്ക് പരമാവധി വലിച്ചുകയറ്റി.

അത്രപെട്ടെന്ന് സദാനന്ദൻ തന്നെ തള്ളിപ്പറയുമെന്ന് അവൾ

കരുതിയിരുന്നില്ല. പൊടുന്നനെ ഉണ്ടായ നിരാസത്തിൽ ഭാർഗവിക്ക് പനിച്ചു. പണമൊഴുക്കിക്കളയുന്ന തരം അസുഖമായിരുന്നു ഭാർഗവിക്ക്. അതിന്റെ മൂർച്ഛിച്ച ദണ്ഡാണ് അവളെ തലയ്ക്കടിച്ചു പറമ്പിലേക്ക് തള്ളിയിട്ടത്.

മുറിവുകൾ ഒരിക്കലും പുരുഷനെ വിവേകിയാക്കുന്നില്ല. നിസ്സഹായത അവനിലേല്പിക്കുന്ന സ്തബ്ധത ഒഴിയുമ്പോൾ നിന്ദയുടെ തേറ്റപ്പല്ലുകൾ മുളച്ചുതുടങ്ങും. അഹന്തയുടെ ഒറ്റക്കൊമ്പ് നെറ്റിയിൽ കത്തും.

നഗരത്തിലെ ഓടകളിലുള്ളതിനേക്കാൾ അഴുക്ക് തന്റെ രക്തധമനികളിൽ കമിഞ്ഞിരിക്കുന്നു എന്ന് ഭാർഗവിക്ക് തോന്നി. അവിടവിടെ കറുത്ത തുളികൾ. കൊഴുപ്പുനൂലുകൾ കൂടിച്ചേർന്നു വിരിച്ച ചുവപ്പുവലകൾ. അഴുകിയടർന്ന കോശഭിത്തികൾ. ഞരമ്പുകുഴലിലൂടെ ഒഴുക്ക് തടസ്സപ്പെട്ടു ചോരയിരമ്പി.

ഒന്നരമാസക്കാലത്തെ ആശുപത്രിക്കാലം കഴിഞ്ഞ് അവളൊറ്റയ്ക്കാണ് ഓട്ടോ പിടിച്ച് വീടുപറ്റിയത്. അമ്മച്ചി അടുത്ത വീട്ടിലെ ജോണിയുടെ പുതിയ പലചരക്കുകടയിലെ വെഞ്ചരിപ്പിനു പോയിരുന്നു. പീലിക്കുഞ്ഞു സ്കൂളിലും. സദാനന്ദൻ മുറ്റത്തിരുന്ന് തന്റെ പഴഞ്ചൻസൈക്കിൾ കഴുകുന്നുണ്ടായിരുന്നു.

'ഇച്ചിരി കാപ്പി അനത്തി തായോ!' ഭാർഗവി അങ്ങോട്ടു പറയേണ്ട വാചകം സദാനന്ദൻ ഇങ്ങോട്ട് എയ്തുതറപ്പിച്ചു. ക്ഷീണംകൊണ്ട് അവളുടെ കണ്ണിണകൾ അടഞ്ഞു. എന്നിട്ടും വിനയം അവളുടെ തലയുടെ ചരടിൽ വലിച്ചു പാവനാടകം കളിപ്പിച്ചു. അവൾ തല കുലുക്കി.

അവൾ പടിക്കെട്ടുകൾ ഏങ്ങിപ്പിടിച്ചു കടന്നു. തുത്തുതുടപ്പില്ലാതെ കാടുപിടിച്ച ഒരു അറ പോലെയായ വീട്, ഹതാശനായ കാമുകനെപ്പോലെ ഭാർഗവിയെയും കാത്തിരിപ്പുണ്ടായിരുന്നു. ചിലന്തിവലകൾ, അത് ഭാർഗവിക്കു തട്ടാൻ. ചിതലരിച്ച വീട്ടുമൂലകൾ, അത് ഭാർഗവിക്ക് മണ്ണെണ്ണ കൂട്ടി അടിച്ചുതുടയ്ക്കാൻ. കറുത്ത പായൽ പറ്റിയ അടുക്കള സിങ്ക്, അത് ഭാർഗവിയുടെ വിരലുകളാൽമാത്രം ശാപമോക്ഷം കിട്ടത്തക്കത്!

കുളിമുറിയിൽ ഓക്കാനിപ്പിക്കുന്ന തരത്തിലുള്ള മുഷ്ടുക്കമണമുണ്ടായിരുന്നു. ഒന്നരമാസമായിട്ട് എണ്ണയും പതയും ചേർന്നുമെഴുകിയ തറ. നനവുതട്ടി കുഴഞ്ഞു വിരൂപിയായ ഒരു കഷ്ണം സോപ്പ്. വെള്ളത്തിന് ഉപ്പുവെള്ളത്തിന്റെ അസ്കൃതയുള്ളതു കാരണം, ഷവർതുളകൾ ഭാഗികമായി അടഞ്ഞുപോയിരുന്നു. ഒരറ്റത്തുനിന്നു ചാടി മുതുകിൽ വീണ തണുത്ത ജലവിരലുകൾ ഭാർഗവിയുടെ തൊലിയെ വെറുങ്ങലിപ്പിച്ചുകളഞ്ഞു. അവൾ ചുരുണ്ടുകൂടി ജലപാതത്തിനു ചുവടെയിരുന്നു.

പിഴിഞ്ഞുപിഴിഞ്ഞു നാരു മാത്രമായ ഒരുള്ളംകൈ നാളികേരക്കൊത്ത്. ഉപയോഗിച്ചു തേഞ്ഞ് മുറ്റത്തിരുവശത്ത് ചിതറിക്കിടക്കുന്ന നരച്ച

ചെരുപ്പ്! ഉരച്ചുരച്ച് ചില്ലുപോൽ നേർത്ത് ജലം വീണാൽ അലിഞ്ഞു ചാവാറായൊരു ചീന്ത് സോപ്പ്! അവയിലൊന്നുമാത്രമായി ഭാർഗവി! ചിലരുടെ അസ്തിത്വത്തെ മനുഷ്യരുടെ ഗതികേടുകളോടുപമിക്കാൻ പോലുമാകില്ല. നിത്യോപയോഗസാധനങ്ങളോട് ഒന്നു സാമ്യപ്പെടുത്താൻ കഴിയും. അത്രമാത്രം!

സദാനന്ദനെ കുടഞ്ഞുനിലത്തിട്ട മാവിന്റെ ഒരു ചില്ല വൈദ്യുതിക്കമ്പികളോടുള്ള നിരന്തരപാരസ്പര്യത്താൽ ജീർണിച്ച നെഞ്ചുരുകി ഇലകളിലേക്ക് തവിട്ടുനിറംവാർന്നു രോഗാതുരനായിരുന്നു. തന്റെ ജനാലയിലൂടെ മാനായും, മാരീചനായും വേഷപ്രച്ഛന്നത സൃഷ്ടിച്ചുകൊണ്ടിരുന്ന മേഘകണികകളെ ഭാർഗവി ജനാലയിലൂടെ മാത്രം വരവേറ്റുകൊണ്ടിരുന്നു. ആ വീട്ടിലെ ഏറ്റവും ഭാരമുള്ള കട്ടിൽ ആ നേരത്ത് ഭാർഗവിയുടേതായിരുന്നു!

ആകാശം, മഴയുടെ വരവറിയിക്കാനായി ഗർജ്ജിക്കുന്ന പോരുനായകളെ തുറന്നുവിട്ടിരുന്നു. നാട് മഴയെ പുറത്താക്കി കതകടച്ച് ഉറക്കപ്പായിലേക്കു ചാഞ്ഞു. ഭാർഗവി പീലിക്കുഞ്ഞോട് ചേർന്നുകിടന്നൊന്നു കരഞ്ഞിട്ട് പറമ്പിലേക്കിറങ്ങി. വൈകിട്ടെപ്പോഴോ അലക്കിവിരിച്ച തുണികൾ, മഴ ഭൂമിയിലേക്കെത്തുംമുൻപേ മടക്കി തിണ്ണയിൽവെച്ചു ഭാർഗവി. അലക്കുകയറിന്റെ രണ്ടറ്റവും പിച്ചാത്തികൊണ്ട് അറുത്തെടുത്തു. കയറഗ്രത്തിലൊരു കുടുക്കിട്ടിട്ടു മാവിലേക്കു കയറി. ശയ്യാവലംബിയാവാറായ ഒരു മാവിൻകൊമ്പ് എതിർപ്പുകളില്ലാതെ അവൾക്ക് മെരുങ്ങിക്കൊടുത്തു.

അനന്തരം ഭാർഗവി കയറിന്റെ അമ്പിളിവട്ടത്തിലേക്ക് തന്റെ തല ചേർത്തു. മരിച്ച ദേഹത്തെ പരസ്യപ്പെടുത്താനായിമാത്രം സ്വയം കയർ വലിച്ച് ശൂന്യതയിലേക്ക് ഉയർത്തുന്നതുപോലെ! അവളെന്നോ മരിച്ചവളാണല്ലോ!

പെരുംതടവിൽനിന്ന് കിഴിവ് കിട്ടിയ നിർദോഷിയെ കഴുമരം താരാട്ടുംവിധത്തിൽ ശിഖരങ്ങൾ കമ്പനംകൊണ്ടു. ചാവുറപ്പിക്കാനെന്ന മട്ടിൽ വന്ന മഴയും കാറ്റും വെളുപ്പിന് ആ മാവിനെ പൊതുനിരത്തിലേക്ക് വേരറുത്തിട്ടു..!

www.ingramcontent.com/pod-product-compliance
Lightning Source LLC
LaVergne TN
LVHW100842051026
849519LV00006B/2390
9789348573001